யஹூதா ககாமி

யஹுதா ககாமி

எஸ். செந்தில்குமார்

எழுத்து பிரசுரம்

Title: Yahathaa Kakaamni
Author's Name: S. Senthil Kumar

Published by Ezutthu Prachuram

Ezutthu Prachuram
(An imprint of Zero Degree Publishing)
No. 55(7), R Block, 6th Avenue,
Anna Nagar,
Chennai - 600 040

Website: www.zerodegreepublishing.com
E Mail id: zerodegreepublishing@gmail.com
Phone: 89250 61999

Ezutthu Prachuram First Edition: Jnauary 2023
ISBN: 978-93-90053-30-8
TITLE NO EP: 414

Layout & Cover Design: Vijayan, Creative Studio

பொருளடக்கம்

பாயல் 7

சக்கை குழி 26

வெம்மை 44

கடைசிக் கடன் 67

வயதான காதுகள் 81

வெறும் சோறு 93

பாஸ் என்கிற சின்னசாமி 108

விரல்கள் 122

யஹுதா ககாமி 137

அம்மாவைப் பார்த்தீர்களா ஸார் 151

நதி மகள் 162

நீவல் 174

பாயல்

பேச்சிமுத்து பால்பண்ணைக்கு அருகில் நின்றிருந்த ஆட்டோவில் அவர்கள் இருவரும் ஏறி அமர்ந்தபோது, நள்ளிரவைக் கடந்திருந்தது. துணைக்கு வந்திருந்த செல்வம், டிரைவருக்குப் பணத்தைக் கொடுத்தான். இளங்கோவும் கல்பனாவும் அவனைக் குற்றவுணர்வுடன் பார்த்தார்கள். கல்பனா, அதிலிருந்து தப்பித்துக்கொள்வதற்காக அவனிடம், “காரியத்துக்கு தேதி முடிவானதும் சொல்லு செல்வம்” என்றாள். அழுதழுது அவளது குரல் மாறியிருந்தது. இளங்கோவன் அவளது முகத்தைப் பார்த்தான். இரண்டு மெலிதான வெள்ளைக் கோடுகளென நரைத்த முடி உச்சந்தலைக்கும் காதிற்குமான இடைவெளியில் ஒளிந்திருந்தன. அலமாரியில் துணிகளுக்கு ஊடே கைக்குட்டையை வைத்திருப்பதுமாதிரி, கல்பனா, தன்னுடைய தலைமுடியை சீவி அதற்குள் வெள்ளை முடியை ஒளித்து வைத்திருந்தாள். காலையில் ஜடையாகத் தொங்கிய கூந்தலைக் கொண்டையிட்டிருந்தது வயதான தோற்றத்தை உண்டாக்குவதாக அவனுக்குத் தோன்றியது.

செல்வம், “சரி, சொல்றேன். நீங்க பத்திரமா ஊருக்குப் போங்க. காரியத்துக்கு யாராவது ஒருத்தர் வந்தா போதும்” என்றான்.

அவன் சொல்வது சரி என்று இருவருக்கும் தோன்றியது. கல்பனாவும் அப்படித்தான் நினைத்திருந்தாள். இளங்கோவன் அவளிடம், “தண்ணீ பாட்டில எடுத்துட்டு வந்தியா கல்பனா” என்று கேட்டான். அவள் தனது கால்களுக்கு ஊடே வைத்திருந்த துணிப்பையை எடுத்து அதிலிருந்த பாட்டிலை எடுத்துக் கொடுத்தாள். அவனுக்கு உண்மையிலே தாகமில்லை. அவளிடம் ஏதாவது பேசவேண்டுமென்பதற்காக பேசினான். தண்ணீரை குடித்துவிட்டு திரும்பவும் பாட்டிலைத் தந்தான். அவளுக்கு எவ்வளவு தாகமிருந்ததோ, மேல் சேலை நனைய நனைய குடித்தாள்.

“உங்க சித்தப்பா ரெண்டு நாளைக்கு முன்னாடி மீனாட்சி வீட்டுக்குப் போகணுமின்னு சொல்லிட்டிருந்தாராம். உங்க சித்தியை கூப்பிட்டதுக்கு வரமாட்டேன்னு சொன்னாங்களாம்” என்றாள்.

இளங்கோவன் எதுவும் பேசவில்லை. ஆட்டோ வளைந்து திரும்பிச் சென்றது. வெற்றி தியேட்டரைக் கடந்தபோது டிரைவர் குனிந்து தியேட்டர் வாசலைப் பார்த்துக் கொண்டார். சற்று முன்பாக திரைப்படம் முடிந்து ஜனங்கள் சென்றிருந்தனர். விளக்குகள் அணைக்கப்பட்டிருந்தன. வழியின் இருபக்கங்களிலும் பசுக்கள் மேய்ந்துகொண்டிருப்பது தெரிந்தது. சோடியம் விளக்குவெளிச்சத்தில் அதன் கண்களும் உடம்பும் வித்தியாசமாகக் காட்சியளித்தன. ஷட்டர் அடைத்திருந்த ஷாப்பிங் காம்ப்ளக்ஸின் முன்பாக காவலாளிகள் உறங்கிக்கொண்டிருந்தனர். பாதி ஷட்டர் அடைத்திருந்த ஏ.டி.எம். அறையில் காவலாளி அவசர அவசரமாக டிபன் பாக்ஸிலிருந்த உணவை சாப்பிட்டுக்கொண்டிருந்தார். அவருக்கு அருகில் வயர்கூடையை மடியில் வைத்து அமர்ந்திருந்த பெண், அவன் சாப்பிடுவதை ஆர்வத்துடன் பார்த்துக்கொண்டிருப்பது தெரிந்தது. இளங்கோவனுக்கு செக்யூரிட்டியைப் பார்த்ததும் சிக்கந்தரின் ஞாபகம் வந்தது. சிக்கந்தருக்கு வேலை நேரத்தில் சாப்பிடக்கூடாது. கார் பார்க்கிங் செய்வதற்கு வாடிக்கையாளர் வரும்பொழுது சாப்பிட்டுக்கொண்டிருந்தால் நிர்வாகத்தைப்

பற்றி என்ன நினைப்பார்களென திட்டுவான். இளங்கோவன் செக்யூரிட்டி வேலைக்குச் சேர்ந்த புதிதில் பசித்த வேளையில் சாப்பிடாமல் வயிற்றுவலி உண்டாகி மூன்று நாட்கள் வலியோடு வேலைக்குப் போய் வந்தான். கார் நிறுத்துமிடத்தில், பகல் நேர வேலையென்றால் ஒருமணிநேரத்திற்கு ஒருமுறை யாராவது டீ, வடை கொண்டு வந்து தந்துவிடுவார்கள். ஷோரூமில் பகல் நேரத்தில் எதுவும் கிடைக்காது. ‘மூச்சுவிடுறதக்கூட கேமரா பாத்துட்டே இருக்கும்’ என்று அவனுடன் வேலை செய்யும் மற்றொரு செக்யூரிட்டி ராஜாங்கம் சொல்வான். அவன் சொந்தமாகத் தையல்கடை வைத்து வேலை செய்தவன். மூன்றுபேர் சம்பளத்திற்கும் கடை வாடகைக்கும் கடன் வாங்கிக் கொடுத்து, அவனால் மேற்கொண்டு எதுவும் சம்பாதிக்க முடியவில்லை. குடும்பத்தை விட்டுவிட்டு செக்யூரிட்டி வேலைக்கு எழுதிப் போட்டு வந்துவிட்டான். ராஜாங்கத்தினால், பசியை அடக்க முடியாது. வேலை நேரத்தில் கிடைத்த இடத்தில் உட்கார்ந்து வேகுவேகு என்று அள்ளிப்போட்டு விட்டு வந்து நிற்பான். அவனுக்கும் சிக்கந்தருக்கும் தினமும் சண்டை வரும். இளங்கோவன் அவர்களை சமாதானம் செய்ய வேண்டியதாகயிருக்கும்.

கல்பனா, “நீங்களாச்சும் சாப்பீட்டீங்களா. நேத்து ராத்திரி பஸ் ஏறுறதுக்கு முன்னாடி வீட்டில சாப்பிட்டது” என்றவள், “ரெண்டு நா இருந்துட்டு போங்கன்னு எல்லாரும் சொன்னாங்க. நாந்தான் நீங்க காலையிலே வேலைக்குப் போகணுமின்னு சொன்னேன்” என்றாள். தனது கைப்பையிலிருந்த கைபேசியை எடுத்து நேரத்தைப் பார்த்தாள்.

இப்போதுவரை கல்பனா சாப்பிட்டாளா? ஏதாவது சாப்பிடுவதற்கு வேண்டுமா என்று கேட்காமல் இருந்துவிட்டோமே என்கிற கவலை அவனுக்கு இருந்தது. தான் எதுவும் கேட்காமல் மனதிற்குள்ளாக வைத்திருக்கிறோம், கல்பனா வாய்விட்டுப் பேசிவிடுகிறாள் என்று நினைத்துக் கொண்டான். ஆட்டோ பாலத்தில் ஏறுவதை அவனால் உணர முடிந்தது. அதன் சப்தம் பெரிதாக எதிரொலித்தது.

“செத்த வீட்டில, சொக்கம்பட்டிக்காரங்க ஆச்சரியமா பேசுறாங்க. சீனிவாசன் மாமா செத்தத விசாரிக்காம, செக்யூரிட்டி வேலைக்கா போறாருன்னு உங்களைப் பத்தி விசாரிக்கிறாங்க” என்று பொலபொலவென அழுதாள். அவனுக்கு ஆத்திரமாக வந்தது. சொக்கம்பட்டியிலிருந்து கோயமுத்தூருக்கு பஸ் ஏறி வந்து, ஜவுளிக்கடையில் செக்யூரிட்டியாக வேலைக்குச் சேர்ந்து வாசலில் காவலுக்கு நிற்போமென அவன் நினைக்கவில்லை. நீலநிற பேண்ட்டும், அதே நிறத்தில் சட்டையும், தொப்பியும் அணிந்து நிற்கும்போது அவனுக்கு நெஞ்சடைத்து வரும்.

அவர்கள் சென்ற ஆட்டோ க்ரைம் ப்ராஞ்ச் பக்கமாகச் செல்லாமல், சின்னக்கடைத்தெரு வழியாகச் சென்றது. நடுராத்திரியில் சந்துக்குள் ஆட்டோ நுழைந்ததும் தெருவில் படுத்துக்கிடந்த நாய்கள் ஆட்டோவுக்குப் பின்பாக ஓடிவந்து குலைத்தன. “சீக்கிரமா போயிறலாம் ஸார்” என்று டிரைவர் இவர்கள் கேட்காமலேயே பதில் சொன்னார்.

“அத்தயோட கண்ணுலயிருந்து ஒருசொட்டுக் கண்ணீரு வரல” என்று கல்பனா சொன்னாள். அவள் சொன்னதும், ‘எதுக்கு அவங்க அழணும்’ என்று அவனுக்குப் பதில் சொல்லத் தோன்றியது. வாய்வரை வந்த வார்த்தையை அடக்கினான். ஆட்டோவில் ஏறியதிலிருந்து சீனிவாசனைப் பற்றியும், சுலோச்சனாவைப் பற்றியும் அவள் பேசாதிருந்தது அவளுக்கு ஆச்சரியந்தான். ஆட்டோவில் ஏறி அமர்ந்ததும் கேட்டிருந்தால், ஏதோ வேகத்தில் ஏதாவது பதில் சொல்லியிருப்பான். இப்போது கல்பனா கேட்டதுகூட நல்லதுக்குத்தான் என்று தோன்றியது. நிதானமாக ஏதாவது பதில் சொல்லலாம் என்று நினைத்தான்.

சுலோச்சனாவை பற்றிப் பலருக்கும் ஒன்றும் தெரியாது. அவர்களுக்குத் தெரிந்திருந்ததெல்லாம் உண்மையும் இல்லை. திருச்சூரில் ஸ்ரீகுளம் வேணுகோபால் வீட்டைக் கடந்து போகும்போது, நாதஸ்வரம் வாசிப்பைக் கேட்பதற்காக பத்தர் தெரு ஆட்கள் சற்று நேரம் நின்று செல்வது வழக்கம். மதுரையிலிருந்து வேலைக்குச் சென்ற சீனிவாசன், காலையில் குளத்தில் குளித்துவிட்டு வரும்பொழுது வாசிப்பு

தொடங்கியிருக்கும். வாசிப்பைக் கேட்பதற்கு வீட்டின் முன்னால் கூடியிருப்பவர்களுக்கு, வாசிப்பு முடிந்ததும், சிலநாட்கள் அரிசி மாவுருண்டை, தேங்காய், பழம் தருவதற்கு சுலோச்சனா வருவாள். ஏழுவயதுச் சிறுவனான நாராயணனும் தன்னுடைய அம்மாவுக்குத் துணையாக வந்து நிற்பான். அங்கிருப்பவர்களைப் பார்த்து 'வரிசையாக வாங்க' என்று அதிகாரமாக அதட்டுவான். சுலோச்சனா அவனை அமைதியாக இருக்கச் சொல்வாள். சிறிய வாழைஇலையில் பிரசாதம் வைத்துத் தரும்போது, வாசிப்பைக் கேட்பதைவிட, அவளின் அமைதி படிந்த முகம் தருகிற ஆனந்தமும் பரவசமும் நிற்கிற இடத்தை மறக்கச் செய்துவிடும். சுலோச்சனாவைப் பார்த்துவிட்டு வரும் சீனிவாசன், பத்தர் தெருவுக்குள் நுழைந்து தான் வேலை செய்யும் பட்டறைக்குச் செல்லாமல் வேறொரு பட்டறைக்குள் பலமுறை ஏறி அமர்ந்திருக்கிறார். ஸ்ரீகுளம் வாசிப்பு பித்தேறிவிட்டது, வாசிப்பைக் கேட்பதை நிறுத்த வேண்டுமென்று அவருடன் வருபவர்கள் சொல்வதை மீறி சுலோச்சனாவைப் பார்ப்பதும், அவள் செல்லும் கோயிலுக்குச் சென்று காத்திருப்பதுமாக இருந்தவரை மதுரைக்குத் திரும்பவும் அனுப்பிவிடவேண்டுமெனப் பேசினார்கள். திருமணம் செய்த பெண், குழந்தை பெற்றவள் என்பதை மீறி அவருடைய மனம் அவளுடன் அளவில்லாது எங்கெங்கோ அலைந்தது. ஊரில் திருமணப் பேச்சு நடந்து வந்தது. மதுரையில் பெண் பார்த்து அப்பாவும் அம்மாவும் அலைந்துகொண்டிருந்த சமயத்தில், சுலோச்சனா பத்தர் தெருவுக்கு கம்மல் தண்டு உடைந்து அழுது வீங்கிய கண்களுடன் வந்தாள். கூடவே அவளது மகன் நாராயணன். பெரிய வித்வான் வீட்டுப் பிள்ளையின் கம்பீரத்துடன் நின்றது அங்கிருந்தவர்களுக்கு ஆச்சரியமாக இருந்தது. ஸ்ரீகுளம் வேணுகோபாலின் சாயல் அவனிடமிருந்தது. தன்னை விட மூத்த வயதுக்காரர்களிடம் மரியாதை இல்லாமல் பேசும் தோரணை வித்வானுக்கு உண்டு. அதை அவனும் பெற்றிருந்தான். காதிலிருந்த கம்மலைக் கழற்றிய பின் அவளது தோற்றத்தைக் காண விரும்பாமல் சாயங்காலம் வரச்சொன்னதும் அவள் அதற்காகக் காத்திருந்தவள்போல்,

சென்றது கடையிலிருப்பவர்களுக்கு வேண்டுமென்றால் சாதாரணமாகத் தெரியலாம். ஆனால் உமியோட்டிற்கு முன்னால் உட்கார்ந்து, சாயங்காலம் சீக்கிரம் வராதா சீக்கிரம் வராதா என்று ஏங்கிக்கிடந்த சீனிவாசனுக்கு அது நரக வேதனையாக இருந்தது. மாலையில் அவள் வந்து கம்மலைக் காதில் அணிந்து கொண்டு சேலையில் நான்காக முடித்து வைத்திருந்த பத்து ரூபாய் நோட்டைப் பிரித்துத் தந்தாள்.

அதற்குப் பிறகு சுலோச்சனா, வெடி திருவிழாவுக்கு தெரு பெண்களுடன் வந்தபோது, சீனிவாசன் தன்னைப் பார்ப்பதை முதன்முறையாக அறிந்தாள். மைதானத்தில் வெடி வெடித்துக் கொண்டிருந்தார்கள். ஆண்களும் பெண்களும் குழந்தைகளும் கொண்டாட்டத்துடன் இருந்தார்கள். சுலோச்சனா மரத்தடியில் தனியாக உட்கார்ந்து கண்ணீர் வடித்துக் கொண்டிருந்தாள். சீனிவாசனுக்கு அவளைப் பார்க்க மனமில்லை. மறுநாள் குளத்தில் குளித்துவிட்டு வரும்போது வாசலில் நின்றிருந்தவளிடம், “பணம் எதுவும் வேணுமா. நான் ஏதாவது உதவி செய்யணுமா உனக்கு” என்று கேட்டார். அவள், “பைசா கொண்டு எல்லாம் தீருமோ?” என்று கேட்டாள். அவருக்கு அச்சொற்கள் சிறிது தாமதமாகக் கிடைத்த ஞானம்தான். சொத்துக்கு ஆசைப்பட்ட கணவனை இன்னொருத்தியிடம் தந்துவிட்டு, அவள் தவித்த தவிப்புக்கான தீர்வு பணம் இல்லை.

சீனிவாசனுடன் அவள் பேசிக்கொண்டிருந்ததை வண்டிக்காரன் வித்வானிடம் சொல்லியிருக்கிறார். அன்றிரவு வித்வான், அவளைத் திரும்பவும் தவில் குச்சியாலும் சவுக்காலும் அடித்து முகத்தையும் முதுகையும் காயப்படுத்திவிட்டார். உள்ளூரிலிருக்கும் மருத்துவர் வந்து பார்த்தால் தன்னுடைய பெயர் கெட்டுப்போகுமென பக்கத்து ஊரிலிருந்து வரவழைத்த மருத்துவர், மருத்துவம் செய்துவிட்டுச் சென்றார். வித்வான் சென்றபிறகு, உதவிக்கு இருந்த பெண்ணை பத்தர் தெருவுக்கு அனுப்பி சீனிவாசனை அழைத்து வரச்செய்தாள். சுலோச்சனா அழவில்லை. கெஞ்சவில்லை. யாரையும் குற்றம் சொல்லவில்லை. “வித்வான், ரெண்டாங்கட்டு கட்டும்போல், ஆ ரெண்டாங்கட்டு எனிக்கும் ஆகாமல்லோ... அதினுல்ல அவகாசம் எனிக்கும்

உண்டு" என்று சீனிவாசனிடம் கேட்டாள். ஆமாம் இல்லை சரி தவறு என்று உடனே சொல்ல முடியவில்லை. ஏதோ ஒன்று தடுத்தது. உடனே சுலோச்சனா அதைப் புரிந்து அவரிடம் சீனிவாசனைத் திருமணம் செய்து கொண்டு ஊரைவிட்டுச் செல்ல விரும்புவதாகச் சொன்னாள். அவர், "ரெண்டு நாள் அவகாசம் வேணும்" என்று கேட்டார். சரி என்றாள். இரண்டு நாட்களுக்குப் பிறகு அவர்கள் இருவரும் ரயிலேறி மதுரைக்குச் சென்றார்கள். ரயிலேறி வரும்போது சீனிவாசனிடம் அவள், "தே... ஒரு காரியம் பரயட்டே. ஞான் ரெண்டாங்கெட்டுன்னும், அதிலே எனிக்கும் ஜெனிச்சகுட்டி உண்டென்ன விஷயம் ஞான் மரிக்குன்னுதுவரெ ஈ லோகம் அறியாம் பாடில்லா கேட்டோ" என்று சொன்னாள். சீனிவாசன் சரி என்று சத்தியம் செய்து கொடுத்தார். சீனிவாசன், இளங்கோவிடம் அவளைப் பற்றி இரண்டு மாதங்களுக்கு முன்பாகச் சொல்லும்போது, அவள் அருகில் இருந்தாள். அவளது முகத்தில் வெட்கமோ அவமானமோ தெரியவில்லை. சீனிவாசன் சொல்லச் சொல்ல சுலோச்சனா சாதாரணமாக இருந்தார். அதன் பிறகு சுலோச்சனாவின் முகத்தைப் பார்த்து அவனால் பேச முடியவில்லை. சுலோச்சனா, "இளங்கோ, தன்டே மனசு இப்போ எந்து விஜாரிக்குன்னுன்னு எனக்கு மனசிலாகி" என்று சொன்னாள்.

சீனிவாசன் அவனிடம், "எங்களுக்கும் கொஞ்சம் பயமாத்தான் இருக்கு. பயமில்ல. ஏதோ தப்பு செஞ்சது மாதிரி நெனைப்பு இத்தனை வருஷம் கழிச்சி வருது. யாருகிட்டேயும் சொல்லக்கூடாதுன்னு திருச்சூரிலே சத்தியம் வாங்குனவள், உன்கிட்டே மட்டும் சொல்லச் சொல்றா, ஏன்னு கேட்டதுக்கு நாராயணனைப் பத்தி உனக்கு மட்டுமாவது தெரியணுமாம். ஊரிலேயிருக்கிறவங்களுக்கு இவ மலையாளத்துக்காரின்னு தெரியும். ஆனா இவளுக்கு ஏற்கனவே கல்யாணம் முடிஞ்சி பையன் இருக்கிற விசயம், செத்த பிறகும் யாருக்கும் தெரியக்கூடாதுன்னு நெனைக்கிறா. அப்படி நெனைக்கிறது தப்பா இளங்கோ" என்று அவனிடம் கேட்டார்.

இளங்கோவிற்கு யோசிக்க முடியவில்லை. பதிலும் சொல்ல முடியவில்லை. அதன் பிறகு சீனிவாசனுக்கு உடல் சௌகரியமில்லாமல், மருத்துவமனைக்கும் வீட்டிற்குமாக அலைந்து இறந்துபோனார். அதற்காக சுலோச்சனா அழவில்லை. தன் முன்பாக யாரோ இறந்துகிடக்கிறார்களென அமைதியாக அமர்ந்திருந்தாள். தன்னிடம் விசாரிக்க வருகிறவர்களிடம் என்ன பேசுவதெனத் தெரியாமல் சீனிவாசனின் முகத்தைப் பார்த்தாள். செல்வத்தையும், கூட்டத்தில் யாருக்கும் தெரியக்கூடாது என்பதுபோல் அமர்ந்திருந்த நாராயணனையும், மாறிமாறிப் பார்த்துக்கொண்டாள். நாராயணனைப் பார்த்ததும் அவளுக்கு அழுகை வந்தது. வீட்டிற்குப் பின்பாக வந்து நின்றவனைப் பார்த்து, “ஸாரு மரிச்சுப்போயீ, ஸாரு மரிச்சுப்போயீ” என்று கண்ணீர் விட்டு அழுதவளை இளங்கோவும் நாராயணனும் சமாதானம் செய்தார்கள்.

“மலையாளத்துக்காரரு யாரோ ஒருத்தரு வந்ததும் உங்க சித்தி அழுததாச் சொன்னாங்க. நீங்க அவரைப் பாத்தீங்களா. யாரு அவரு” என்று கல்பனா கேட்டாள்.

இளங்கோவன் பதற்றத்துடன், “நானு யாரையும் பாக்கலயே” என்று வேகமாகப் பேசியது அவனுக்கு பயத்தை உண்டாக்கியது. அந்த பயத்தோடு மேற்கொண்டு எதுவும் பேச முடியவில்லை. ஆரப்பாளையம் பேருந்து நிலையத்தில் ஆட்டோ நின்றது. இளங்கோவும் கல்பனாவும் தங்களது சுமைகளைச் சரிபார்த்து எடுத்துக்கொண்டு பேருந்திற்குள் ஏறி அமர்ந்தனர். பேருந்தில் ஏறி உட்கார்ந்ததும் கல்பனா உறங்கிவிடுவாள் என்பது அவனுக்குத் தெரியும். சுலோச்சனா சித்தியைப் பற்றியும், திருச்சூரிலிருந்து வந்த நாராயணனைப் பற்றியும் இப்போதைக்கு அவள் ஏதும் கேட்கமாட்டாள். இளங்கோவனுக்கு நிம்மதியாக இருந்தது.

சீனிவாசன் இறந்ததற்கு வந்திருந்த நாராயணன் ஊருக்குப் புறப்படும்போது, “என்டே பாரியாளுக்கும் குட்டிகளுக்கும் அம்மாவை பார்க்கணுமின்னு ஆசை, ஒருதடவை அம்மாவை திருச்சூருக்குக் கூட்டிட்டு வரமுடியுமா இளங்கோ” என்று அவனது கையைப் பிடித்துக்கொண்டு கேட்டார். இளங்கோவன்

அவரை நிமிர்ந்து பார்த்து சரி என்று சொன்னான்.

நாராயணன், "அம்மா மேலே சில நேரம் கோபம் வரும். பின்னே நான் யோசிக்கும்போது தோணும் பாவம், அவங்களும் என்ன செய்வாங்க. ஸ்ரீகுளம் வேணுகோபால் வித்வானைவிட வசதியான குடும்பம் லெட்சுமி அம்மாள். அவங்க இவரோட வாசிப்புக்கு ஆசைப்பட்டு கல்யாணம் செய்துக்க வந்தாங்க. ஆனால் சுலோச்சனா அம்மையைத் தனியா குடிவைக்கணும். அவங்க வீட்டுக்குப் போகக்கூடாதுன்னு சொல்லிட்டாங்க. வித்வானுக்கு வயலும் தோட்டமும் நிலமும் பெரிய பெரிய கட்டடமும் உழைச்சு சம்பாதிக்க முடியாது, இங்ஙனயானு தனக்கு சொத்து வரணுமின்னு எழுதியிருக்கு, அதை விடாது, அம்மாவை கைவிட்டுட்டார். உங்களுக்கு ஒண்ணும் தெரியுமா, அம்மாவை ரயில் ஏற்றி சீனிவாசன் ஸாரோட அனுப்பியது நாந்தான். அப்போ சீனிவாசன் ஸார் பத்தர் தெருவிலே உமியோட்டுக்கு முன்னால் உட்கார்ந்து அவ்வளவு அழகாக குழல் ஊதுவாரு. அம்மாவும் நானும் அங்கே போயிருக்கோம். வித்வான் ஓங்கி கன்னத்தில் சவட்டியதிலே செவிக் கம்மல் தண்டு தனியா உடைஞ்சிருச்சு. நேராக்கித்தாங்கன்னு அவர் முன்னாடி நிக்கிறோம். அவரு 'உட்காருங்க உட்காருங்க'ன்னு பாய் விரிச்சு நல்லா விளக்கி வெச்ச செம்பிலே குடிக்க வெள்ளம் கொடுத்தார். நான் அப்போ டவுசர் சட்டைபோட்டு அம்மைக்குப் பக்கத்திலே இருக்கேன். 'ஆசாரி எனுக்கி வெள்ளம் வேண்டாமு'ன்னு சொன்னேன். அதுக்கு அம்மா என்னோட தோளைத் தட்டி, 'அப்படிச் சொல்லக்கூடாது, ஸாருன்னு சொல்லனு'மின்னு சொன்னாங்க. அன்னையிலிருந்து நான் அவரை ஸாருன்னுதான் கூப்பிடுவேன். 'தண்டை நிமுத்தினா உடைஞ்சிருமே. பொடி வெச்சு சரி செஞ்சுதர்றேன் நீங்க சாயங்காலம் வரமுடியுமான்னு' கேட்டாங்க ஸார். அம்மா முகத்தை அவர் பாக்கல. அம்மாவும் நானும் திரும்பவும் சாயங்காலம் பத்தர் தெருவுக்குப் போனோம். புத்தம் புதுசா அப்படியே குளத்திலே இருந்து பறிச்ச புஷ்பம்போல, அம்மாவோட செவியோட கம்மல் இருந்துச்சு. அம்மா அதுக்குப் பிறகு அழவே இல்லை. தினமும் கண்ணாடியிலே,

கம்மலைப் பார்க்கிறதும், கம்மலைக் கழற்றி உள்ளங்கையிலே ஏந்திப் பிடிச்சி ஏதோ பேசுறதுமா சந்தோஷமா இருப்பாங்க. எனக்கென்ன தெரியும். அப்போ நான் செரிய கொச்சானு. அம்மா ரயிலேறும்போது வித்வானோட வண்டிக்காரன் என்னை சாட்டையாலே சவட்டி இழுத்துட்டுப் போயிட்டான். தினமும் பத்தர் தெருவுக்குப் போவேன். சீனிவாசன் ஸார் எப்போ வருவாருன்னு கேட்பேன். அவங்க விலாசம் எழுதிக் கொடுத்தாங்க. அம்மாவுக்கு லெட்டர் போட்டேன். அம்மா உங்களை பார்க்கணுமே அப்படின்னு. அம்மாவும் பதில் லெட்டர் எழுதிப் போட்டாங்க. போஸ்ட்மேன் அப்பாவுக்கும் லெட்சுமி அம்மாவுக்கு தெரியாமே லெட்டரை எனக்குக் கொடுப்பாரு. அம்மா லெட்டரிலே பேசுவாங்க. நானும் பதிலுக்கு லெட்டரிலே பேசிட்டேன். இனி பேசுறதுக்கு ஒன்னில்லா. சொல்லுறதுக்கு ஒன்னில்லா" என்றார்.

துக்க வீட்டில் அவர்கள் இருவரும் பேசிக் கொண்டிருந்ததை கல்பனா பார்க்கவில்லை. ஆனால் அவளிடம் யாராவது சொல்லியிருப்பார்கள் என்று அவனுக்குத் தெரியும். அதனால்தான் தன்னிடம் கேட்கிறாள் என்று நினைத்தான். திடீரென ஞாபகம் வந்து கேட்பாள், அதற்கு சரியாக பதில் சொல்ல வேண்டும். தனக்கு தெரியாது தெரியாது என்று எத்தனை தடவை சொன்னாலும் அவள் நம்பமாட்டாள். நம்பும்படியாக ஏதாவது சொல்ல வேண்டும். என்ன சொல்வது என்று யோசித்தான். அவனுக்கும் உறக்கம் வந்தது. பேருந்தின் ஜன்னல் கண்ணாடியில் தலையை சாய்த்துக் கொண்டான். உறங்கவேண்டுமென கண்களை மூடினாலும் பேருந்து எஞ்சினைப்போல நினைவுகள் உறுமி ஓசையெழுப்புகிறது. நினைவுகள் ஒன்றுடன் ஒன்று மோதி உரசி முட்டும்போது மனம் கொந்தளிக்கிறது என்று அவனுக்குத் தோன்றியது. நேற்றிரவும் உறங்கவில்லை. இன்றும் உறக்கம் வரவில்லை. இதற்கு முன்பாக இதேபோல், இரண்டு இரவுகள் உறங்கம் வராமல் அவதிப்பட்டிருக்கிறான் இளங்கோ.

சீனிவாசனுடன் திருச்சூருக்குச் சென்றபோது, தொடர்ந்து இரண்டு இரவுகள் இதேபோல், உறங்காமல் இருந்திருக்கிறான்.

சீனிவாசன் அவனிடம், “அந்தேகம் போயது. இன்னு பௌர்ணமி” என்று சுலோச்சனா தன்னிடம் சொல்லியதாக அவனிடம் பயணம் முழுக்கச் சொன்னார். அவன், சீனிவாசனை இதற்கு முன்பாக இவ்வளவு பதற்றத்துடன் பார்த்ததில்லை. அவர் தன்னிடம் எதையோ சொல்வதற்குத் தயங்குகிறார் என்பது மட்டும் தெரிந்தது. அது என்ன என்பதை அவனால் கண்டுப்பிடிக்க முடியவில்லை. இளங்கோ, “சித்திக்கிட்டே சொல்லிட்டுத்தானே வந்தீங்க” என்று கேட்டதற்கு, அவர், “என்னே போகச் சொன்னதே அவதான். அவ சொல்லாட்டி எனக்கு எப்படித் தெரியும்” என்று சொன்னார்.

“சித்தி உங்க கூட கிளம்பலையா.”

“வரமாட்டேன்னு சொல்லிட்டா.”

இளங்கோ இதற்கு முன்பாக திருச்சூருக்குச் சென்றதில்லை. ஆனால் திருச்சூரில் எடுக்கப்பட்டப் புகைப்படம் ஒன்றை பார்த்திருக்கிறான். சுலோச்சனா அவனிடம் கொடுத்துப் பார்க்கச் சொன்னாள். வாழைமரங்களும், பலாமரங்களும் நிறைந்த வீட்டின் வாசல் முன்பாக குடும்பத்தினர் அனைவரும் அமர்ந்திருக்கும் கருப்பு வெள்ளைப் புகைப்படம். அதில் சுலோக்சனா தன்னை கண்டுப்பிடிக்கச் சொல்வாள் என்று புகைப்படத்திலிருந்தவர்களின் முகங்களை கூர்ந்துப் பார்த்தான் இளங்கோ.

“எடோ யாரையான்னு தெறக்குன்னுது.”

“சித்தி இதிலே நீங்க எங்க இருக்கீங்க.”

“இதிலே நானில்லா.”

“அப்புறம் இதிலே யாரு இருக்கா.”

சுலோச்சனா, “அதே, இது சீனிவாசனைப்போல. பட்சே சீனிவாசனல்ல, சீனிவாசனுக்கு மூத்தவனா. மூத்த சீனிவாசன்” என்று ஏதோ விடுகதை சொல்வதுமாதிரி அவனிடம் சொன்னார். அவனுக்கு முதலில் புரியவில்லை. ஆனால் விஷயம் இன்னது என்று தெரிந்ததும், யாரு யாரு என்று

தேடத் தொடங்கினான். புகைப்படம் முழுக்கத் தேடி ஓய்ந்ததும், சுலோச்சனா சிரித்துக்கொண்டு சொன்னாள்.

“இத நோக்கு. இதான்னு அயாளு. செரிக்கும் நோக்கிக்கோ.”

சுலோச்சனா புகைப்படத்தில் காட்டியவரின் கிருதா கீழே இறங்கியிருந்தது. வரைந்தது மாதிரியான மீசை. கன்னங்கள் ஒட்டியிருந்தன தெரியாதபடிக்கு தாடி வைத்திருந்தார். நாற்காலியில் அமர்ந்திருக்காமல் நின்றிருந்தால் அப்புகைப்படத்தில் அனைவரையும்விட உயரமாகத் தெரிந்திருப்பார்.

சுலோச்சனாவிடம் கேட்டான். “ரொம்ப உசரமானவர் மாதிரி தெரியுது.”

“அதே, குறைச்சு பொக்கம் கூடுதலானது. பட்சே, எனிக்கி பொக்கம் குறைவு” என்று சொல்லி சிரித்தாள்.

சீனிவாசனும், இளங்கோவனும் திருச்சூரில் இறங்கியபோது, நடுப்பகலைத் தாண்டியிருந்தது. பேருந்து நிலையத்திற்கு முன்பாக இருந்த பேக்கரி கடைக்குள் நுழைந்து வாழைப்பழமும் டீயும் சாப்பிட்டார்கள். ஆட்டோவில் ஏறி உட்கார்ந்து கொண்டார்கள். சீனிவாசன் டிரைவருக்கு விலாசம் சொன்னார்.

“வீட்டுக்குள்ளே வரக்கூடாதுன்னு சொல்லிட்டாங்கன்னா, அவங்க பிள்ளைகளெல்லாம் சேர்ந்து அடிக்க வந்துட்டா, என்னாடா செய்யுறது இளங்கோ” என்றார். சீனிவாசனுக்கு இன்னமும் பதற்றம் குறையவில்லை. இளங்கோ, இப்படியொரு பிரச்சினை இருக்கிறது என்பதை நினைத்திருக்கவுமில்லை. அதற்கு என்ன செய்யலாமென்று யோசிக்கவும் முடியவில்லை. ஆட்டோ பெரிய உறுமலுடன் மேடேறியது. நான்கு பெரிய சாலைகள் சந்திக்கும் இடம். சிக்னலுக்காக ஆட்டோ நின்றதும், சீனிவாசன் ஆட்டோக்காரரிடம், “பஸ்ஸ்டாண்டுக்குக் கொண்டு போய் விட்டுறுங்க” என்று சொன்னார். இளங்கோ, “பொறுங்க சித்தப்பா இவ்வளவு தூரம் வந்துட்டோம். வீட்டுக்குப்போய் பாத்துட்டு வந்துருவோம்” என்றான். அவர் அவனது கைகளைப் பிடித்துக்கொண்டு, “வித்வானோட முகத்தைப் பாக்கிறதுக்கு

வெட்கமாக இருக்கு, பிள்ளைகளோட முகத்தை எப்படி பார்ப்பேன். ஊர்க்காரங்களுக்கு என்ன பதில் சொல்லுறது" என்று அழுதார். ஆட்டோ டிரைவர் அவர்களது பேச்சைப் புரிந்து, புரியாமலும், "ஸாரே ஆட்டோ நிறுத்தணும்" என்று கேட்டார். இளங்கோ, "இல்லே இல்லே போங்க ஒண்ணும் பிரச்சனை இல்ல" என்று சொன்னான்.

நான்கு சாலைகளில் இடதுபுறத்தில் பிரிந்து செல்லும் பாதையில் ஆட்டோ சென்றது. இறக்கமானப் பாதை. பாதை முடியும் இடத்தில் குளம் இருப்பதை ஆட்டோவிலிருந்துப் பார்த்தார்கள். குளத்தைச் சுற்றிலும் ஆட்டோக்களும் டூரிஸ்ட் வேன்களும் நின்றிருந்தன. குளத்தின் மையத்திலிருந்த கோயிலிலிருந்து விளக்குகளையும் வாழைஇலையையும் கையிலேந்தி படியேறி வரும் பெண்கள், அவர்களுக்குப் பின்பாக குழந்தைகள், வயதானவர்கள், ஆண்கள் வரிசையாக நடந்து வருவதை அவர்களால் பார்க்க முடிந்தது. ஆட்டோ திரும்பி நேராகச் சென்று சந்துக்குள் நுழைந்தது.

அந்தச் சந்துக்குள் நுழைந்ததும் ஆட்டோ நின்றது. "ஸாரே இதுன்னு மேலே ஆட்டோ போகுல்லா" என்று டிரைவர் சொன்னார். அவர்கள் இறங்கிக்கொண்டார்கள். சீனிவாசன் ஆட்டோ டிரைவருக்கு பணத்தைக் கொடுத்துவிட்டு இறங்கினார். அவருக்கு துக்கத்தைவிட, பயந்தான் கூடுதலாக இருக்கிறது என்பதை அவனால் புரிந்துகொள்ள முடிந்தது. அவர், "வந்துட்டோம்" என்று மெல்லிய குரலில் சொன்னதும், அவன் பதற்றத்துடன் தெருவைப் பார்த்தான். அந்தத் தெருவின் முனையில் ஆட்கள் கூட்டமாக நின்றிருப்பது தெரிந்தது. நாற்காலிகளில் சிலர் அமர்ந்திருந்தனர். இரண்டு வீடுகளைக் கடந்து அவர்கள் இருவரும் நடந்து சென்றதும், கூட்டத்திலிருந்தவர் வேகமாக அவர்களை நோக்கி நடந்து வந்தார்.

சீனிவாசனுக்கு வருவது யாரென்று தெரிந்துவிட்டது. அவனிடம், "மூத்த மகன். நாராயணன்" என்று சொன்னார். அவர் தனது இருகரங்களையும் நீட்டியபடி, "வரூ வரூ, சீனிவாசன் ஸார்

வரணும்” என்று சொல்லியபடி வேகமாக வந்து சீனிவாசனின் கைகளைப் பிடித்துக் கொண்டார். இளங்கோ அவனைச் சிறிது நிமிர்ந்து பார்க்க வேண்டியதாகயிருந்தது. ஒடுங்கிய முகமும், சிறிது வளர்ந்திருந்த தாடியும், காவியேறிய பற்களும், கறுத்த உதடுகளும், சந்தனமும் துளசியும் கலந்து அணிந்திருந்த மாலையும் கூடவே கழுத்தெலும்பு தெரியும்படியான உடம்பும் இளங்கோவுக்கு விசித்திரமாகயிருந்தது.

“வீட்டை கண்டுபிடிச்சு வர்றதுக்கு ஒண்ணும் கஷ்டமில்லையே.”

“இல்லை” என்று சீனிவாசன் சொன்னார். இளங்கோ அவர்கள் இருவருக்கும் பின்பாக நடந்து வருவதைப் பார்த்த நாராயணன், “இளங்கோ வரூ” என்றார்.

“அம்மா போனிலே சொன்னாங்க. இளங்கோவும் நீங்களும் வர்றீங்கன்னு. ஸார் எதுக்கு இவ்வளவு தூரம் வந்து சிரமப்படணும். அம்மா என்கிட்டே பேசுனதே போதும்” என்று நாராயணன் சொன்னது, சீனிவாசனுக்கும் இளங்கோவுக்கும் சங்கடமாக இருந்தது. அவன், சித்தப்பாவை எதற்காக வரவேண்டாமெனச் சொல்கிறான். அவருடைய வருகையை அவன் விரும்பவில்லையா, மதுரைக்கு வந்தாலும் அவருடன் பேசாமல் சித்தியுடன் மட்டும் பேசிவிட்டு, “வரட்டா ஸார்” என்று முகத்தைக்கூடப் பார்க்காமல் சென்றுவிடுவதாக சித்தப்பா தன்னிடம் சொல்லியதை நினைத்துக் கொண்டான்.

அந்த வீட்டின் முன் சுவரில் பச்சையாக ஒட்டியிருந்த பாசி, வீட்டில் நடந்து முடிந்த நிகழ்ச்சிகளின் அடையாளமாக இருந்தன. சீனிவாசன் சுவரின் மேல் படிந்திருந்த பச்சைப்பாசியைப் பார்த்தபடி வீட்டுக்குள் நடந்தார். இந்தச் சுவருக்குப் பின்பாக சுலோச்சனாவும் ஏழுவயது நாராயணனும் ஸ்ரீகுளம் வேணுகோபாலின் வாசிப்பைக் கேட்டுச் செல்பவர்களுக்கு பிரசாதம் தருவதற்கு வந்து நிற்பார்கள். சுலோச்சனாவைப் பார்ப்பதற்காகவும் ஸ்ரீகுளத்தின் வாசிப்பைக் கேட்பதற்காக தினமும் அவ்வீட்டின் வாசலில் நின்று செல்கிறதை இப்போது அவர் நினைத்துக்கொண்டார். நாராயணன் அவர்கள் இருவரையும் வீட்டிற்குள் அழைத்துச்

சென்றான். ஸ்ரீகுளம் வேணுகோபாலை கண்ணாடிப்பெட்டியில் வைத்திருந்தார்கள். பெட்டியைச் சுற்றி நாற்காலியிலும் தரையிலுமாக அமர்ந்திருந்தவர்களில் சிலர் எழுந்து வழி தருவதும், பேசுவதுமாக இருந்ததை இளங்கோ கேட்டான். கண்ணாடிப்பெட்டியின் தலைப்பக்கத்திற்குச் சென்று இளங்கோ முகம் பார்த்தான். அங்கிருந்த பெண்ணொருத்தி கண்ணாடியின் மேல் படர்ந்திருந்த நீர்த்துளிகளைத் தனது துப்பட்டாவில் துடைத்து முகம் பார்ப்பதற்கு உதவினாள். மற்றொரு பெண் எழுந்து வந்து பெட்டியின் மேல் வைத்திருந்த மலர் வளையங்களையும் மாலைகளையும் எடுத்து தரையில் வைத்தாள். ஸ்ரீகுளம் வேணுகோபாலின் முகத்தை, சீனிவாசனும் இளங்கோவும் பார்த்தார்கள்.

“அம்மே சீனிவாசன் ஸார் வந்திருக்கார்” என்று நாராயணன் சொன்னதும் எழுவதற்கு முயற்சி செய்த அப்பெண்ணிற்கு, கண்ணாடிப் பெட்டியைத் துடைத்துவிட்டவளும், மாலைகளை எடுத்துத் தரையில் போட்டவளும் அருகில் வந்து உதவினார்கள்.

“லெட்சுமி அம்மா” என்று நாராயணன் சொன்னதும் சீனிவாசன் அப்பெண்ணை வணங்கினார். பதிலுக்கு அவள் ஓ என்று உதட்டைக்கூட பிரிக்காமல் சொல்லிவிட்டு கண்ணாடிப் பெட்டியைப் பார்த்தாள். நாராயணன் திரும்பவும் அப்பெண்களிடம், “இரண்டு பேரும் மதுரையிலிருந்து வந்திருக்காங்க” என்று சொன்னார். அவர்கள் அதைப் பொருட்படுத்தாமல், கண்ணாடிப் பெட்டியைப் பார்ப்பதும் தங்கள் கையிலிருக்கும் கைக்குட்டையால் முகத்தையும் கண்களையும் துடைத்துக்கொள்வதுமாக இருந்தார்கள்.

இளங்கோவன் அந்த அறையிலிருந்த புகைப்படங்களைப் பார்த்தான். ஸ்ரீகுளம் வேணுகோபாலின் புகைப்படங்கள் சுவரில் பொருத்தப்பட்டிருந்தன. அப்புகைப்படத்தில் ஏதாவது ஒன்றில் சுலோச்சனா சித்தி இருக்கிறார்களா எனத் தேடினான். எதிலும் இல்லை.

நாராயணன், “வாங்க போகலாம்” என்று அவர்களை அழைத்துக்கொண்டு வெளியே வந்தான். வாசலில்

நாற்காலியை எடுத்துத் தந்து அவர்கள் உட்கார்வதற்கு இடம் தந்தார். அவர்கள் அமர்ந்துகொண்டனர். வெயில் மேற்கில் சாயத்தொடங்கியதை நிழலால் அறிய முடிந்தது. பந்தலின் அடியில் அமர்ந்திருந்தவர்கள் பத்திரிகையை வாசிப்பதிலும் தங்களது அருகிலிருந்தவர்களுடன் பேசிக்கொள்வதிலும் கவனமாக இருந்தார்கள். சீனிவாசனுடன் பேசுவதற்கு யாரும் வரவில்லை. தன்னுடன் யாராவது பேசுவார்கள் என்று அங்கிருந்தவர்களின் முகங்களைப் பார்த்தார்.

நாராயணன் தனக்கு எதிரே அமர்ந்திருந்த இளைஞனை அழைத்தாார். “பாலகிருஷ்ணா இவிடே வா”. நாற்காலியிலிருந்து எழுந்து அவர்களை நோக்கி நடந்து வந்தவனின் நடையில் வெறுப்பும் சோம்பலும் கலந்திருந்தது. மெதுவாக நடந்து வந்தான். அவனது கண்கள் தன்னை யாராவது பார்க்கிறார்களா என்ற பயத்தில் சுற்றியது. எவ்வளவு சொல்லியும் அவன் அவர்களுக்கு முன்பாக அமர்ந்துகொள்ளவில்லை. நின்று கொண்டிருந்தான்.

“ஸாரு சீனிவாசன். மதுரையிலிருந்து வந்திருக்காரு” என்று பாலகிருஷ்ணனிடம் நாராயணன் சொன்னதும், அவன் ஓ என்று சொன்னான். இளங்கோ நிமிர்ந்து அவனது முகத்தை மறுபடியும் பார்த்தான். அவனுக்கு வீட்டிற்குள் கண்ணாடிப் பெட்டியின் முன்பாக அமர்ந்திருந்த அப்பெண்ணின் முகம் ஞாபகம் வந்தது.

நாராயணன், “ஸார், லெட்சுமி அம்மாவுக்கு இந்தப் பையனும் இரண்டு பெண்களும்” என்று சீனிவாசனிடம் சொன்னதைக் கேட்டதும், பாலகிருஷ்ணன் அவரைப் பார்த்து ‘நான் போகட்டா’ என்று சொல்லியபடி நடந்தான். அவன் வீட்டிற்குள் சென்று சிறிது நேரம் கழித்து கண்ணாடிப் பெட்டியைத் துடைத்துவிட்ட பெண் வாசலில் நின்று நாராயணனை அழைத்தாள். அவர் எழுந்து வீட்டிற்குள் சென்றார்.

பச்சையான பாயல் வீட்டின் காம்பௌண்ட் சுவர் முழுக்க படர்ந்திருந்ததோடு முன்னறையின் சுவரிலும் படர்ந்திருந்தது. வாழைத்தோட்டத்துக்குப் பின்பாக இடிந்து நின்றிருந்த சுவரிலும்

ஒட்டிப் படர்ந்து பார்ப்பவர்களைக் கரம் பற்றி இழுத்து அவர்களது கடந்த காலத்திற்கு அழைத்துச் செல்வதுபோல் நீண்டிருந்தது. சீனிவாசன் பச்சையான பாயலின் மேல் ஒட்டியிருந்த கடந்த காலத்தின் காட்சிகளை ஒவ்வொன்றாக மனதிற்குள் நினைத்தவாறு அமர்ந்திருந்தார்.

நாராயணன் அவர் அருகில் நின்று, "அப்புறம் நீங்க ஊருக்குப் புறப்பட நேரமாச்சா" என்று கேட்டார். சீனிவாசன் நாற்காலியிலிருந்து வேகமாக எழுந்து நின்றார். பிறகு திரும்பிப் பார்க்காமல் அங்கிருந்து நடந்தார். நாராயணன் அவர்களுக்குப் பின்பாக நடந்து சென்றான். ஆட்டோவில் ஏறி பேருந்து நிலையத்திற்குச் சென்றுவிடுகிறோம் என்று இளங்கோ அவரிடம் சொன்னான். நாராயணன் அவனது கையைப் பிடித்துக்கொண்டு, "ஒருதடவை அம்மாவை திருச்சூருக்கு கூட்டிட்டு வரமுடியுமா. என் மனைவிக்கும் குழந்தைகளுக்கும் அம்மாவை பார்க்கணுமின்னு ஆசை" என்றார். இளங்கோ அவரை நிமிர்ந்து பார்த்து சரி என்றான்.

"இப்போ இல்லே கொஞ்சம் நாளாகட்டும்" என்று நாராயணன் சொன்னார். அதற்கும் சரி என்றான். ஆட்டோவில் ஏறி உட்கார்ந்ததும் அவன் சீனிவாசனிடம், "ஸாரே அம்மாவை அழவேண்டாமுன்னு சொல்லுங்க" என்றான். சீனிவாசன் அமைதியாக அவரது முகத்தைப் பார்த்தார். பிறகு வீட்டைப் பார்த்தார். வீட்டைக்கூட இல்லை, வீட்டின் சுவரில் ஒட்டியிருந்த பச்சை நிறத்தில் பூத்திருந்த பாயலைப் பார்த்தார். திட்டுத்திட்டாக ஒட்டி படர்ந்திருந்தப் பாயலைப் போல ஏதோ ஒன்று தனது மனதிற்கு வளர்ந்திருக்கிறது என்று நினைத்துக் கொண்டார்.

சீனிவாசன், "நான் வந்தது லெட்சுமி அம்மாவுக்கு பிடிக்கலையோ" என்று கேட்டதும் நாராயணன் அவரது கையைப் பிடித்துக் கொண்டு, "யாருக்கும் அம்மாவைப் பிடிக்காது. அவங்களுக்கு சீனிவாசன்ங்கிற தமிழ் ஆளோட ஓடிப்போயிட்டாங்கிறதுதான் தெரியும். வேறொண்ணும் தெரியாது. நீங்க இதெல்லாம் நினைக்காதீங்க ஸார்" என்று சொன்னார். ஆட்டோ

நகர்ந்தது. ஆட்டோ குளத்தைக் கடந்து மேடேறும்போது, சீனிவாசன் திரும்பிப் பார்த்தார். நாராயணனின் உருவம் மெலிந்த வெள்ளைக் கோடாகவும், கூடவே வீட்டின் சுவருக்கு அருகில் சுலோச்சனா தனது கையில் ஏழுவயது நாராயணனைப் பிடித்து நின்றிருப்பதுபோலத் தெரிந்தது. ஆட்டோவிலிருந்தபடி பச்சைப் பாயலை விலக்கி நினைவின் அடியாழத்தில் மூழ்கியிருக்கும் அவர்களைத் தேடி நகர்ந்தார். திருச்சூரிலிருக்கிறவர்கள் தன்னைக் குற்றவாளியைப்போல நடத்தியதை சீனிவாசனால் தாங்கிக்கொள்ள இயலவில்லை. பெரிய தவறு செய்துவிட்டோமென்று இறப்பதற்கு முன்பு வரை வேதனையுடன் இருந்தார். அதற்குப் பிறகுதான் அவருக்கு சர்க்கரை வியாதியும் ரத்த அழுத்தமும் கூடியது. ஆட்டோவில் ஏறுவதற்கு முன்பாக இளங்கோவிடம் நாராயணன் “அம்மையை வித்வான் அடிக்கிறாருன்னுதான் ஸாரோட ஊருக்கு அனுப்பிச்சது. அது சின்ன வயசில்ல. எனக்கு என்ன தெரியும். திரும்பி வந்துருவாங்கன்னு தினமும் பத்தர் தெருவிலே போய் நிப்பேன். நீங்களே சொல்லுங்க உங்கம்மாவோ, அப்பாவோ இப்படிச் செய்திருந்தா உங்களுக்கு எப்படி இருக்கும்” என்று அவனிடம் கேட்டதும் இளங்கோவின் முகம் வெளுத்தது. உடம்பு முழுக்க வியர்த்தது. அவனால் பதில் சொல்ல முடியாமல் தலைகுனிந்தபடி ஆட்டோவில் ஏறிக்கொண்டான். சீனிவாசன் என்ன, என்ன விசயம் என்று கேட்டதற்கு ஒண்ணுமில்ல என்று சொன்னான்.

ஜன்னலில் தலைசாய்த்து உறங்கிக்கொண்டிருந்தவனை கல்பனா எழுப்பிவிட்டாள். பேருந்து சிங்காநல்லூரில் நின்றிருந்தது. கல்பனா எழுந்து நின்றிருந்தாள். “நல்லா தூங்கிட்டீங்க” என்று சிரித்துக்கொண்டு சொன்னாள். மதுரையில் பேருந்து ஏறும் போதிருந்த களைப்பும் அசதியும் துக்கமும் அவளிடமில்லை. கழுவிய பாத்திரங்களைப் போல முகம் தெளிச்சியடைந்திருந்தது அவனுக்கு ஆச்சரியமாக இருந்தது. பேருந்திலிருந்து இறங்கி வெளியே வந்தார்கள். வீட்டிற்குச் செல்வதற்கு ஆட்டோவில் ஏறிக்கொண்டார்கள்.

கல்பனா, “நீங்களே சொல்லுங்க உங்கம்மாவோ, எங்கம்மாவோ பெத்த பிள்ளையை விட்டுட்டு, புருசனைவிட்டுட்டு வேறொருத்தர்கூட ஓடிப்போயிருந்தா நமக்கு எப்படியிருந்திருக்கும். பாவங்க அந்த நாராயணன்” என்று சொல்லியதும் அவளுக்கு எப்படித் தெரியுமென அவனுக்குக் கேட்கத் தோன்றவில்லை. உனக்கும் தெரிந்துவிட்டதா என்பது போல அவளது முகத்தைப் பார்த்தான். வீதிகளில் ஒளிர்ந்த விளக்குகளின் வெளிச்சம் ஆட்டோவின் வேகத்திற்கு அவளது முகத்தில் தெறித்து விழுவதும் விலகுவதுமாக இருந்தது. வெளிச்சம் விழும் சமயத்தில் அவளது கண்களைப் பார்க்க வேண்டுமென இளங்கோவிற்குத் தோன்றியது. விளக்கு தொலைவிலிருந்தது.

சக்கை குழி

மலைப்பாதையில் பேருந்து வளைந்து திரும்பி மெதுவாக நகர்ந்து சென்றது. பேருந்தின் முன் விளக்கு வெளிச்சம் விழுந்த இடத்தினை சக்திவேல் பார்த்தான். தேயிலைத் தோட்டத்திலிருந்து ஒன்றன் பின் ஒன்றாக இரண்டு காட்டுப் பன்றிகள் பாதையின் குறுக்கே ஓடி சரிவிலிருந்த தோட்டத்திற்குள் நுழைந்தது. பன்றிகள் உறுமிய ஓசையும், தேயிலைச் செடியின் ஊடே ஓடிய சலசலப்பும் கேட்டது. ஓட்டுநர் பேருந்தை நிறுத்தினார். விடிவதற்கு இன்னமும் நேரம் இருந்தது. பனிக்காற்றுடன் தேயிலையின் மணமும் காற்றில் பரவியிருந்தது. பின்னிருக்கைப் பயணிகள் சிகரெட்டைப் பற்ற வைக்கிற சத்தமும் அதைத் தொடர்ந்து புகையிலை கருகும் வாசமும் பேருந்து முழுக்க நிறைந்தது. கருக்கிருட்டின் வெளிச்சத்தில் மேலும் சில பன்றிகள் கூட்டமாக பாதையின் குறுக்கே ஓடுவதை கணேசனும் அவனது தம்பி சக்திவேலும் ஜன்னலின் வழியாகப் பார்த்தார்கள். பன்றிகள் ஓடுவது, இருளில் சிறிய பாறைகள் உருளுவது போலிருந்தது. பன்றிகளின் காலடியில் மிதிபடும் சருகுகளின் ஓசையும் ஓடும்போது பூமி அதிரும் சத்தமும் கேட்டது. ஓட்டுநர் பேருந்தை ஓட்டிச் சென்றார்.

“முந்திதான் கப்பைக் காட்டுக்குள்ளே பன்னிகக் கூட்டமா ராத்திரி மேயுறதுக்கு வரும். இப்போ விடிஞ்சப் பெறகும்மில்லே மேயுது. பன்னி ஒன்னொண்ணும் யானையாட்டமில்லே இருக்கு!”

பேருந்திலிருந்த வயதானவர் பேசியதை சக்திவேல் கேட்டான். சக்திவேலும் கணேசனும் சக்கை குழி வெட்டுவதற்காக வாரத்தில் இரண்டு மூன்று நாட்கள் மலைக் காட்டுக்கு வருவார்கள். இஞ்சிக்காட்டிலும் கப்பைக்காட்டிலும் குடியிருக்கும் தோட்டத்துக்காரர்களுக்கு சக்கைக் குழி தோண்டி விட வேண்டும். சக்கை குழியைச் சுற்றி நான்கு மூலையிலும் முள் முருங்கை கம்பை ஊன்றி சாக்குத்துணியைக் கட்டி மறைப்பாக்கி சக்கை குழியின் மேல் கடுக்கா ஜாதி பலகையைப் போட்டு அதன் நடுவே அமர்ந்து கக்கூஸ் போவார்கள். எஸ்டேட்களில் தோட்டத்துக்காரர்களின் கழிப்பறை சக்கைக் குழி. பத்தடி குழியில் சேரும் மலத்தை எருவாக்கி கப்பைக் காட்டிற்குப் போட்டுவிடுவார்கள்.

அண்ணனும் தம்பியும் நேற்றுமுன் தினம் குஞ்சு தண்ணி எஸ்டேட்டில் ஜேம்ஸ்ஸின் கப்பைக் காட்டில் புதிதாக இரண்டு சக்கை குழி வெட்டினார்கள். பத்தடி ஆழத்திற்கு வெட்டிய சக்கை குழியைப் பார்த்த மூராக்கூட் எஸ்டேட் முதலாளி குட்டப்பன் அவர்களைத் தனது காட்டில் குழிவெட்ட வேண்டுமென அழைத்தார். மூராக்கூட் எஸ்டேட் முழுக்க கப்பை. சில ரப்பர் மரங்கள் நிழலுக்கு குடையாக நின்றிருந்தன. சவுக்கும் தென்னையும் அங்கங்கே உண்டு. தண்ணீரும் காய்ந்த இலைகளுமாக கப்பைக் காட்டு பூமி விரிந்திருந்தது. கப்பைக் காட்டில் பத்து இருபது பெண்களும் ஆண்களும் வேரோடு கப்பையைப் பிடுங்கி தரையில் போடுவதும், ஆண்கள் காது வைத்த மூங்கில் கூடையில் கப்பையை அள்ளிக் கொண்டு வந்து பங்களாவின் முன் வாசல் பக்கம் கொட்டுவதுமாகயிருந்தார்கள். கப்பையை நிறுவை இயந்திரத்தில் நிறுத்தி சாக்குப் பையில் போட்டு கட்டிக்கொண்டிருந்தவர்களின் அருகில் கணேசன் சென்று குட்டப்பன் முதலாளியைப் பார்க்க வேண்டுமெனச்

சொன்னான். அவர்கள் முதலாளி அமர்ந்திருக்கும் இடத்தைக் காட்டினார்கள். பங்களாவிலிருந்து காட்டுக்குப் போகும் பாதையில் குட்டப்பன் முதலாளி ஓலைப் பாயை விரித்து அதன் மேல் அமர்ந்திருந்தார். அவரைச் சுற்றி ஆட்கள் அமர்ந்திருந்தனர். அவர்களுக்கு நடுவே பீங்கான் கோப்பையில் கறியும் விஸ்கி பாட்டிலும் இருந்தது. கணேசனும் சக்திவேலும் பங்களாவிலிருந்து காட்டுப் பாதையில் நடந்தார்கள். கப்பைக் காட்டுச் செடியின் இலைகளில் தெரிந்த சிவந்த கோடுகளும் அதன் மேல் விழுந்த சூரிய வெளிச்சமும் செடியின் வனப்பைக் காட்டின. குட்டப்பனின் சட்டையிலும் வழுக்கைத் தலையிலும் சூரிய வெளிச்சம் பட்டுத் தெறித்தது.

சக்திவேலுவும் கணேசனும் குட்டப்பன் முதலாளிக்கு வணக்கம் சொன்னார்கள். எஸ்டேட் முதலாளிமார்களுக்கு பதில் வணக்கம் சொல்கிற பழக்கமில்லையென்பது அவர்களுக்குத் தெரியும். குட்டப்பன் போதை மயக்கத்திலிருந்தார். “எடா பாண்டீ, குறைச்ச ஆழம் பத்தடி சக்கை குழி ரெண்டு உண்டாக்கணும் கேட்டோ” என்று அவர் மலையாளத்தில் சொன்னதும் அண்ணனும் தம்பியும் சரி என்று தலையாட்டினார்கள். பங்களாவிலிருந்த வயதான காவற்காரர் அவர்களுக்கு தம்ளரில் சூடாக பாலில்லாத தேயிலையோடு வெந்த கப்பைக் கிழங்கை கொண்டு வந்து தந்தார். அவர்கள் கப்பையை வாங்கி சாப்பிட்டனர். கப்பை வெந்து மஞ்சள் நிறத்தில் பூவாக மலர்ந்திருந்தது. கப்பையின் மணமும் ருசியும் பசியைத் தூண்டின. முதலாளியிடம் முன் பணம் வாங்கிக் கொண்டு பொழுதடைகிற வேளையில் மலையிறங்கி ஊருக்கு வந்தார்கள். ஊருக்கு வந்ததும், மூன்று நாட்களுக்குத் தேவையான மாற்று துணிகளையும் சோப்பு, தேங்காய் எண்ணெய், அரிசி, வெங்காயம், புளி, உப்பு, மசால் பொடி என்று பையில் கட்டி விடிந்ததும் மூன்று மணி பேருந்தில் ஏறினார்கள். இரண்டு குழி வெட்டி முடித்தால் முதலாளி இருபதாயிரம் ரூபாய் தருவார் என்று கணேசனுக்கு மனதில் எண்ணம் ஓடியது. அந்த ரூபாய் கிடைத்தால் வீட்டின் முன்னாலிருக்கும் கூரையைப் பிடுங்கித் தூர எறிந்துவிட்டு முன் சுவரை மூன்று நான்கு அடி தூக்கிக்

கட்டி தகரம் போட்டு வீட்டை உயர்த்தலாமென்கிற கனவு அவனுக்கு வந்தது. கூரை வீட்டைப் பார்த்து கணேசனுக்குப் பெண் தர யோசித்தார்கள். இந்தக் காலத்தில் இப்படி வீட்டை வைத்திருக்கிறார்கள் என்று அவனது காதுக்குக் கேட்பது போல பேசினார்கள். அவனுக்கு கல்யாணம் தள்ளிப்போனது கூரை வீட்டினால்தான் என்று அவனது பாட்டி சொன்னாள்.

சக்திவேலுவுக்கும் கணேசனுக்கும் பெரிய உலக்கை அம்மன் தெருவில் வீடு இருந்தது. வன பத்ரகாளி அம்மன் கோவிலுக்கு எதிரேயிருந்த தெருவின் பெயர் பெரிய உலக்கை அம்மன் தெரு. சின்ன உலக்கை அம்மன் தெரு என்று ஊரில் எதுவுமில்லை. பெரிய உலக்கை அம்மன் தெருவில் கடைசி வீட்டில் சக்திவேலுவும் அவனது தம்பி கணேசனும் அவர்களது பாட்டி ராஜாத்தியும் இருந்தார்கள். அது அவர்களது பூர்வீக வீடு. அவர்களது அம்மாவும் அப்பாவும் அகமலை காப்பிக் காட்டில் வேலை செய்தார்கள். மாதத்தில் முதல் நாள் சம்பளம் வாங்குவதற்காக ஊருக்கு வருவார்கள். காப்பித் தோட்டத்து முதலாளியின் வீடு ஊரில் இருந்தது. கணேசனின் அப்பாவுக்கும் அம்மாவுக்கும் மண் வீட்டை இடித்து செங்கல் வைத்து காங்கிரிட் போட்டு வீடு கட்ட வேண்டுமென்று ஆசை. கணேசனின் அக்கா புஷ்பாவின் கல்யாணத்திற்கு அவர்களது அப்பா காப்பித் தோட்டத்து முதலாளியிடம் பத்து மாதச் சம்பளத்தை மொத்தமாக கடனாக வாங்கியிருந்தார். முதலாளி மாதந்தவறாமல் சம்பளப் பணத்தை கடன் தொகையில் கழித்து வந்தார். கல்யாணம் முடிந்து மூன்று மாதம் கழிந்திருந்தது.

புஷ்பாவை பண்ணைப்புரத்தில் கட்டிக்கொடுத்திருந்தார்கள். மாப்பிள்ளைக்கு செங்கல் சூளையில் டிராக்டர் ஓட்டுகிற வேலை. மூஞ்சி முகம் தலையெல்லாம் செங்கப்பொடியாக இருக்கிறது என்று புஷ்பா வேண்டாமென்று சொல்லி விட்டாள். ராஜாத்திப் பாட்டி அவளை சமாதானம் செய்து கல்யாணத்திற்கு சம்மதிக்க வைத்தாள். “அவங்க வூட்டுலே ஒரு பொம்பளைப் புள்ளே இருக்குடீ. அவளை நம்ம வூட்டுக்கு கட்டிக்கிட்டு வந்துருவோம்” என்று ஆசை வார்த்தை காட்டினாள். தம்பிக்காக அவள்

டிராக்டர் மாப்பிள்ளையைத் திருமணம் செய்துக்கொண்டாள். ராஜாத்தி பாட்டி அண்ணனுக்கும் தம்பிக்கும் சோறாக்கிப் போட்டு அசந்து போனாள். அவளால் அடுப்படி புகையில் உட்கார்ந்து வேலை செய்ய முடியவில்லை. சித்திரையில் வன பத்ரகாளியம்மன் திருவிழாவில் கல்யாணப் பேச்சை பேச வேண்டுமென நினைத்தாள். சித்திரைக்கு இன்னமும் பத்து நாள் கூட முழுதாக இல்லை.

“காப்பிக் காட்டிலிருந்து உங்கப்பனும் ஆத்தாளும் வரட்டும்” என்று பாட்டி பேச்சை ஆரம்பித்ததும் கணேசனுக்கு வெட்கமும் கூடவே பண்ணைப்புரத்துப் பிள்ளையின் முகமும் ஞாபகத்திற்கு வந்துவிடும். அவனுக்கு பண்ணைப்புரத்துப் பிள்ளையைப் பிடித்திருந்தது. புஷ்பா அக்காவுக்கு வறுத்தக் காப்பிக் கொட்டையைக் கொடுக்கப்போகும் போதும், கப்பைக் கிழங்கு அவித்து மசால் பொடி போட்டுத் தாளித்து கொண்டு போய் கொடுக்கும் போதும் அவளைப் பார்த்து பேசியிருக்கிறான். அவளைத் திருமணம் செய்துகொள்ள வேண்டுமென ஆசைப்பட்டான்.

“உன்னோட பேரு என்னா?

“நாகம்மா.”

“அய்யோ பேரு பயங்கரமா இருக்குது.”

“இது எங்க குலசாமி பேரு. எங்க குலசாமி துடியானது. பாத்து இருந்துக்கங்க. சொல்லுறதைச் சொல்லிட்டேன். அதுக்கப்புறம் உன் இஷ்டம்” என்று சொன்ன நாகம்மா, தனக்கு வெள்ளிக்கிழமை சாயங்காலத்தில் சாமி வரும். அன்று முழுக்க சாப்பிடாமல் விரதமிருப்பேன் என்று சொன்னாள். கணேசன், “வன பத்ரகாளிக்கு பொய் நாக்கு வேஷம் போட்டு ஆடுறவன் நான். எனக்கும் சாமி வரும். உனக்கும் எனக்கு பொருத்தமா இருக்கு பாத்தியா. சாமிக்கு சாமி சரிக்கு சரியா போச்சு. என்னைய நீ கல்யாணம் கட்டிக்கிற சம்மதமா” என்று கேட்டான்.

சித்திரை திருவிழா தொடங்கும் போது கணேசன், வன

பத்ரகாளியம்மன் கோவிலுக்கு நீளமாக ரப்பர் நாக்கு வைத்து சூலாயுதம் ஏந்தி முகத்திற்கு பச்சையாக சாயம் பூசி சேலையுடுத்தி ஆடி வருவான். அவனது ஆட்டம் முளைப்பாரி தினத்தன்று நடக்கும். முளைப்பாரி ஊர்வலத்தில் பெட்ரோமாக்ஸ் வெளிச்சத்தில் ஆடி வருவதைத் தெருப் பெண்கள் வரிசையாக நின்று வேடிக்கை பார்ப்பார்கள். அவனைப் பார்க்கும் பெண்களுக்கு தீடீரென சாமி வரும். அவனுக்குப் பக்கத்தில் நின்றிருக்கும் சக்திவேல் சாமி வந்தப் பெண்களுக்கு விபூதி பூசி சாமியை மலையேற்றி விடுவான். கூடவே கணேசனின் வேகமான ஆட்டத்திற்குத் தவறி விழும் ரப்பர் நாக்கை எடுத்து அவனது வாயில் மாட்டிவிடுவான்.

கணேசனுக்கு பிறந்ததிலிருந்து பேச்சு வராமலிருந்தது. பத்ரகாளி அம்மன் கோவில் பூசாரி சாமிக்கு வந்து நாக்கு செய்து காளி வேஷம் போடவேண்டுமென்று சொன்னார். அப்படி ஒரு வருஷம் வேஷம் கட்டி ஆடியதால்தான் அவனுக்கு பேச்சு வந்தது. அதிலிருந்து வருஷந்தவறாமல் வேஷம் கட்டி ஆடி வருகிறான். இந்த வருஷ சித்திரை திருவிழாவுக்கு நாகம்மாளும் வருவதாக புஷ்பா அக்கா அவனிடம் சொல்லியிருந்தாள். மூன்று நாள் திருவிழா. அவள் வருவதற்குள்ளாக கூரையை பிடுங்கிப் போட்டு தகரம் போட்டுவிட்டால் வீடு பளீச்சென்றிருக்குமென நினைத்தான் கணேசன். அவனுக்கு நாகம்மாளை நினைக்க நினைக்க மனதிற்குள் ஆசை பொங்கியது. தனக்குக் கையில் பணம் கிடைத்தால் வேறு ஏதாவது செலவு வருகிறது. மாதத்தில் மூன்று நாட்கள் வேலை கிடைத்தாலே பெரிய விஷயம் என்று யோசனையாக பேருந்தில் அமர்ந்திருந்தான்.

பேருந்து மெதுவாக உச்சி மலைக்கு ஏறுவதும் அதைத் தொடர்ந்து இன்ஞ்சினின் உறுமலும் அனத்தலுமாக தடுமாறுவது இருட்டில் தெரிந்தது. பேருந்து முழுக்க அணலாக இருந்தது. சக்திவேல் தன் இருக்கையிலிருந்தபடி திரும்பி பின் கண்ணாடியைப் பார்த்தான். பேருந்து அந்தரத்தில் நின்றிருப்பது போலத் தெரிந்தது. பேருந்திற்குப் பின்பாக சாம்பல் நிறத்திலான வானமும் பனிப்புகையும் மிதந்து வருவது போலிருந்தது.

கணேசன் முன்பக்கமாகப் பார்த்தான். பேருந்து செங்குத்தான பாறையின் மேல் மோதிவிடுவது போல நகர்ந்து சென்று திரும்பியது. மூராக்கூட் எஸ்டேட்டுக்குச் செல்லும் வழி என்கிற பெயர்ப் பலகைக்குப் பக்கத்தில் பேருந்து நின்றது.

மூராக்கூட் எஸ்டேட்டுக்கு நடந்து போக வேண்டும். எஸ்டேட்டிலிருந்து யாராவது ஜீப் இல்லையென்றால் மோட்டார் வாகனத்தில் வந்து பேருந்து நிறுத்தத்திலிருந்து ஏற்றிக்கொண்டு சென்றால் நடக்கிற வேலை மிச்சம் என்று நினைத்தான் கணேசன். ஆனால் முதலாளி முன்பணம் தரும்போது வண்டியெல்லாம் அனுப்ப முடியாது. நடந்து வா என்று சொல்லிவிட்டார். பேருந்திலிருந்து இறங்கியதும் கணேசன் மண்மேட்டில் அமர்ந்துகொண்டான். அவனுக்கு தலைச்சுற்றலாகயிருந்தது. கண்களை இறுக்கமாக மூடியிருந்தான். மலையிலிருந்து அடிவாரத்தைப் பார்க்கக் கூடாது. அவனுக்கு அடிவாரத்தைப் பார்த்தால் மேலும் தலைச்சுற்றல் அதிகமாகி வாந்தி வருவது போலாகிவிடும். இரண்டு பிளாஸ்டிக் கூடையும் இரண்டு மம்பட்டியும் தரையில் கிடந்தது. அவர்களது உடையும் சாமாண்களும் கொண்ட பையை சக்திவேல் கையில் வைத்திருந்தான்.

“விடியறதுக்கு முன்னாலே நடந்து போயிருவோம் வாடா” என்று கணேசன் தனது தம்பியைப் பார்த்து சொன்னான்.

“உனக்கு இன்னைக்கே குழியை வெட்டி இன்னைக்கே காசை வாங்கிட்டுப் போகணுமின்னு ஆசை. பண்ணைப்புரத்துக்காரி மேலே இம்புட்டு கிறக்கம்கூடாதுடா கணேசா” என்று சொன்னான் சக்திவேல். கணேசனுக்கு சிரிப்பு வந்தது. அவன் சிரிப்பதைப் பார்த்து, அவன் அமர்ந்திருந்த இடத்தில் கிடந்த சிறு கல்லை எடுத்து அவன் மேல் வீசினான் சக்திவேல். கணேசன் ஒதுங்கிக்கொண்டான்.

சக்திவேல், “அவளும் அவ மூஞ்சியும் பார்த்தாளே வாந்தி வர்ற மாதிரி இருக்கு. அடீயே வெள்ளிக்கிழமையானா சாமி வரும் அவளுக்கு. வெள்ளிக்கிழமை தனியா படுத்துப் பழக்கிக்கே” என்று சொல்லியபடி எழுந்து பிளாஸ்டிக் கூடையையும்

மம்பட்டியையும் எடுத்துக்கொண்டு நடந்தான். அவனுக்குப் பின்பாக கணேசன் நடந்தான். மூராக்கூட் எஸ்டேட் பாதை இறக்கமானது. பாதையில் கருங்கற்கள் பதித்திருந்தார்கள். கற்களுக்கு ஊடே புற்கள் வளர்ந்திருந்தன. அவர்கள் பாதையில் நடந்து சென்ற போது பேருந்து நிறுத்தத்தில் மோட்டார் வாகனம் வந்து நிற்கிற சத்தம் கேட்டது. இருவரும் திரும்பிப் பார்த்தார்கள். வண்டியின் பின்பக்கத்தில் எஸ்டேட் காவலாளி அமர்ந்திருந்தார். அவரது கையில் வயர் கூடை இருந்தது. அதில் இரண்டு தூக்குவாளி இருந்தது, வாகனத்தின் வெளிச்சத்தில் தெரிந்தது. அவரை இறக்கிவிட்டு மோட்டார் வாகனம் பாதையில் மேலேறியது.

வயதானவர் பாதையில் நின்றிருந்தவர்களைப் பார்த்து, “சக்கை குழி தோண்டுறதுக்கு வந்திருக்கிற ஆளுகளா நீங்க” என்று கேட்டார். அவர்கள் ஆமாம் என்று சொன்னார்கள். அவர்கள் மூவரும் ஒருவர் பின் ஒருவராக நடந்து சென்றார்கள். வயதானவர் அவர்களுக்கு முன்பாக டார்ச்லைட்டின் மஞ்சள் விளக்கு வெளிச்சத்தைக் காட்டியபடி நடந்தார். பனி மூட்டத்தில் வெளிச்சம் ஊடுருவி விழுந்து பாதையைக் காட்டியது. பனியின் ஊடே நடந்து செல்வது அவர்களுக்கு குளிரெடுத்தது. உள்ளங்காலில் நுழைந்து தலைக்குள் வெளியேறி விடுவது போல குளிர் அவர்களது உடலில் புகுந்தது.

வயதானவர் கால் முன் விரலை அழுத்தி வைத்து பாதையில் இறங்கிச் செல்வதை இருவரும் பார்த்தார்கள். பாதையின் இருபுறமும் தேயிலைச் செடி ஆளுயரத்திற்கு வளர்ந்து நிற்பதை டார்ச்லைட் வெளிச்சத்தில் பார்த்தார்கள். பூச்சிகளின் சத்தமும் காற்று வீசும்போது அசையும் இலைகளின் சரசரப்பும் தொடர்ந்து பாதை முழுக்கக் கேட்டது. பலாப்பழத்தின் வாசத்தை உணர்ந்த கணேசன் திரும்பிப் பார்த்துக் கொண்டு நடந்தான். சக்கை குழி வெட்டி முடித்து சம்பளம் வாங்கிக்கொண்டு வீட்டிற்குப் போகும் போது பலாப்பழம் வாங்க வேண்டுமென்றும் பழத்தை பண்ணைப்புரத்திற்குக் கொண்டு போய் நேராக நாகம்மாளிடம் கொடுத்து திருவிழாவுக்கு வரச் சொல்ல

வேண்டுமென நினைத்தான். கணேசன் பத்து நாட்களுக்கு முன்பாக புஷ்பா அக்காவைப் பார்க்கச் சென்றிருந்தான். பஸ்ஸை விட்டு ஊருக்குள் இறங்கியதும் சாரல் விழுந்தது. சாரலுக்கு ஒதுங்கி ஆலமரத்தடியில் நாகம்மா ஆடுகளுடன் நின்றிருந்தாள். அந்த இடத்தில் வேறு யாருமில்லை. மரத்திற்குப் பின்பாக நின்றிருந்தவளை அணைத்துக் கொண்டதும் அவள், “அய்யோ ஆடு போயிரும். ஆடு போயிரும்” என்று சிணுங்கியபடி அவனிடமிருந்து விலகி ஆடுகளை ஓட்டிக்கொண்டுச் சென்றாள். அவளை அணைத்துக் கொண்டதற்கு தன்னை ஒன்றும் சொல்லவில்லை. தன்னை கோவித்துக் கொள்ளவில்லையென்றால் தன்மேல் இஷ்டமாகத்தான் இருக்கிறாளென நினைத்தான் கணேசன் அவளுக்குப் பின்பாக நடந்தான்.

“என்னையை நீ கல்யாணம் செஞ்சுக்கவீயா நாகம்மா” என்று கணேசன் அவளிடம் கேட்டான். அவள் அவனிடம், “நீ முதல்லே உங்க வீட்டு கூரையை மாத்து. அப்புறம் என்னையை கல்யாணம் செய்யுறதைப் பத்தி பேசுவோம்” என்று சிரித்தபடி சொன்னாள். அவள் பின்பாகவே நடந்து வீட்டுக்குச் சென்றான். அவள் ஆட்டைப் பட்டியில் அடைக்கும் வரை காத்திருந்தான். நாகம்மா பட்டியிலிருந்து வந்ததும் அவள் கையைப் பிடித்து இழுத்து முத்தமிட முனைந்தான். அவள், “அய்யோ ஆளுக யாராச்சும் வந்திருவாங்க... யாராச்சும் பாத்திடப் போறாங்க” என்று அவனிடமிருந்து தன்னை உதறிக்கொண்டு வீட்டுக்குள் நடந்தாள். அவள் தன்னை விலக்கி விட்டு நடந்த நடையும் அவள் பின்னழகும் இப்போதும் தன் கண் முன்பாகத் தெரிவதாக நினைத்தான் கணேசன். யாருக்காக இல்லையென்றாலும் நாகம்மாவிற்காக உடனே கூரையை மாற்றவேண்டுமென அவனுக்குள் வேகம் வந்தது.

காவலாளி, “பலாப்பழம் வாசமடிக்குதா மோந்து பார்க்காதீங்க. திரும்பிப் பார்க்காமே வாங்க. காட்டுக்குள்ளேயிருக்கிற பலா மரத்திலே மலையாளத்துக்காரி தூக்கு மாட்டிக்கிட்டு செத்துப் போயிட்டா. மத்தியான வேளையிலே மீன் குழம்பு வாசமடிக்கும். சாயங்காலத்திலே பலாப்பழம் வாசமடிக்கும். திரும்பிப்

பார்க்காமே வாங்கப்பா" என்றார். அவர் சொல்லியதைக் கேட்டதும் அவர்கள் பயந்து போய், அவர் அருகில் வேகமாக நடந்து சென்றார்கள். கணேசனுக்கு பயம் வந்தது. ரப்பர் நாக்கு வைத்து சாமியாடுகிறவனுக்குப் பக்கத்தில் பேய் பிசாசெல்லாம் நெருங்காது என்று தன்னைத் தானே சமாதானம் செய்து கொண்டவன் காவலாளியின் அருகில் நடந்தான்.

அவர்கள் மூவரும் மூராக்கூர் எஸ்டேட்டுக்குள் நுழைந்த போது கிழக்குப் பக்கமிருந்த தேயிலைத் தோட்டத்து இலைகளின் மேல் சூரிய வெளிச்சம் படர்ந்திருந்தது. பங்களாவின் முன் வாசல் அடைத்திருந்தது. இரும்பு கேட்டைத் திறந்து கொண்டு மூவரும் உள்ளே சென்றனர். வயதானவர் தனது சட்டைப் பையிலிருந்த சாவியை எடுத்து பங்களாவின் கதவைத் திறந்தார். கதவைத் திறந்ததும் பத்துக்கும் மேற்ப்பட்ட காட்டு மந்திகள் வெளியே ஓடிவந்தன. கணேசனும் சக்திவேலும் ஒதுங்கி நின்றனர். மந்திக் கூட்டம் முழுவதுமாக அறையிலிருந்து வெளியேறியதும் காவலாளி தனது மடியிலிருந்த இரண்டு வெடியை எடுத்துத் தரையில் வைத்து, தீப்பெட்டியை எடுத்துப் பொருத்தினார். வெடி வெடித்துச் சிதறியது. அதன் சத்தம் நான்கு புறமும் எதிரொலித்தது.

கணேசன் அவரிடம், "எதுக்கு வெடி போட்டீங்க" என்று கேட்டான். காவலாளி, "இந்தப் பக்கம் காட்டு மந்தி ஜாஸ்தி. மேகம் தெளிஞ்சதும் மரத்திலேயிருந்து தரையிறங்கி வந்துரும். எது கைக்கு சிக்குதோ அதைத் தூக்கிட்டுப் போயிரும். மனுஷங்கள் எப்போதாவது வர்றவங்க. மந்திக் கூட்டம் இங்கேயே பிறந்து வளர்ந்து கிடக்குற பிறவி. அதுகளுக்கு மனுஷங்க வர்றோம்முன்னு வெடி போட்டுச் சொல்லுறோம். அதே மாதிரி காட்டை விட்டுப் போறப்போ வெடிபோடணும். காட்டை விட்டு மனுஷங்க போறாங்கன்னு தெரிஞ்சுக்கும்" என்றார்.

"காலையிலே வெடிக்கிற வெடிக்கு காட்டுக்குள்ளே ஆளுக வர்றாங்கன்னு அர்த்தம். சாயங்காலம் வெடிக்கிற வெடிக்கு காட்டை விட்டுப் போறாங்கன்னு அர்த்தம்" என்று சக்திவேல் சொன்னதும் அவர் சிரித்துக்கொண்டார்.

“மந்திக்கிட்டே கையிலே இருக்கிறதைக் கேட்டா தந்துரும். ஆனா மனுஷன் தனக்கு முன்னாடி இருக்கிறவனுக்கு ஒண்ணையையும் தரமாட்டான்” என்று அவர் பங்களாவுக்கு நடந்தபடி சொன்னார். அவரது பேச்சு சுவர்களின் மேல் விழுந்து இரண்டு மூன்று நபர்கள் பங்களாவுக்குள்ளிருந்து பேசுவது போல கேட்டது.

“இரண்டு சக்கை குழி தோண்டுறதுக்கு எத்தனை நாளாகும் தம்பி...”

“மூணு இல்லைன்னா நாளு நாளாகும்” என்று சொன்ன சக்திவேல் பங்களாவுக்குள்ளிருந்த சமையலறையைப் பார்த்தான். டப்பாக்களிலும் பெட்டிகளிலும் சமையல் பொருட்கள் இருந்தது. பாத்திரங்களை அடுக்கி வைத்திருந்தனர். மின்சார அடுப்பு மேடையின் மேலிருந்தது. அவர்கள் தாங்கள் கொண்டு வந்த பொருட்களை அந்த அறையில் வைத்தார்கள். வயதானவர் தனது வயர் கூடையை அங்கு வைத்துவிட்டு வேட்டி சட்டையைக் கழற்றி காக்கி டவுசரையும் காக்கி நிறச் சட்டையையும் உடுத்திக்கொண்டார். நீளமான தடிக்கம்பை எடுத்து கையில் பிடித்துக்கொண்டார்.

“சரி சரி வேலையை ஆரம்பிங்கப்பா. முதலாளி வர்ற நேரம். இன்னைக்கு லாரி வரும். கப்பை லோடு ஏத்த ஆளுக வருவாங்க” என்றார். சக்தியும் கணேசனும் தங்களது உடையை மாற்றினார்கள். குட்டப்பன் பங்களாவுக்குப் பின்புறமாக இரண்டு இடங்களில் சக்கை குழி தோண்டுவதற்கு அடையாளமாக குச்சி நட்டு வைத்திருந்தார். இருவரும் ஓரமாகவே நடந்து போனார்கள். கரு நிற மண் பூமி. கப்பையின் தோலும் கப்பைச் செடியின் வேர்களும் இலைகளுமாக சொத சொதத்துக் கிடந்தது. பூமியில் கால் ஊன்ற முடியவில்லை. ஈர மண் அவர்களது பாதங்களை உள்வாங்கி விரல்களின் வழியாகப் பிதுங்கி வெளியேறியது. வேரோடு கப்பை ஒடிந்து பூமியில் கிடந்தது. கருநிறத்திலான தடியான கப்பையை கணேசன் எடுத்தான். ஜில்லென்றிருந்தது. அதன்மேல் அப்பியிருந்த மண்ணைத் தட்டிவிட்டு முகர்ந்து பார்த்தான். மண் வாடையாக

இருந்தது. அவனாக, "வெந்ததான் வாசம் வரும் போல" என்று சொல்லிக் கொண்டான். அவன் பேசியதைக் கேட்ட சக்திவேல், "ஒரு சாக்கு மூடை நெறைய கப்பையை அள்ளிட்டு பண்ணைப்புரத்துக்குப் போ. போயீ அவளுக்குத் தா" என்று கோபத்தில் சொன்னான். அதற்கு அவன், "கப்பையெல்லாம் வேணாம். பலாப்பழத்தைக் கொண்டு போய்த் தரணும்" என்று வெட்கத்துடன் சொன்னான்.

"ரெண்டு பேரும் வெளையாடாமே வேலையை ஆரம்பிங்கப்பா.. நேரமாச்சு.. முதலாளி வர்ற நேரம்" காவலாளி பங்களாவின் பின்வாசலில் அமர்ந்திருந்ததை அவர்கள் பார்த்தார்கள். சக்திவேல், தனது இடுப்பிலிருந்த அளவு நாடாவை எடுத்து பத்து அடி நீளத்திற்கும் பத்து அடி அகலத்திற்கு சம சதுரத்தை அளந்து குறித்தான். கணேசன், கப்பைச் செடியின் வேர் குச்சியை எடுத்து அவன் குறித்த இடத்தில் மண்ணில் கோடிட்டான். "சரியா அளந்து வெட்டு. முதலாளி வந்து அளந்து பாப்பாருப்பா" என்று காவலாளி அவர்களைப் பார்த்து சொன்னார். கணேசன் "அதெல்லாம் சரியா இருக்கும். யாருவேணுமின்னாலும் அளந்து பார்த்துக்கலாம்" என்று சொன்னான்.

சக்திவேல் மம்பட்டி பிடித்தான். தனது இரு கால்களையும் அகலமாக விலக்கி வைத்து நின்று கால்களுக்கு ஊடே மம்பட்டி விழும்படியாக வெட்டினான். மேல் மண்ணை கண் மூடி திறப்பதற்குள் வெட்டி எடுத்திருப்பதைப் பார்த்த காவலாளி மனதிற்குள் இரண்டு நாளிலே குழியை வெட்டிருவானுங்க என்று நினைத்தார். சக்திவேல் ஒதுங்கியதும், கணேசன் தன்னிடமிருந்த மம்பட்டியில் மண்ணை அள்ளி கூடையில் நிரப்பினான். வெட்டியெடுத்த மண்ணை குழிக்குப் பக்கத்திலேயே கொட்டிக் குமித்தான் கணேசன். மண்ணை அள்ளி முடித்ததும் சக்திவேல் மம்பட்டியில் திரும்பவும் வெட்ட ஆரம்பித்தான்.

காவலாளி அவர்களுக்கு பாலில்லாத தேயிலையைக் கண்ணாடி தம்ளர்களில் கொண்டு வந்த போது மூன்று அடிக்கும் மேலாக சக்திவேல் மண்ணைத் தோண்டியிருந்தான். இருவரின் முகத்திலும் முத்து முத்தாக வியர்வை அரும்பி நின்றிருந்தது.

காவலாளிக்கு அவர்களைப் பார்க்க பரிதாபமாக இருந்தது. டீ தம்ளரை அவர்களுக்குக் கொடுத்துவிட்டு அவர்கள் குடித்து முடிக்கும் வரையில் அவர்களருகில் நின்றிருந்தார். சக்திவேல் கண்ணாடி தம்ளரை வாங்கிக் குடித்தான். அவனது இரண்டு கையில் ஈரமண் ஒட்டியிருந்தது. சட்டை தொப்பலாக நனைந்து சொதசொதவென்றிருந்தது. கணேசனுக்கு தலையிலும் முகத்திலுமாக மண் ஒட்டி ஆள் அடையாளமே மாறியிருந்தான். வீரபாண்டி கோயிலுக்கு சேத்தாண்டி வேஷம் போட்டவனைப் போலிருந்தான். அவனது வெறும் உடம்பின் மேல் ஈர மண் படிந்து வியர்வை நீரில் உடம்போடு ஒட்டியிருந்தது. அவர்கள் டீ குடித்து முடித்து தம்ளரை அவரிடம் கொடுத்தார்கள். கண்ணாடி தம்ளரை வாங்கிக்கொண்டவர், “பொறுத்து செய்யுங்க அவசரப்படாமே. கால் கையிலே மம்பட்டியே போட்டுக்கிறாதிங்கப்பா” என்று அனுசரணையாகச் சொன்னார். அவர்கள் இருவரும் அவர் பேசியதை காதில் வாங்கிக் கொள்ளவில்லை. குழியை வேகமாக வெட்டுவதும் மண்ணை அள்ளியெடுத்து மேல் மட்டத்தில் குமிப்பதுமாக இருந்தார்கள்.

காவலாளி, சமையலறைக்குள் சென்று டீ குடித்த கண்ணாடி தம்ளர்களைக் கழுவினார். அவர்கள் இருவரும் குடித்த தம்ளரில் அவர்களது விரல் தடம் ஈரமண்ணாக ஒட்டியிருந்தது தண்ணீர் விழுந்ததும் கரைந்தது. பெரியவர் என்ன நினைத்தாரே அவர்கள் கொண்டு வந்திருந்த பையையும் அதிலிருந்த பொருட்களையும் பார்த்தார். பிறகு பின் வாசலுக்கு வந்து, “காலையிலே என்னடா சாப்புட போறீங்க” என்று கேட்டார். அதுவரை காலை உணவைப் பற்றிய எண்ணமில்லாதிருந்தவர்கள் நிமிர்ந்து ஒருவரையொருவர் பார்த்துக்கொண்டனர். “பழைய சோறு கொண்டு வந்திருக்கிறேன் சாப்பிடுறீங்களா” என்று பெரியவர் கேட்டார். அவர்கள் சரி என்று சொன்னார்கள். காவலாளி தான் கொண்டு வந்திருந்த தூக்குவாளியை எடுத்து வந்தார். அவர்கள் இருவரும் கை கால் முகத்தைக் கழுவிய பிறகும் முகத்திலும் உடம்பிலும் கையிலும் காலிலும் மண் அரைகுறையாக ஒட்டியிருந்தது. காவலாளியின் முன்பாக அமர்ந்தனர். இருவரின் முகத்தையும் உடம்பையும் பார்த்தவர்

இரண்டு தூக்குச்சட்டியை ஆளுக்கொன்றாகத் தந்தார். பழைய சோற்றில் உப்புப் போட்டு கரைத்து கூடவே வெங்காயமும் பச்சை மிளகாயும் வெந்த கத்திரிக்காயையும் சோற்றின் மேல் வைத்திருந்தார்.

“நீங்க சாப்பிடலையா” என்று கணேசன் அவரிடம் கேட்டான். காவலாளி, “கொஞ்சம் நேரம் போகட்டும் சுடு கஞ்சி வைச்சு குடிச்சி கப்பை அவிச்சு திம்போம்” என்று பதில் சொன்னார். அண்ணனும் தம்பியும் இரண்டு தூக்கு வாளி பழைய சோற்றைக் குடித்து முடித்தார்கள்.

கணேசன் தனது செல்போனை எடுத்து புஷ்பாவிற்கு போன் செய்தான். காவலாளி, “இங்கிருந்து போன் பேச முடியாது. பஸ் நிக்கிற இடத்துக்குத்தான் போகணும்” என்றார். கணேசன் சிறுநீர் கழிப்பதற்கு ஒதுக்குப்புறமாகச் சென்றான். குட்டப்பன் தருகிற பணத்தில் தகரம் போட்டுவிடலாமா? தகரம் போட்டதும் தனக்கும் நாகம்மாவுக்கும் திருமணம் நடக்குமா? என்று கணேசனுக்கு நாகம்மாவைப் பற்றி பல சிந்தனைகள் பாதையில் வடிந்தோடும் நீரைப் போல சடசடவென ஓடியது. திரும்பவும் புஷ்பாவுக்கு போன் செய்தான். சிக்னல் கிடைக்கவில்லை. சிக்னலுக்காக குறுக்கும் நெடுக்குமாக அலைந்தான். செல்போனை காதில் வைத்துக் கேட்டான். ஆகாயத்திற்குத் தூக்கிக் காட்டி சிக்னல் வருகிறதா என்று பார்த்தான்.

“இங்கதான் சிக்னல் கெடைக்காதுன்னு சொல்லுறாறில்லே” என்று சக்திவேல் அவனை திட்டினான். கணேசனுக்கு மண்வெட்டியை எடுப்பதற்கு இஷ்டமில்லை. மதிய சாப்பாட்டு நேரத்திற்குள்ளாக பத்தடி குழி தோண்டி முடிக்க வேண்டுமென்கிற காலையிலிருந்த ஆர்வம் அவனுக்கு வடிந்து விட்டது. பஸ் நிற்கும் இடத்திற்குப் போய் புஷ்பாவிடம் பேசலாமா? அவளிடம் பேசும் போது நாகம்மா என்ன செய்து கொண்டிருக்கிறாள். நாகம்மாவைத் தான் கேட்டதாகச் சொல்லச் சொன்னால் புஷ்பாவும் அவளிடம் சொல்வாள். ஒருவேளை புஷ்பா அக்கா இல்லையென்றால் போனை நாகம்மாவே எடுத்து தன்னுடன் பேசினாலும் பேசுவாள்

என்று அவன் நினைத்தான். அந்நேரத்தில் குட்டப்பன் முதலாளி ஜீப்பில் நான்கு பேருடன் வந்தார். அவர்கள் தாடி வைத்திருந்தனர். அழுக்கு பனியனும் வேட்டியும் கட்டியிருந்தார்கள். ஒவ்வொருவரும் தங்களது கையில் பழைய சாக்கும் காது வைத்த டயர் கூடையும் வைத்திருந்தார்கள். பழைய குழியிலிருந்த எருவை அள்ளி எடுத்து கப்பைக் காட்டுக்குள் போட வந்திருந்தார்கள். முதலாளி புதிதாகத் தோண்டிய சக்கை குழியை எட்டிப் பார்த்தார்.

குட்டப்பன், “பதுக்க பணி செய்யடா பாண்டீ கேட்டோ” என்று மலையாளத்தில் பேசினார். சிகரெட்டை புகைத்தபடி முன் வாசலுக்குச் சென்று மூங்கில் நாற்காலியில் அமர்ந்து கொண்டார். பிராந்தியும் சிகரெட்டும் கலந்து குட்டப்பன் மேல் மணந்தது. மதிய சாப்பாட்டு நேரத்தில் பேருந்து நிற்குமிடத்திற்குப் போய் பேசிவிட்டு வரலாமென மண்வெட்டியை எடுத்து வெட்டினான். சக்தி, தன்னிடமிருந்த அளவுக்குச்சியை வைத்து குழியை அளந்துப் பார்த்தான். பத்தடிக்கு மேலாகயிருந்தது. “போதும் போதும் நாகம்மாளை நெனைச்சிட்டே அரை அடியைச் சேர்த்துத் தோண்டிட்டே” என்று கத்தினான்.

குழியை எட்டிப் பார்த்த காவலாளியிடம், “உங்க முதலாளி காலையிலே இருந்து ராத்திரி வரைக்கு குடிச்சிட்டே இருக்காரே வீட்டிலே பொண்டாட்டி ஒண்ணும் சொல்லமாட்டாங்களா. வீட்டுக்கும் போய் குடிச்சிட்டுத்தான் இருப்பாரா” என்று கேட்டான். காவலாளி, “யா ஆள் கொப்பை பிடிக்கும். அப்புறம் தாழைக் கிடக்கும்” என்று குட்டப்பனை கேலி செய்து சிரித்தார்.

கணேசனும் சக்தியும் அவர் சொல்லியது புரியாமல் ஒருவரையொருவர் பார்த்தனர். சக்கை குழியிலிருந்து மேலேறி வருவதற்கு ஐந்தடியில் மரத்திலான ஏணிப்படி வைத்திருந்தார்கள். சக்திவேல் மேலேறி குழிக்கு மேல்மட்டத்தில் வந்து நின்றான். கணேசன் மண்வெட்டியை பிளாஸ்டிக் கூடையையும் எடுத்துக் கொடுத்துவிட்டு ஏணியில் கால் வைத்து ஏறினான். கணேசன் மேலேறி பஸ் நிற்குமிடத்திற்குச் சென்றதும்

போன் பேச வேண்டுமென அவசரமாக ஏணிப்படியில் கால் வைத்து ஏறினான். நாகம்மாவை இப்போதே பார்க்க வேண்டும். அவளுடன் பேசவேண்டுமென்கிற அவனுக்கு ஆசை. நாகம்மாளைத் திருமணம் செய்த பிறகு இந்த இடத்திற்கு அழைத்துக்கொண்டு வந்து சுற்றிக் காட்டவேண்டுமென்றும் இந்த இடத்திலிருந்து அவளுக்கு போன் செய்ய அலைந்ததைப் பற்றிச் சொல்ல வேண்டுமெனவும் நினைத்துக் கொண்டான். முதலில் அவனது செல்போன் குழியில் விழுந்தது. நாகம்மாளே குழிக்குள் விழுந்துவிட்டது போல பதறிய கணேசன் திரும்பினான்.

சக்திவேல் பார்த்துக்கொண்டிருந்த போதே குழியிலிருந்து மேலேறிக்கொண்டிருந்த கணேசன் பிடிமானமற்றுத் தவறி குழிக்குள் விழுந்தான். அவன் அலறிய சத்தத்தில் முன்வாசலில் அமர்ந்திருந்த முதலாளியும் அவருடன் பேசிக்கொண்டிருந்த எரு அள்ளுபவர்களும் வேகமாக குழிக்கு ஓடிவந்தார்கள். எரு அள்ளிப் போட வந்தவர்களுடன் சக்தியும் சேர்ந்து கயிறு கட்டி அவனை குழிக்குள்ளிருந்து தூக்கி பங்களாவுக்குக் கொண்டு வந்தார்கள். காவலாளி தரையில் படுத்திருந்த கணேசனின் தொடையையும் இடுப்பையையும் தொட்டார். அவன் வலியால் அலறினான். அவனது முகத்திலும் கையிலும் அடி விழுந்திருந்தது. அந்த அடிக்கு கதறுபவன் போலத் தோன்றவில்லை. இடுப்பைப் பிடித்துக் கொண்டு அழுதான். தொடை புசுபுசுவெனச் சிறிது நேரத்தில் பலூன் போல வீங்கியது.

காவலாளி குட்டப்பனிடம், “சேட்டா ஈ புள்ளி தாழ சாடி விழுந்து தொடை எலும்பு முறிஞ்சிருச்சுப் பாருங்க. வீங்கிப்போச்சு. இடுப்பிலே என்னான்னு பாக்கனும். பாண்டீ ஸ்தலத்துக்கு வண்டி மேடிச்சு போய்தான் வைத்தியம் செய்யனும்” என்று சொன்னார்.

பிலாக்கி இருந்தால் வரச்சொல்லி வைத்தியம் செய்யலாமென எரு அள்ள வந்தவர்களில் ஒருவன் குட்டப்பனுக்கு யோசனை சொன்னான். பிலாக்கி பக்கத்து எஸ்டேட்டில் வைத்தியம் செய்கிறவன். உடைந்த எலும்பை பிடித்துவிட்டு நேராக்கி

கட்டுப்போட்டு தைலம் கொடுக்கிறவன். அவனிருக்கும் இடத்திற்குத் தூக்கிக்கொண்டு போக முடியாது என்பதால் அவனை ஆள்விட்டு அழைத்துக்கொண்டு வரச்சொன்னார்.

பிலாக்கியும் அவனுடன் இரண்டு வைத்திய உதவியாளர்களும் மூராக்கூர் எஸ்டேட்டுக்கு வந்தபோது மதிய சாப்பாட்டு பொழுதையும் கடந்து விட்டது. அதற்குள் இரண்டு தடவை கணேசன் சிறுநீர் கழிக்க தவிதாயப்பட்டுவிட்டான். ஒருக்களித்துப் படுத்து இரும்பு வாளியில் மூத்திரமிருக்கச் செய்தான் சக்திவேல். அவன் படுத்திருந்த இடமும் துணியும் சிறுநீர் வாடையடித்தது. பிலாக்கி வந்ததும் முதலில் உடைகளைக் கழற்றி அவனை நிர்வாணமாக்கினான். உடம்பில் எங்கெங்கு அடிவிழுந்திருக்கிறது என்று தொட்டுப் பார்த்து அவன் வலிக்கு கத்துவதைக்கொண்டு அடையாளம் பார்த்தான். அதிகமாக இடுப்பிலும் தொடையிலும் அடி விழுந்து எலும்பு சேதமாகிவிட்டது என்று குட்டப்பனிடம் சொன்னான்.

“வலி தெரியாமே இருக்க மருந்து தர்றேன் குடிச்சிட்டு ஊருக்குப் போங்க. அங்க கட்டுகட்டுறவங்ககிட்டே காட்டி வைத்தியம் செஞ்சுக்கோ. அதான் உனக்கு நல்லது. மலைக்காட்டிலே வைத்தியம் செஞ்சா இங்கேயே தங்கியிருக்கணும் இல்லைன்னா வந்து போகணும். உன்னாலே முடியாது” என்று பிலாக்கி சொன்னதும் “அய்யோ கூரையை மாத்தி தகரம் போடமுடியாமே போச்சே” என்று கணேசன் கதறினான். கணேசனைத் தூக்கி ஜீப்பில் உட்கார வைத்தனர். அவனால் உட்கார முடியவில்லை. படுக்க வைத்தனர். அவனுக்கு வலியில் உயிர் போவது போலிருந்தது. முன்பை விட இப்போது இடுப்பும் தொடையும் பெரிதாக வீங்கியிருப்பது தெரிந்தது. குட்டப்பன் வேகமாக சிகரெட்டை உறிஞ்சி எறிந்தார். தனது ஜோப்பிலிருந்த ஆயிரம் ரூபாயை எடுத்து சக்தியிடம் கொடுத்து “சுகமாயிட்டு விளிக்கும் பின்னே நான் பறையும்” என்றார். கணேசன் ஆயிரம் ரூபாயை வாங்கிக் கொண்டு மீதிப் பணம் கேட்டதற்கு குட்டப்பன் ஜீப்புக்கு யாரு பணம் தருவா என்று தமிழில் திட்டினார். ஜீப் மெதுவாக நகர்ந்தது. இரண்டு வளைவுகளைக் கடந்து

வந்ததும் கணேசனின் போன் மணியடித்தது. சக்திவேல் அவனின் ஜேப்பிலிருந்த போனை எடுத்துப் பார்த்தான். புஷ்பா பேசினாள்.

“எங்கடா இருக்கீங்க. திருவிழாவுக்கு வரும்போது கூரையை மாத்திருவீங்களாடா” என்று அவனிடம் கேட்டாள். சக்தி எதுவும் பேசவில்லை. சரி சரி என்றான். பிறகு புஷ்பா “எங்க வீட்டிலே இன்னைக்கு நாகம்மாவை பொண்ணு பார்க்க வந்திருந்தாங்க” என்றாள். புஷ்பா சொன்னதைக் கேட்டதும் சக்திவேல் பதறியவனாக, “பேசி முடிச்சிட்டீங்களா” என்று அவளிடம் கேட்டான். புஷ்பா, “நாகம்மாவுக்கு மாப்பிள்ளையைப் பிடிக்கலை. மாப்பிள்ளைக்கு வலது கண்ணு மாறு கண்ணு. ஒச்சமா இருக்கிற மாப்பிள்ளை வேணாமுன்னு சொல்லிட்டாடா தைரியமா அத்தனை போத்துக்கும் முன்னாடி” என்றாள். சக்திவேல் என்ன பேசுவது என்று தெரியாமல் தனது மடியில் தலை வைத்துப் படுத்திருந்த கணேசனைப் பார்த்தான். அவனுக்குக் கண்கள் கலங்கின.

வெம்மை

சுந்தரம் ஆசாரி படுத்திருந்த பாயை சுருட்டி வைத்துவிட்டுப் போர்வையைப் பொத்தி குத்துக்காலிட்டு உட்கார்ந்தார். வாசல் தெளித்துக் கோலமிட்டிருப்பது தெரிந்தது. வீட்டிற்குள்ளிருந்த முத்துப்பாண்டியின் சைக்கிள் வாசலில் நின்றிருந்தது. ஹேண்ட்பாரில் தொங்கிக்கொண்டிருந்த கட்டைப்பையில் இரண்டு குத்துவிளக்கு இருந்தது. அவருக்குப் புரிந்துவிட்டது. ரங்கநாதன் மாப்பிள்ளையிடம் வேலைக்குச் சேர்ந்து செம்மையாக ஒரு வருஷங்கூட முடியவில்லை. அதற்குள்ளாக தனியாகப் பட்டறை வைக்கப்போகிறான். அவருக்கு என்ன பதில் சொல்வது என்று நெஞ்சு பதறியது.

ரங்கநாதனிடம் வேலைக்குச் சேர்த்துவிடும் போது, “அஞ்சு வருஷத்துக்குக் குறையாம வேலை செய்யுறதுன்னா ஏங்கிட்ட சேத்துவிடுங்க மாமா. ஒரு வருஷம் இருக்குறது, மூணு மாசம் இருக்குறதுங்கற ஜோலி வேணாம்” என்று கரெக்டாகச் சொல்லிவிட்டார். ஏற்கனவே ஊருக்குள் முத்துப்பாண்டியைப் பற்றி எகத்தாளமாகவும் கேலியாகவும் பேசுவது அவருக்குத் தெரியும். நாழிக்கம் சேதுவின் மகன் செல்லப்பனுடன் சேர்ந்து புரோட்டா சாப்பிடுவதற்கு கடை கடையாக அலைகிறான். ஊருக்குள் புதிதாக புரோட்டா கடை திறந்ததும் வெள்ளி,

செவ்வாய் என்று பார்க்காமல் கடையில் சாப்பிடுவதை அவர்கள் பழக்கமாக வைத்திருந்தனர். செல்லப்பன் தன்னுடைய மகனிடம் ஏதாவது சொல்லி மனதை கலைத்திருப்பான் என்கிற எண்ணம் அவருக்கு இருந்தது. ஏற்கனவே அவன் கல் வேலைக்கு இனி மவுசு இல்லை, செயின் வேலைக்கு ஏககிராக்கி என்று சொல்லி முத்துப்பாண்டியை அவருடன் வேலை செய்யவிடாமல் பிரித்துச் சென்றான். முத்துப்பாண்டியும் பிடிவாதமாக ரங்கநாதனிடம் செயின் வேலைக்குப்போவேன் என்று அவரிடம் சொல்லி சிபாரிசுக்கு அழைத்தான்.

“அதெல்லாம் இல்ல மாமா. அப்படியெல்லாம் செய்யல மாமா” என்று சொன்னவன் இப்போது தனியாக பட்டறை வைக்கப்போகிறான் என்று வேகமாக எழுந்து உடம்பில் சுற்றியிருந்த போர்வையை உதறி மடித்தார். வீட்டிற்குள் சென்று கொடியில் தொங்கவிட்டார். அவரது மனைவி சரோஜாவும், முத்துப்பாண்டியும் குளித்து முடித்து புது உடை உடுத்தியிருந்தார்கள். குளியலறையில் மீனா குளித்துக்கொண்டிருக்கிற சத்தம் கேட்டது. முத்துப்பாண்டி சாமி அறையிலிருந்து மாங்குலைகளை அள்ளி சாக்குப்பையில் வைத்தான். மாங்குலைகளையும் அவனையும் பார்த்ததும் அவருக்கு ஊர்ஜீதமாகிவிட்டது. வீட்டில் சமையலறையின் முன்னால் குத்துச்சட்டியும் குடம் நிறைய தண்ணீரும் இருந்தன. அவரால் அதைத்தாண்டி உள்ளே செல்ல முடியவில்லை. எவர்சில்வர் டம்ளர் ஒன்றுக்குள் ஒன்றாக அடுக்கி தினுசாக நின்றிருந்தது. குடத்தில் முத்துமீனா என்று எழுத்து பதித்து அதற்குக் கீழே இரண்டு நட்சத்திரங்கள் பொறித்திருந்தன. அங்கிருக்கும் அனைத்துப் பொருட்களும் புதிதாகயிருந்தது அவருக்கு ஆச்சரியத்தைத் தந்தது. இத்தனை நாட்களும் இவ்வளவு பொருட்கள் இந்த வீட்டில்தான் இருந்ததா என்கிற ஆச்சரியம் அவருடைய இரண்டு புருவங்களுக்கு மத்தியில் வந்து நின்றிருந்தது. இந்த வீட்டில் எதையும் தன்னிடம் கேட்டுச் செய்வதில்லை. அவர்களது விருப்பத்திற்கு செய்கின்றனர் என்கிற மனவருத்தம் அவருக்கு வந்தது. அவருக்குப் பின்னால் வந்து நின்ற சரோஜா, “செம்புல குடிக்க தண்ணி வெச்சிருக்கேன்”

என்று சொல்லிவிட்டு குளிப்பறைப் பக்கமாகச் சென்றாள். கதவின் மேல் துண்டைப் போட்டுவிட்டு, “சீக்கிரமா குளிச்சிட்டு வா. உங்க நைனா எந்திரிச்சு வந்துட்டாரு” என்று சொன்னாள்.

முத்துப்பாண்டி புதுப்பட்டறை வைக்கப் போவதற்கு சரோஜாவும் முத்துமீனாவும் எதற்கு? பட்டறைக்கு எதற்கு பெண்கள் வரவேண்டும்? சுந்தரத்திற்கு ஒன்றும் புரியவில்லை. தன்னிடம் வீட்டிலிருப்பவர்கள் எதுவும் சொல்லாமலிருப்பது நல்லது என்று தோன்றியது. குழாய்வரி, கரண்ட்பில் கட்டுவதற்கு மட்டும் சொல்கிறார்கள். அதுவும் கடைசித் தேதியில். வேறெந்த விஷயத்தையும் சரோஜா சொல்வதில்லை அவரிடம். தனக்குத் தெரியாமல் அம்மாவும் பிள்ளைகளும் ரகசியமாக பேசி ஏதாவது செய்கிறார்கள் என்கிற கவலை அவருக்கு இருந்தது. என்ன பேசுகிறார்கள், என்ன செய்கிறார்கள் என்பது வெளியில் என்றாவது தெரியத்தானே வேண்டும் என்று தைரியமாக இருந்தார்.

“அவ குளிச்சிட்டு வந்ததும் நீங்களும் சீக்கிரமா குளிச்சிட்டு வாங்க” என்று சரோஜா சொன்னாள். அவர் குடித்துக் கொண்டிருந்த நீரை தொண்டைக்குள் விழுங்காமல் சரோஜாவைப் பார்த்தார். அவள் அடுத்து என்ன சொல்லப்போகிறாள் என்ற ஆர்வம் அவருடைய கண்களில் தெரிந்தது. அவர்களது விஷயத்தில் தன்னையும் சேர்த்திருப்பதுதான் அந்த ஆர்வத்திற்குக் காரணம். சுந்தரம் பரமார்த்தமாக, “கல்யாணத்துக்குப் போறோமா சரோஜா. யாருக்கு கல்யாணம்” என்று கேட்டார். அவள் முத்துப்பாண்டியைப் பார்த்தாள். அவன் சாக்குப்பையை சைக்கிள் கேரியரில் வைத்துக் கட்டுகிற சத்தம் கேட்டது. கூடவே பால்காரர் வண்டியில் வந்து நின்று ஹாரன் அடிக்கிற சத்தமும் கேட்டது. வழக்கமாக பால்காரர் வருகிற நேரமில்லை. இந்நேரம் வந்து பால் ஊற்றுகிறார் என்றால் முத்துப்பாண்டி புதுப்பட்டறை வைத்து பால் காய்ச்சப்போகிறான் என்று நினைத்தார்.

சரோஜா வேகமாக சமையலறை வாசலிலிருந்த குத்துச்சட்டியை எடுத்துக்கொண்டு வாசலுக்குச் சென்றாள். சட்டி நிறைய பால்

வாங்கினாள். பால்காரர் பால் ஊற்றிவிட்டு வண்டியைத் திருப்பினார். வண்டியை ஸ்டார்ட் செய்கிற சத்தம் தெருவில் அதிர்ந்து கேட்டது. முத்துமீனா நேற்றிரவு பாய் போர்வை எடுத்துத் தரும் போது, எதுவும் சொல்லவில்லை. முத்துமீனாவும் முன்போல் தன்னிடம் பாசமாக இல்லை. பசுவுக்குப் பின்னால் கன்னுக்குட்டிதிரிவதுதான் நியாயம் என்பது அவருக்குத் தெரியும். சரோஜாவுக்கு இப்போது எல்லாமே முத்துப்பாண்டிதான். பாண்டி அவளுக்கு கைச்செலவுக்கு பணம் தருகிறான். அம்மாவுக்கும் அக்காவுக்கும் வாரத்தில் ஒருநாள் புரோட்டாவும் கறிக்குழம்பும் ஹோட்டலிருந்து வாங்கிக் கொடுத்துப் பழக்கப்படுத்தியிருந்தான். வீட்டில் முன்போல கறிக்குழம்பு, கோழிக்குழம்பு செய்வது குறைந்துவிட்டது. ஊருக்குள் புரோட்டா கடைகள் புதிது புதிதாக ஆரம்பித்திருப்பது ஒருவகையில் நல்லதற்குத்தான் என்று தோன்றியது. ஞாயிற்றுக்கிழமையில் கால் வலிக்க நின்று கறி வாங்கி வருகிற வேலை மிச்சம் என்று நினைத்தார்.

முத்துப்பாண்டி வாரச்சம்பளத்திற்கு செயின் வேலைக்குப்போன பிறகு வீட்டில் சரோஜாவிடம் பணம் காசு புழங்கியது. அதிலும் இந்த மாதம் கூடுதலான பணப்புழக்கம். சரோஜா, சமையலறைக்குள் ஒளித்து வைத்திருந்த ரூபாய் நோட்டுக்களைப் பிரித்து எண்ணுவதைப் பார்த்திருக்கிறார். முத்துப்பாண்டி வாரச்சம்பளத்தைத் தன்னிடம் தராமல் அம்மாவிடம் தந்த போது உஷாராகயிருந்திருக்க வேண்டும். தன்னுடைய கிரகச்சாரம், வீட்டு வாடகைக்குப் பணம் தருவதற்கு கந்துகாரனிடம் கை நீட்ட வேண்டியதாகயிருக்கிறது என்பதை நினைத்தபோது தன் மேல் அவருக்கு எரிச்சல் எரிச்சலாக வந்தது.

முத்துப்பாண்டி வேலைக்குச் சேர்ந்த புதிதில் அவனிடம் சம்பளத்தைப் பற்றிக் கேட்டார். “வாரச் சம்பளத்த வாங்கி ஏங்கிட்ட தராம என்னாடா செய்ற” என்று சுந்தரம் கேட்டதற்கு ஐம்பதாயிரம் ரூபாய் சீட் போட்டிருக்கேன் என்று முகத்தை வேறு பக்கமாக வைத்துக் கொண்டு பேசினான்.

"உனக்கு எதுக்குடா அம்பதாயிரம் ரூபாய் சீட்டு."

"நா தனியா பட்டறை வெக்கப்போறேன்" என்றான்.

"இப்ப அதுக்கு என்னடா அவசரம். கொஞ்ச நா போகட்டும்டா" என்று சொன்னதை அவன் கேட்பதாக இல்லை. பிடிவாதமாக இருந்தான். தன் பேச்சைக் கேட்கமாட்டான் என்று, அவனது தாய்மாமாவை ஊரிலிருந்து வரவழைத்துப் பேசிப் பார்த்தார். ஒரு மாதம் ஒழுங்காக இருந்தான். பட்டறையிலிருந்து வேலை முடிந்துவருவதற்கு ராத்திரி பத்து பனிரெண்டு மணியாகிவிடும். சில சமயம் பட்டறையில் படுத்து உறங்கி விடியற்காலை வந்து குளித்துவிட்டுப் போய்விடுவான். அவன் போகும் போது கூடவே மதியச்சாப்பாட்டைக் கொண்டுபோய்விடுவான். சுந்தரத்திற்கு அவனது செய்கை ஆச்சரியமாக இருந்தது. பட்டறைக்குத்தான் போகிறானா இல்லை வேறெங்காவது போகிறானா என்று சந்தேகத்தோடுதான் இருந்தார்.

அவருக்குத் தெரியும். கல் வேலையைப்போல செயின் வேலை இல்லை. செயின் வேலை செய்வது கலெக்டர் ஆபிசில் வேலை செய்வது மாதிரி இருக்கும். செயின் பட்டறையில் ஸ்டாண்டு மெழுகும் கொவ்வியுந்தான். மெழுகு தீபத்தில் செயினை பத்தி வைத்து ஊதியெடுக்க வேண்டும். போன் ஓடலாம். வேலை செய்யும் போது டேப்பில் பாட்டுக் கேட்கலாம். டி.வி. பார்க்கலாம். ரங்கநாதன் மாப்பிள்ளை பேண்ட் சட்டை போட்டுக்கொண்டு வேலை செய்கிறார். பஜாருக்கு வரும் போது கூட அதைக் கழட்டுவதில்லை. ஜோப்பில் கையை விட்டுக்கொண்டு பேசுகிறார். நடக்கிறார். டீ குடிக்கிறார். முத்துப்பாண்டியும் அவரைப்போல பேண்ட் சட்டை போட்டுக்கொண்டு பட்டறை வேலைக்குப் போகிறான். ஜோப்பில் கையை விட்டுக்கொண்டு பேசுவது அவருக்குப் பெருமையாக இருந்தது.

முத்துமீனா குளித்து முடித்து புது தாவணியும் பாவாடை உடுத்தி வந்தாள். அப்பாவைப் பார்த்தவள் தலையை குனிந்துகொண்டு வேகமாக நடந்தாள். உள்ளறைக்குள் சென்றதும் ஃபோன் ஓடுகிற சத்தம் பலமாகக் கேட்டது. சுந்தரம் குளியலறைக்குள்

நுழைந்தார். வெந்நீரின் வெப்பம் முகத்திலடித்தது. சரோஜா, கொதிக்க கொதிக்க வாளியில் வெந்நீரை ஊற்றிவிட்டுச் சென்றாள். பல்பொடி டப்பா குளியலறை மாடக்குழியில் இருந்தது. உள்ளங்கையில் பல்பொடியை வைத்துக்கொண்டார். பொடியைத் தொட்டு பல் விளக்கும்போது, தன்னுடைய இரண்டு கைவிரல்களையும் பார்த்தார். இந்த இரண்டு கைகளிலும் எத்தனை வேலைகள் செய்து முடித்திருப்போம். நூற்றுக்கணக்கில் பேசரி, தோடு செய்து கண் அவிந்து போனதுதான் மிச்சம். சொக்கர் மீனாட்சி தாலிக்கு இந்த ஊர்க்கார ஆசாரிகள் சுளுவாக செய்து முடிக்க புது ரூட் கண்டுபிடித்துக் கொடுத்ததே தான்தான். அதை யாராவது இப்போது நினைத்துப் பார்ப்பார்களா? ஊர்க்காரர்கள் மரியாதை தருவதில்லையென்றாலும் வீட்டிலிருப்பவர்கள் தன்னிடம் மரியாதையாக நடக்க வேண்டாமா? தன்னுடைய பேச்சைக் கேட்டு நடப்பதற்கு இதற்கு மேல் இந்த வீட்டிற்கு என்ன செய்ய வேண்டும்? காலையிலிருந்து ராத்திரிவரை ஒண்ணுக்கு இருப்பதற்குக்கூட எந்திரிக்காமல் பவுக்பவுக்கென்று உமியோட்டின் முன்னால் உட்கார்ந்து ஊதி உதடும் மனசும் வெந்து இருப்பது யாருக்காவது தெரியுமா? இந்த ஊரில் எத்தனை பேர் தன்னிடம் வேலைக்குச் சேர்ந்து வேலை பழகித் தனியாகப் பட்டறை வைத்து பிழைத்து ஆளாகியிருக்கிறார்கள். எத்தனை பேர் பட்டறை வைத்துத் தன்னைப் பிழைக்கவிடாது கெடுதல் செய்திருக்கிறார்கள். கடைக்காரர்கள் தன்னை ஓரங்கட்டிவிட்டு நேற்று வந்த புதுப்பையன்களுக்கு வேலை தருவதை நினைக்க நினைக்க சுந்தரத்திற்குக் கோபம் தலைக்கு ஏறியது. பிரஷருக்கு மாத்திரை காலையிலும் ராத்திரியிலும் சாப்பிடுகிறார். டாக்டர், “ஆட்டுக்கறி சாப்பிடாதிங்க” என்று சொல்கிறார். அவரால் சாப்பிடாமல் இருக்க முடியவில்லை.

கடைக்காரர்கள் புதுவேலை தருவதற்குப் பதிலாக ரிப்பேர் வேலைகளைத் தந்து பத்துக்கும் ஐந்துக்கு அலையவிட்டனர். பொறுத்துப் பொறுத்துப் பார்த்தார். பட்டறையைத் திறந்தா தானா கூப்பிட்டு ரிப்பேர் வேலை தர்றீங்க என்று பூட்டிவிட்டார். வாரத்தில் மூன்று நான்கு நாட்கள்

பட்டறையைத் திறப்பதில்லை. போங்கடா உங்க ரிப்பேர் வேலையும் வேணாம். நீங்க கொடுக்கிற கிழிஞ்ச ஐந்து ரூபா நோட்டும் வேணாம் என்று வீட்டில் டி.வி.பெட்டியின் முன் உட்கார்ந்துகொண்டார்.

“பட்டறயத் தெறக்காம வீட்டில இருந்தா, வீடு தேடி வந்து யாராவது திங்குறதுக்கு தர்றாங்களா. இல்ல பணங்காசு வீடு நெறய கொட்டிக்கிடக்குதா. பொம்பளப்புள்ளய வெச்சிருக்கிறது ஞாபகத்தில இருக்கா” என்று சரோஜா பாத்திரங்களை வேண்டுமென்றே தூக்கி டம்முடும்மு என்று போட்டுக் கத்தினாள். அவளுக்குப் பயந்து, பட்டறையைத் திறந்தார். பட்டறை கதவை உள்தாழ்ப்பாள் போட்டுக் கடைக்குள் பந்திப்பாயை விரித்து கால்களை மடக்கி வைத்து, தலைக்கு பட்டறைக்கட்டையை வைத்து உறங்கினார். பூட்டுத் தொங்காத பட்டறையின் கதவு ஓட்டையின் வழியாகப் பார்த்த கடைக்காரர்கள் கதவைத் தட்டி, அவரை எழுப்பி கடைக்கு அழைத்துச் சென்றனர். ரிப்பேர் வேலை கொடுத்து அனுப்பினார்கள். தலையெழுத்தை மாற்றி எழுத முடியாது என்று முச்சந்தி காளியம்மனைக் கையெடுத்துக் கும்பிட்டுவிட்டு வந்தார்.

சுந்தரம் குளித்துவிட்டு வந்தபோது மீனாவுக்கு சரோஜா தலைசீவிக் கொண்டிருந்தாள். அவர்கள் டி.வி.பெட்டியின் முன்னால் உட்கார்ந்திருந்தனர். அவள் முகம் பார்க்கும் கண்ணாடியின் வழியாக சுந்தரத்தைப் பார்த்தாள். அப்படிப் பார்ப்பது அவருக்குத் தெரியும். அவரும் குளியலறை கதவை இழுத்துப் பூட்டும் போது, கண்ணாடியைப் பார்த்துக் கொண்டார். அப்பாவும் மகளும் ஒருவரையொருவர் பார்த்துவிட்டு கண்களைத் திருப்பிக் கொண்டனர்.

சுந்தரம் டி.வி.பெட்டியின் மேல் புதுவேட்டியும் புதுச்சட்டையும் எடுத்து வைத்திருப்பதைப் பார்த்தார். சந்தன கலர் சட்டை. அவரிடம் வெள்ளைச் சட்டை அதிகம். ஒருகாலத்தில் கடைக்காரர்கள் முகூர்த்த நேரத்தில் தாலி உருக்கிவிட அழைத்துச்செல்வார்கள். கல்யாண வீடுகளுக்குப் போகும்

போது வெள்ளைச்சட்டை தோதாகயிருக்கும் என்று தலைச்சுமைக்காரனிடம் துணி வாங்கி தைத்தார். அந்தச் சட்டைகளில் கம்புக்கோடும் தோள்பட்டையும் நைந்தும் கிழிந்தும் போகிற வரை சட்டையை உடுத்திவிட்டார்.

“ஒரே நாள்ல நாலு இடத்துக்குப் போயி தாலி உருக்கிட்டு வந்துட்டேன். இன்னைக்கு தேதிக்கு ஊருல இதான் ரிக்காடு. இதான் பேச்சு” என்று பெருமையாகப் பேசினார்.

சரோஜா, “ஆமா இதென்ன ரிக்காடு. எங்க தாத்தா நாப்பெறந்த சமயத்தில ஒரே நாளு பத்துப் பவுனு உருக்கிட்டு வந்து ராத்திரியோட ராத்திரியா தாலி செஞ்சு கொடுத்திருக்காரு. இன்னைக்கி இருக்கிற மாதிரியா மிஷினு மெருகுக்கடையின்னு இருந்துச்சு. டிம்மிஅச்சு வாங்கணுமின்னாக்கூட, அடுத்த ஊருக்கு நடந்துபோகணும். நடந்து வரணும். தாலி செஞ்சுக்கொடுத்துட்டு மறுநா பத்து கல்யாணத்துக்கும் போயிட்டு வந்துருவாரு” என்று இடுப்பில் கைவைத்து கைகள் இரண்டையும் ஆட்டி ஆட்டிப் பேசுவாள். அவளுக்கு அவளுடைய வீட்டுப் பெருமை பேசுவதற்குப் பொழுது சரியாக இருக்கும். சுந்தரத்தையும் அவருடைய வீட்டு ஆட்களைப் பற்றியும் மட்டம் தட்டி பேசுவதில் குறியாக இருப்பாள். அதற்காகவே அவர் வீட்டிற்கு வந்தால் எதுவும் பேசுவதில்லை. காது கேட்காதது போலிருந்துவிடுவார்.

சுந்தரம் சந்தன கலர் சட்டையைப் போட்டுக் கொண்டார். இந்த சட்டைக்காகத் தன்னைப் பற்றியும் தன்னுடைய குடும்பத்தாட்களைப் பற்றியும் எவ்வளவு பேச்சு கேட்கவேண்டுமோ என்ற கவலை வந்தது. அந்தக் கவலையோடு வாசலுக்கு வந்தார். வாசலில் முத்துப்பாண்டி நின்றிருந்தான். சிவப்பு நிறத்தில் சட்டையுடுத்தியிருந்தான். அதன் கழுத்துப்பட்டை முனையில் மஞ்சள் வைத்திருந்தது தெரிந்தது. குடத்தைத் தூக்கி சைக்கிள் கேரியரில் வைத்திருந்தான்.

“ஏன்டா நாஞ்சொல்லச்சொல்ல ஏப்பேச்சைக் கேட்காம பிடிவாதம தனியா பட்டறை வெக்கப்போறயா” என்று கேட்டார். வீட்டிற்குள் சரோஜாவின் முன்னால் கேட்டால்

பெரிய சண்டை வந்துவிடும் என்பது அவருக்குத் தெரியும். மூன்று நான்கு வேளை சோறு கிடைக்காது. முகத்தைத் தூக்கி வைத்துக்கொண்டுப்படுத்துவிடுவாள். அதற்குப் பேசாமல் இருப்பது எவ்வளவோ உத்தமம் என்பது அவருக்குத் தெரியும்.

முத்துப்பாண்டி, “இப்ப யாரு தனியா பட்டற வெக்கப்போறா. புதுவீட்டுக்குப் பால் காய்ச்சப் போறோம்” என்றான்.

“புது வீட்டுக்கா. இந்த வீட்டுக்கு என்னாடா வந்துச்சு” என்று மெதுவாக அவனுக்குப் பக்கத்தில் சென்று கேட்டார்.

அவன் சத்தமாக “அம்மா” என்று அழைத்தான். அவர் பயந்து போய், “இப்ப எதுக்கு அவள கூப்பிடுற” என்றார்.

அவன், “நாஞ்சொன்ன புரியாது. அம்மா சொன்னா காது கேட்காது. அதான் யாரும் உங்ககிட்ட ஒண்ணுஞ்சொல்லலை” என்றான்.

“சரி இப்பச்சொல்லுறா.”

“அதான் சொல்லிட்டேனில்ல புது வீட்டுக்குப்போறோம்.”

சரோஜா வீட்டிற்குள்ளிருந்து வெளியே வந்தாள். இருவரும் பேசிக்கொண்டிருப்பதைப் பார்த்துவிட்டு, அருகில் வந்தாள். முத்துப்பாண்டி, “அம்மா நைனாக்கிட்ட சொல்லு” என்று அவளிடம் சொன்னான். அவள் அதற்காகக் காத்திருந்தவள் போல, தடதடவென குழாயிலிருந்து விழும் தண்ணீரைப்போல மடமடவென்று பேசினாள். அவள் பேசுவது அவருக்கு எதுவும் புரியவில்லை. எதையெதையோ இழுத்து, யாரையாரையோ வைத்துப் பேசினாள். இறந்துபோன சுந்தரத்தின் அம்மா அப்பா அண்ணன் தம்பி அவர்களின் மனைவி என்று வம்சத்தை இழுத்து வைத்துப் பேசி முடித்தாள். கடைசியாக, “இப்ப புதுவீட்டுக்குப் போகக்கூடாதா நாங்க” என்று முடித்தாள். நாங்க என்று சொன்னதும் அவருக்கு உயிர் போனதுபோலாகிவிட்டது. அய்யய்யோ தன்னைத் தனியாகவிட்டு விட்டுச் சென்றால் சோத்துக்கு என்ன செய்வது என்கிற கவலையில் தன்னுடைய மனைவியை சமாதானம் செய்தார். அவளுக்குக் கோபம் தீரவில்லை.

“அவனுக்கு பேங்கில வேலை கிடைச்சிருக்கு. காலையில போயிட்டு சாயங்காலம் வரணும். அப்புறம் பட்டறைக்குப்போய் வேலை செய்யணும். ராத்திரி பன்னென்டு மணிக்கு வர்றான். ஒருநா இரண்டு மணிக்கு வர்றான். இன்னொரு நா விடியக்காலம் வந்துட்டு குளிச்சிட்டு அப்படியே வேலைக்குப் போயிருறான். வீட்டுக்கும் பட்டறைக்கும் பேங்குக்கும் அலைய முடியல அவனால. அதான் வேற வீடு பார்த்துப் போறோம்” என்றாள்.

சுந்தரத்துக்கு ஆச்சரியத்தின் மேல் ஆச்சரியமாக இருந்தது. எந்த பேங்கில் வேலை, யார் வாங்கிக் கொடுத்தது என்று தெளிவாகச் சொன்னால்தான் அவருக்குப் புரியும். இப்படி அரையும் குறையுமாக பேசினால் ஒன்றும் புரியாது. பிறகு பட்டறை வீதியில் பெருமையாகச் சொல்லவும் முடியாது. அரையும் குறையுமாகச் சொன்னால் யாருக்குப் புரியும். சரோஜாவிடம் கேட்பதற்குப் பயம். இந்த விஷயத்தைத் தன்னிடம் சொன்னது எந்த சாமி புன்னியமோ என்று ஒதுங்கி நின்றார்.

மீனா கதவைப் பூட்டிவிட்டு வந்தாள். அம்மாவும் மகளும் முன்னால் நடந்தார்கள். முத்துப்பாண்டி சைக்கிளை உருட்டிக்கொண்டு நடந்தான். குடம் கீழே விழாமலிருக்க அதைப் பிடித்துக்கொண்டு சைக்கிளுக்குப் பின்னால் நடந்தார் சுந்தரம். தெருவிளக்குகளின் வெளிச்சத்தில் தங்களைக் கடந்து செல்பவர்களை அவரால் பார்க்க முடிந்தது. வட்டிக்கடை செட்டியார் வாக்கிங் செல்வதற்காக அவர்களுக்கு எதிரே நடந்து வந்தார். செட்டியாரைப் பார்த்ததும் முத்துப்பாண்டி “வணக்கமண்ணே” என்று கையெடுத்துக் கும்பிட்டான். அவரும் “என்னா முத்துப்பாண்டி புதுவீட்டுக்குப் பால் காய்ச்சப் போறீங்களா” என்று கேட்டார். ஆமாம் என்று பதில் சொன்னான். சரி நல்லபடியா நடக்கட்டும் என்று அவன் தோளைத் தட்டிக் கொடுத்துவிட்டு நடந்தார்.

சுந்தரம், வட்டிக்கடை செட்டியாருக்கு புதுவீட்டுக்குப் போவது தெரிந்திருக்கிறது. தன்னிடம் எதுவும் சொல்லவில்லை என்று வருத்தப்பட்டார். அந்த வருத்தத்தை வெளியே காட்டிக்கொள்ளவில்லை. வேட்டியைத் தூக்கிக்கட்டிக்கொண்டு

நடந்தார். பொம்பளப்பிள்ளை காரியம் முடிந்துவிட்டால் எங்காவது காசி ராமேஸ்வரம் சென்றுவிடலாம் என்று சமயத்தில் நினைப்பார். கையில் காசு சேர்ந்ததும் சினிமாவுக்குப் போவார். மனசு மாறிவிடும். இந்த ஊரில் பேரன் பேத்திகளின் கையைப் பிடித்துக்கொண்டு பள்ளிக்கூடத்திற்குப் போகாமல் தன் மண்டை மயானக்கரைக்குப் போகக்கூடாது என்று வைராக்கியமாக வீட்டிற்கு வருவார்.

அவர்கள் வீட்டிலிருந்து போகிற பாதையில் நடந்தார்கள். போலீஸ் ஸ்டேஷன் எதிர் சந்தில் வீடு பார்த்திருப்பார்களென்கிற சந்தேகம் அவருக்கு இருந்தது. ஆனால் முன்னால் நடந்த சரோஜாவும் மீனாவும் ஸ்டேஷசனைக் கடந்துச் சென்றதும் அவருக்கு எந்த இடத்தில் வீடு பார்த்திருப்பார்கள் என்கிற ஆர்வம் வந்தது. நகைக்கடை பஜாருக்குப் போகும் பாதையில் அவர்கள் நடந்து, பெரிய சௌடம்மன் கோயிலுக்குப் பக்கம் திரும்பினார்கள்.

அந்த வீடு பெரிய சௌடம்மன் கோயிலுக்குப் போகும் பாதையில் இருந்தது. சுந்தரம் வீட்டை ரோட்டில் நின்று பார்த்தார். விளக்கு எரிந்தது. பெரிய வீடாக இருக்கும் என்று மனதிற்குப்பட்டது. பக்கத்து வீட்டுக்கும் இன்றுதான் குடிவருகிறார்போல. ஏற்கனவே அந்த வீட்டில் மாங்குலைகள் கட்டி கதவுகளுக்கும் நிலைப்படிக்கும் சந்தனம் குங்குமம் வைத்திருந்தனர். அவர்கள் அந்த வீட்டைக் கடந்துச் சென்றனர். அடுத்த வீடு பூட்டியிருந்தது. செல்லப்பனும் அவனது அம்மா பங்கஜமும் வாசலில் நின்றிருந்தனர். செல்லப்பன் வெள்ளை வேட்டிக் கட்டி சிவப்புச் சட்டையுடுத்தியிருந்தான். சுந்தரம் அவன் உடுத்தியிருந்த சட்டையின் கழுத்துப் பட்டையைப் பார்த்தார். மஞ்சள் பொட்டு இருந்தது.

வீட்டின் சாவி சரோஜாவிடமிருந்தது. அவள் சாவிக்கென்று தனியாக சிறிய பை வைத்திருந்தாள். அந்த பையிலிருந்து சாவியை எடுத்து பங்கஜத்திடம் கொடுத்தாள். “மீறு தெறண்டா ஒதன” என்று சொன்னாள். நாழிக்கம் சேது, தன்னைத் தேடி வீட்டிற்கு வந்து போகும் போது அவரை, அண்ணே நொன்னே

என்று திட்டுபவள், பங்கஜத்தை மதினி என்று அழைத்து சாவியைக் கொடுத்து வீட்டைத் திறக்கச் சொன்னதைப் பார்த்ததும் சுந்தரத்திற்கு நெஞ்சு அடைத்துக்கொண்டு வந்தது. பங்கஜமும் கதவைத் திறந்து வீட்டிற்குள் நுழைந்தாள். முத்துப்பாண்டி வீட்டிற்குள் நுழைந்ததும் கொண்டு வந்த குத்துவிளக்கை வைத்தான். இரண்டு பிளாஸ்டிக் நாற்காலி இருந்தது. பெண்கள் சமையலறைக்குச் சென்று பால் காய்ச்சுவது பற்றிப் பேசினார்கள்.

சுந்தரம், செல்லப்பனைப் பார்த்தார். மெதுவாக அவனிடம் சென்று, "என்ன மாப்ளே வேலையெல்லாம் எப்படி நடக்குது" என்று கேட்டார். அவனும் உற்சாகமாக மீனாவைப் பார்த்தபடி பதில் சொன்னான். "ரெண்டுக்கு ஒண்ணு பரவாரேது மாமா" என்று சொன்னதும் அவருக்குச் சிரிப்பு வந்தது.

"ஆமா உனக்கு பேங்கில வேலை கிடைக்கலய" என்று கேட்டார்.

"சொல்லியிருக்கேன் மாமா சீக்கிரம் கிடைச்சிரும்" என்றான். அவனிடம் என்ன கேட்டாலும் பதில் சொல்லிவிடுவான் என்று அவருக்குத் தெரியும். இவனிடம் எல்லாவற்றையும் கேட்டுத் தெரிந்துக் கொள்ள வேண்டுமென்று அவனை மெதுவாக வெளியே இழுத்துக்கொண்டு வந்தார்.

"முத்துப்பாண்டிக்கு வேலை கிடச்ச விசயம் ரங்கநாதனுக்குத் தெரியுமா?"

"வேலைய வாங்கித் தந்ததே அவருதான் மாமா."

சுந்தரம் அவனது முகத்தைப் பார்த்தார். செல்லப்பன் அவரிடம், "பேங்க்காரங்க அவரைத்தான் வேலைக்குக் கூப்பிட்டாங்க. அவரு பேங்க்குக்கு வர்றதுக்கு நேரமில்ல. வேணுமின்னா நம்பிக்கையான ஆளு ஒருத்தரை அனுப்புறேன்னு நம்ம முத்துப்பாண்டிய வேலைக்கு அனுப்பிச்சு வெச்சிட்டாரு. ஒரு மாசம் வேலைக்குப் போயிட்டு வந்துட்டான். மாசம் கமிஷன் எவ்வளவுன்னு தெரிஞ்சா உங்களுக்கு ஆச்சரியமா இருக்கும்" என்று அவர் காதுக்குப் பக்கத்தில் சென்று சன்னமாக தொகையைச் சொன்னான். சுந்தரம் அவன் சொல்லிய

தொகையைக் கேட்டதும் அவரறியாமல் திறந்த அவருடைய வாய் மூடுவதற்கு சிறிது நேரமானது. உண்மையைத்தான் சொல்கிறானா இல்லை பொய் சொல்கிறானா என்று செல்லப்பனைப் பார்த்தார். செட்டியார் நகைக்கடையில் வேலை செய்யும் கணக்குப்பிள்ளைக்குக்கூட இவ்வளவு சம்பளம் இல்லை என்று ஆச்சரியமாக முத்துப்பாண்டியைப் பார்த்தார். முத்துப்பாண்டி கையில் கட்டியிருந்த கடிகாரத்தைப் பார்ப்பதும், சரோஜாவிடம் சீக்கிரம் நேரமாச்சு. நேரம் முடியப்போகுது என்று அவசரப்படுத்தியதையும் பார்த்து, உண்மையில் தன் மகன் யோகக்காரந்தான் என்று அவனை மெச்சிக்கொண்டார். அவன் கைநிறையச் சம்பளம் வாங்கினால் தனக்குத்தானே பெருமை என்று நினைத்தார். அவர் மனதிற்கு நினைத்த நேரம் அடுப்பில் பால் பொங்கி வடிந்தது.

சரோஜா அனைவருக்கும் பால் ஊற்றித்தந்தாள். பிரம்ம முகூர்த்தத்தில் பால்காய்ச்சியது தனக்கு சந்தோஷம் என்று பங்கஜத்திடம் சொன்னாள். அவள் பேச்சுக்கு ஊடே ஊடே தேம்பியழுவது போல பேசியது, கேட்பதற்கு எரிச்சலாக இருந்தது. அழுகைவராமல், அழுவதுபோல நடிக்கவும் தெரியாமல் எதற்காகப் பொய்யாகப் பேசுகிறாள் என்று சுந்தரம் நினைத்தார். அவள் பேசுவது அவருக்கு வெட்கமாக இருந்தது. அவர்கள் பால் குடித்து முடித்ததும் நாழிக்கம் சேது வந்தார்.

“காலையில தாலி உருக்குக்குப் போயிட்டு வர்றதுக்கு லேட்டாயிருச்சு” என்று தரையில் உட்கார்ந்துகொண்டார். சுந்தரம், அவரது வெள்ளைச்சட்டைப் பாக்கெட்டில் தெரிந்த கட்சித் தலைவரின் அட்டைப்படத்தைப் பார்த்தார். அட்டைப்படத்திற்குப் பக்கத்தில் சிறிது விலகி ரூபாய்த் தாள்கள் தெரிந்தது, அவரது கண்களுக்குக் குளிர்ச்சியாக இருந்தது. அவரை பிளாஸ்டிக் நாற்காலியில் உட்காரச் சொல்லி சரோஜா தாங்கு தாங்கு என்று தாங்கினாள். எதற்கு என்று சுந்தரத்திற்குத் தெரியவில்லை. காரணமில்லாமல் இந்த மாதிரி வேலையெல்லாம் செய்யமாட்டாளே என்று நினைத்தவர் மீனாவை ஓரக்கண்ணால் பார்த்தார். மீனா சமையலறையை விட்டு வெளியே வரவில்லை. ஆனால் சரோஜா, “மீனா மாமா

வந்துருக்காருடீ. நீ இன்னும் வரலயா, இன்னும் வரலன்னு சொல்லிட்டு இருந்த. வந்துட்டாரு. பால் ஊத்திட்டு வா" என்றாள்.

சுந்தரம் அவள் முகத்தைப் பார்த்தார். பளிச்சென்றிருந்தது. மீனா எப்போது நாழிக்கம் சேதுவைக் கேட்டாள் என்று யோசித்துப் பார்த்தார். அவருக்கு அவளது நடவடிக்கை எதுவும் புரியவில்லை. சேது தரையிலிருந்து எழுந்து நின்றார். "சாமி ரூம்பு எங்க இருக்கு" என்று பங்கஜத்தைப் பார்த்துக் கேட்டார். பங்கஜமும் அதற்காகக் காத்திருந்தாள். அவளும் எழுந்துகொண்டாள். இருவரும் பூஜையறைக்குச் சென்றனர். சேது அறைகளைச் சுற்றிப் பார்த்துவிட்டு, "கன்னி மூலை, அக்னி மூலை, வாயு மூலை, ஈசானிய மூலை எல்லாம் கச்சிதமா இருக்கு. இழுவை, கோட்டம் எதுவுமில்லை" என்று சொன்னார். சுந்தரத்திற்கு அவர் பேசியது சிரிப்பாக இருந்தது. ஏதோ கிராக்கி வீட்டிற்குப் போய் வேலை வாங்கிக்கொண்டு அவர்களுடன் பேசிக்கொண்டிருப்பதுபோல சரோஜாவிடம் பேசிக்கொண்டிருக்கிறார். நல்லபெருமாள் ஆசாரி மகளுக்கா ஈசானியம் எது, சூலம் எதுன்னு தெரியாது என்று மனதிற்குள் நினைத்துக்கொண்டார்.

நாழிக்கம் சேது தட்டில் சூடத்தை வைத்துப் பொருத்தினார். அங்கிருந்த சாமி படங்களுக்கு தீபத்தைக் காட்டி அவருக்குத் தெரிந்த கணபதி முருகன் லட்சுமி சரஸ்வதி திருப்பதி சிவபெருமான் மந்திரங்களை முணுமுணுத்தார். விசிருபெருமான் ரட்சிக்க எனச் சொல்லிவிடுவாரோ என்று பயந்தார் சுந்தரம். மீனாவுக்கு அதற்கு அர்த்தம் தெரியும். அவள் எவ்வளவு கூட்டமிருந்தாலும் சிரித்துவிடுவாள். சிரிப்பை அடக்கவும் தெரியாது. அளவாகவும் சிரிக்கத் தெரியாது. நல்லவேளையாக விசிருபெருமான் ரட்சிக்க என்று சேது சொல்லவில்லை. தட்டில் சூடம் அணைவதற்கு முன்பு வைத்துவிட்டார். நூறு ரூபாய் தாளை எடுத்து உப்பு மஞ்சள் தட்டில் வைத்தார்.

"இதெல்லாம் எதுக்குண்ணே" என்று சரோஜா சிரித்துக் கொண்டு சொன்னதைக் கேட்டதும் அவருக்கு எரிந்தது. சேது

வீட்டில் ஏதாவது விசேஷம் வைத்தால் திருப்பிச் செய்யும் போதுதான் பிரச்சனை வரும். நீ செய்யணுமா நாஞ்செய்யணுமா என்று சண்டை வரும் என்று சுந்தரத்திற்குத் தெரியும். அந்த நூறு ரூபாய் நோட்டைப் பார்த்தார். தட்டிலிருந்து யார் எடுத்துக்கொள்வது என்று சரோஜாவும் முத்துப்பாண்டியும் மாறி மாறி ஒருவரையொருவர் பார்த்துக்கொள்வதைப் பார்த்தார். சுந்தரம் தனக்கும் இதுக்கு எந்த சம்பந்தமில்லையென இரண்டு அடி பின்னால் தள்ளி நின்றார். நாழிக்கம் சேதுவும் பங்கஜமும் சாமி அறையை விட்டு வெளியே வந்தார்கள். பால்காய்ச்சியதும், அதற்கு தாங்கள் வந்து நூறு ரூபாய் செய்ததும் அவர்கள் இருவருக்கும் திருப்தியாக இருந்தது முகத்தில் தெரிந்தது. பளிச்சென்றிருந்தார்கள்.

சேது, சுந்தரத்தின் அருகில் வந்து அமர்ந்தார். ரங்கநாதன் பட்டறையில் முத்துப்பாண்டியுடன் வேலை செய்பவர்கள் இரண்டு பேர் வந்தார்கள். இரண்டு பேரும் ஒரே மாதிரியான சட்டையும் பேண்ட்டும் உடுத்தியிருந்தார்கள். வெள்ளியில் கைச்செயின் மாட்டியிருந்தார்கள். கலர் காகிதம் சுற்றிய படங்களை முத்துப்பாண்டியிடம் கொடுத்தார்கள். முத்துப்பாண்டி அவர்கள் குடிப்பதற்குப் பால் ஊற்றிக் கொடுத்தான். அவர்களில் ஒல்லியாக இருந்தவன், “ஓனரு வந்துருவாரு” என்று சொன்னான். முத்துப்பாண்டியும் அவருக்காகக் காத்திருப்பதாகச் சொன்னான். பேங்க்குக்கு நேரமாச்சு பேங்குக்கு நேரமாச்சு என்று வாசலைப் பார்த்துக் கொண்டான்.

சேதுவும் பங்கஜமும் வீட்டிற்குப் போவதற்கு எழுந்தார்கள். “மாமா இருங்க. டிபன் வந்துரும் சாப்பிட்டுப்போங்க” என்று அவன் சொன்னான். சரோஜா அவர்களுக்கு வழி விடவில்லை. சாப்பிட்டுவிட்டுத்தான் போகவேண்டுமென்று நின்றாள். சுந்தரம் வாசலில் வழி மறைத்து நின்ற, சரோஜாவின் கால்களைப் பார்த்தார். தானும் ஏதாவது சொல்ல வேண்டும். இல்லையென்றால் தப்பாகிப்போகுமென்று இரண்டொரு வார்த்தை பேசினார். அவர்களும் சரி என்று உட்கார்ந்தனர்.

சுந்தரம், சேதுவைத் தேடி அவருடைய வீட்டிற்குச் செல்லும் போது, பங்கஜம் தன்னை வாய்வார்த்தைக்கு மட்டும் சாப்பிடு சாப்பிடு என்று சொல்லிவிட்டுச் சென்றுவிடுவதை நினைத்துக்கொண்டார். இப்பத்தான் சாப்பிட்டு முடிச்சோம். கொஞ்ச நேரத்துக்கு முன்னாடி வந்திருக்கக்கூடாதாண்ணே என்று பங்கஜம் சொல்லும் வார்த்தைகள் அவருடைய காதிற்குப் பக்கத்தில் கேட்பது போலிருந்தது. அவருக்குச் சிரிப்பு வந்தது. அடக்கிக்கொண்டார்.

சிறிது நேரத்தில் ரங்கநாதன் தனது மனைவி சுந்தரியோடு வந்தார். வந்ததும் வராததுமாக கையில் வைத்திருந்த சாவியை கைச்செயின் போட்டிருந்த ஒல்லியான பையனிடம் கொடுத்து, “கணேசா டூவீலர ஓரமா போட்டுட்டு வாப்பா. அவசரத்தில வீட்டுக்கு முன்னாடி நிறுத்திட்டு வந்துட்டேன். ஹெட்லாக்கும் போடல” என்று சொன்னார். கணேசனும் சாவியை வாங்கிக்கொண்டு குடுகுடுவென்று ஓடினான். அவன் ஓடுகிற சத்தம் வீடு முழுக்கக் கேட்டது.

ரங்கநாதனும் சுந்தரியும் நின்றிருந்தார்கள். உட்காரவில்லை. இரண்டு பிளாஸ்டிக் நாற்காலி மட்டும் இருந்தது அவர்களுக்கு ஏமாற்றமாக இருந்திருக்க வேண்டும். ஏற்கனவே தரையில் சுந்தரமும், நாழிக்கம் சேதுவும் அமர்ந்திருப்பதைப் பார்த்த ரங்கநாதன் என்ன செய்யலாமென்று யோசனையாக சுந்தரியின் முகத்தைப் பார்த்தார். அவள் கணத்த உடம்பைத் தூக்கி நடப்பது சிரமம். தரையில் உட்கார்ந்து எழுவது என்பது முடியாத காரியம். சுந்தரி சமையலறைக்குள் போனாள். கூட்டத்தில் பொது இடங்களில் தன்னைத் தனியாக விட்டு விட்டு பெண்களுடன் சேர்ந்து கொண்டால், ‘நீங்க உங்க இஷ்டத்துக்கு எப்படியாச்சும் உட்காந்து எந்திரிங்க. என்னய ஆள விடுங்க’ என்று அர்த்தம். பல தடவை ரங்கநாதனிடம் சொல்லியிருக்கிறாள். அதன்படி அவர் தரையில் உட்கார வந்தார்.

“சாமி கும்புட்டு வந்திருங்க மாப்பிள” என்று சுந்தரம் ரங்கநாதனைப் பார்த்துச் சொன்னார். அவரும் ஞாபகம்

வந்வதரைப்போல, "ஆமா ஆமா மறந்துட்டேன்" என்று சுந்தரியின் பின்னால் வேகமாக நடந்தார். ரங்கநாதன் கலர் சட்டை போட்டுக்கொண்டு வந்ததால் அவருடைய பாக்கெட்டில் பணமிருக்கிறதா இல்லையா என்று சுந்தரத்தினால் பார்க்க முடியவில்லை. ரங்கநாதனும் சுந்தரியும் சாமி ரூம்புக்குச் சென்றதும் மீனாவின் சிரிப்பு சத்தம் கொலுசு முத்து ஆடுவதுபோலக்கேட்டது. வேறு பேச்சு சத்தம் கேட்டவில்லை. தீப்பெட்டி உரசுகிற சத்தம் கூடக்கேட்கவில்லை. சுந்தரத்தினால் அந்த அறைக்குள் நடப்பதைத் தெரிந்துகொள்ளாமலிருக்க முடியவில்லை. சேது இல்லையென்றால் எழுந்து போய்ப் பார்த்துவிடுவார். பொறுமையாக இருந்தார்.

"துன்னூறு பூசிவிடுங்க தம்பி. இனிமே அவனுக்கு நீங்கதான் அப்பா அம்மா எல்லா" என்று சரோஜா சொல்வது கேட்டது. அவளுடைய குரல் வாசல் வரை கேட்டது. அதைத் தொடர்ந்து ரங்கநாதன், "சரி சரி எந்திரி. நல்லாயிரு" என்று சொல்வதும் வளையல்கள் குலுங்கி அடங்குவதும் கேட்டது. ரங்கநாதனும் சுந்தரியும் வெளியே வந்தார்கள். சொல்லி வைத்ததுபோல அவர்கள் இருவரும் பிளாஸ்டிக் நாற்காலியில் உட்கார்ந்து கொண்டார்கள். மீனா அவர்களுக்குப் பால் கொண்டு வந்து தந்தாள். அவள் சமையலறையிலிருந்து வெளியே வந்து பால் கொடுத்துவிட்டுச் செல்வதை செல்லப்பன் கவனமாகப் பார்த்தான்.

"டிபனுக்குச் சொல்லிட்டியா பாண்டி."

"சொல்லிட்டேன் மாமா."

"சௌந்தரம் இருந்தானா நாஞ்சொன்னேன்னு சொன்னியா."

"ஆமா மாமா, நீங்க சொன்னதா சொன்னே. எட்டு மணிக்கு அனுப்புறேன்னு சொன்னாரு. வர்ற நேரந்தான்" என்று முத்துப்பாண்டி கைக்கடிகாரத்தைப் பார்த்தான்.

"ஒரு எட்டு வேணா கணேசன ஏவ்வண்டியில போய்ப் பாத்துட்டு வரச்செல்லவா. சாப்பிட்டாச்சுன்னா அடுத்தடுத்த வேலைய பாக்கலாமில்ல. உனக்கும் பேங்க்குக்கு நேரமாச்சு"

என்று ரங்கநாதன் சொல்லியதும் முத்துப்பாண்டி வாசலுக்கு ஓடினான். அவனுக்குப் பின்னால் செல்லப்பனும் கைச்செயின் போட்டிருந்த மற்றொரு பையனும் ஓடினார்கள்.

“யாராச்சும் ஒருத்தர் இங்கனக்குள்ள இருங்கப்பா. எங்காச்சு கடைக்கு கிடைக்குப் போகணுமின்னா ஆளு வேணுமில்ல” என்று சுந்தரம் சொல்லியதை அவர்கள் கேட்டுக்கொள்ளவில்லை. சரோஜா திடீரென ஏதாவது வாங்கி வரச்சொல்லி தன்னை கடைக்கு அனுப்பிவிடுவாளோ என்கிற பயம் அவருக்கு வந்தது.

“என்னாண்ணே காலையில கடை முதலாளி கூட போயிட்டு வந்த மாதிரி தெரிஞ்சுச்சு. பஜாரில பாத்தேன்” என்று நாழிக்கம் சேதுவைப் பார்த்து ரங்கநாதன் கேட்டார்.

சேது உட்கார்ந்திருந்த இடத்தை விட்டு நகர்ந்து அவருக்குப் பக்கத்திற்கு வந்தார். முகத்தையும் உடம்பையும் திருப்பி வைத்துக் கொண்டார். சேதுவின் முதுகு சுந்தரத்தின் முகத்திற்கு நேராக இருந்தது. சேதுவும் ரங்கநாதனும் பேச ஆரம்பித்தார்கள். இரண்டு பட்டறைக்காரர்கள் சந்தித்துக் கொண்டால் முதலில் பேசுவது தாங்கள் வேலை செய்யும் முதலாளிகளைப் பற்றியதாக இருக்கும். இவர்களும் தங்களுக்கு வேலை தரும் முதலாளிகளைப் பற்றிப் பேச ஆரம்பித்தார்கள். முதலாளிமார்களைப் பற்றிய பேச்சு முடிந்தது. பட்டறை வீதியைப் பற்றிய பேச்சு ஆரம்பித்தது. யார் கடசையாகி நிற்கிறார்கள். யாரிடம் எவ்வளவு கையிருப்புத் தொகை இருக்கிறது. வண்டி வாகனாதிகள் வாங்கியிருப்பது, பேங்கில் பணத்தைப் போட்டு வைத்திருப்பது என்று ரகசியமாகப் பேச வேண்டியதை ரகசியமாகவும் சத்தமாகப் பேச வேண்டியதைச் சத்தமாகவும் பேசினார்கள். சுந்தரம் தன்னை விட்டு விட்டு அவர்களாகப் பேசுவது என்னமோ மாதிரியாக இருந்தது. அவர் தான் மட்டும் தனியாக அமர்ந்திருப்பதுபோல் தோன்றியது. பொறுத்துப் பார்த்தவர், ரங்கநாதனைப் பார்த்துத் திரும்பி உட்கார்ந்து கொண்டார். அவர்கள் பேச்சிலும் கலந்து கொண்டார்.

“முந்தி மாதிரி என்னால தாலி உருக்கல்லாம் சட்டிபெட்டியத்

தூக்கிட்டு போகமுடியல ரங்கநாதா. பட்டறயிலயும் உட்காந்து வேல செய்ய முடியல. எனக்கு ஏதாச்சும் பேங்கில நகைமதிப்பினர் வேலை இருந்தா சொல்லு. முத்துப்பாண்டி மாப்பிள மாதிரி ஜம்முன்னு போயிட்டு ஜம்முன்னு வர்றேன்" என்று சொன்னார். முத்துப்பாண்டியின் பேச்சை ஆரம்பித்ததும் சரோஜா சமையலறையை விட்டு வெளியே வந்து நின்றாள். அவளைத் தொடர்ந்து பங்கஜமும் சுந்தரியும் மீனாவும் வந்தார்கள். ஒருவருக்குப் பின் ஒருவராக சீட்டுக்கட்டுகளைப்போல அவர்கள் நின்றிருப்பதை ரங்கநாதன் பார்த்தார்.

"பிரஷர் வந்ததிலிருந்து அவர எங்கயும் வெளிய அனுப்புறதுக்கு பயமா இருக்கு ரங்கா" என்று பங்கஜம் சொன்னாள். அவள் அப்படிச் சொல்லும் போது சேதுவையும் ரங்கநாதனையும் மாறி மாறிப் பார்த்துக்கொண்டாள்.

"உங்க தம்பிக்கு பந்து விளையாடப் போற இடத்தில பேங்க் ஆளுக பழக்கம்" என்று சுந்தரி மெதுவான குரலில் சொன்னாள். அவளுக்கும் ஏதாவது பேச வேண்டும் என்கிற ஆசையில் பேசினாள்.

"பேங்க் மானேஜர் எனக்கு பழக்கங்கிறது வாஸ்தவந்தான்" என்று ரங்கநாதன் ஏதோ சொல்ல வந்தவர் போல ஆரம்பித்து என்ன நினைத்தாரோ இடையில் நிறுத்திக்கொண்டார். திடீரென மீனா, "மாமா உங்களுக்கெல்லாம் அப்ரைஸர் வேல செட்டாகாது. எங்கண்ணனுக்கு பெரிய மண்டவலியா இருக்காம். கணக்கெழுதற வேலையும் நாமதா செய்யணுமாம். நோட்டீஸ் எழுதணும். வட்டி கணக்குப்பாத்து ரசீது போடணும். கணக்கு தப்பாப்போச்சுன்னா நாம கை காசைப்போட்டு கட்டணும்" என்று இடையில் புகுந்து பேசினாள். அவள் பேசியதற்காக வெட்கப்படவில்லை. பயப்படவில்லை. அங்கிருந்தவர்கள் அவள் பேசியதைக் கேட்டு, அவளுடைய முகத்தைப் பார்த்தனர். இத்தனை விஷயம் இருக்கிறதா என்று ரங்கநாதன் ஆச்சரியமாக அவளைப் பார்த்தார். ஆனால் இதெல்லாம் தனக்கும் தெரியும் என்பது போல சபையில் காட்டிக்கொள்ள வேண்டுமென்று "ஆமா ஆமா" என்று

தலையை ஆட்டினார்.

“எப்படியோ ஏம்மகனுக்கு வேல கிடைச்சிருச்சு” என்று சரோஜா சொன்னதும், “மதினி உங்களுக்கு இனிமே யோகந்தான். புதுவீட்டுக்கு குடி வந்துட்டீங்க. மாசசம்பளம் வாங்கி பேங்கில போட்டு வைங்க. பொம்பளப்பிள்ளைக்கு கல்யாணத்துக்கு ஆகட்டும்” என்று சுந்தரி சொன்னாள்.

“அதான் ஏங் கவலையும். அவருக்கும் வயசாகிருச்சு. பட்டறையின்னு பட்டறையின்னு அலைஞ்சு ஓஞ்சுட்டாரு. கடைய காலி செஞ்சுட்டு வீட்டில இருக்கட்டும். வர்ற கிராக்கி வேலய சொன்னா தம்பி செஞ்சுதராதா” என்று சரோஜா சொன்னதும் சுந்தரத்துக்குத் தன்னைத் தூக்கிவாரி கிணத்துக்குள் போட்டது போலிருந்தது. அவருக்கு கனவுக்குள் இவர்கள் பேசிக்கொள்வதெல்லாம் நேற்றிரவு கண்ட கனவுபோலிருந்தது. சினிமா படத்தில் கடைசிக் காட்சியில் வரிசையாக ஒருவர் மாற்றி ஒருவர் பேசிக்கொள்வதுமாதிரி தோன்றியது. அப்படித்தான் அவர்களும் பேசினார்கள். ஒருவர் பேசி முடித்ததும் அதற்காகக் காத்திருந்து மற்றொருவர் பேச ஆரம்பித்தார்கள்.

“எங்க பயலும் நல்ல சம்பாத்தியத்துக்கு வந்துட்டானா போதும் மாமாவ வீட்டுல இருக்கச் சொல்லியிறலாம்” என்று பங்கஜம், மீனாவைப் பார்த்துச் சொன்னதும் அவள் தன்னையும் பெரிய மனுஷியாக நினைத்துப் பேசுகிறார்கள் என்று நினைத்து வெட்கப்பட்டுக்கொண்டாள்.

ரங்கநாதன் இந்தப் பேச்சுகளை முடிவுக்குக் கொண்டு வர வேண்டுமென்பதற்காக, “டிபன் வாங்கப் போனவங்க இன்னமும் வரல” என்று வாசலைப் பார்த்தார். சுந்தரிக்கு அவசரமாகத்தான் இருந்தது. சீக்கிரமாக சாப்பிட்டு முடித்து வீட்டுக்குப் போகவேண்டுமென்று நினைத்தாள். ஆனால் பேச்சை இத்துடன் முடித்துவிட வேண்டுமென்ற விருப்பம் சரோஜாவுக்கு இல்லை. பேசுவதற்கு கண்ணி கிடைத்தால் போதும் இன்னொரு கண்ணியை மாட்டி தொடர்ந்துவிடலாமென்று தவிதாயப்பட்டுக் கிடந்தாள். பேசுவதற்கு இன்னமும் என்ன

இருக்கிறது என்று யோசித்துப் பார்த்தாள். நிறைய இருக்கிறது என்று தோன்றினாலும் எதுவும் நினைவுக்கு வரவில்லை.

சுந்தரம் அவர்கள் பேசுவதைக் கேட்டு உட்கார்ந்திருந்தார். ஒவ்வொருவராகப் பேசி முடித்துத் தங்களது வேலை முடிந்துவிட்டது என்பதுபோல, ஒதுங்கி நின்றனர். அவரும் ஏதாவது பேசவேண்டுமென்று நினைத்தார். ஏதாவது பேசி இப்போது பேசிக்கொண்டிருப்பது திசைதப்பி தன்னால் வேறு ஏதாவது பிரச்சனை வந்துவிடுமென்று பயந்து வாயை மூடிக்கொண்டார். நல்லவேளையாக முத்துப்பாண்டியும் செல்லப்பனும் டிபன் வாங்கிக் கொண்டு வந்தார்கள். பெரிய பெரிய பாத்திரங்களைத் தூக்கிக்கொண்டு வந்தவர்கள் அதை அறையின் நடுவில் வைத்தார்கள். பின்னால் வந்த கணேசன் நறுக்கிய வாழைஇலைகளையும் இரண்டு தூக்குவாளிகளையும் தூக்கிக்கொண்டு வந்தான். அவர்கள் வீட்டுக்குள் நுழைந்ததும் சாம்பார் வாசமும் பொங்கல் வாசமும் வந்தது.

சுந்தரியினால் குனிய முடியாது. நிமிர முடியாது தரையில் உட்கார முடியாது என்று நாற்காலியில் உட்காரச் சொல்லி தட்டைத் தந்தார்கள். பொங்கல் வடை இட்டிலி கேசரி என்று தட்டிலிருந்தது. சேதுவுக்கு பூரி இல்லையென்பது தெரிந்துவிட்டது. அவர் பூரி பிரியர் என்பது ஊருக்குத் தெரியும்.

“ஆம்பளைங்க சாப்புட்டு எந்திரிச்சிட்டாங்கன்னா, பொம்பளைங்க நாம ஒண்ணா உட்காந்து சாப்பிடலாம்” என்று பங்கஜம் சொன்னாள். சரோஜாவும் மீனாவும் மாறி மாறி இலையில் வைத்தார்கள்.

முதலில் ரங்கநாதன் சாப்பிட்டு முடித்தார். அவர் எழுந்ததும் மேற்கொண்டு உட்கார்ந்து சாப்பிடுவதற்கு வெட்கப்பட்டவர்களாக சுந்தரமும் சேதுவும் போதும் போதும் என்று எழுந்துகொண்டார்கள். கைகழுவிய பிறகு, காப்பி இல்லை என்று தெரிந்தது. கையைத் துடைத்துக்கொண்டு சேது கிளம்புவதற்குத் தயாரானார். அவருக்கு முன்னால் ரங்கநாதனும் சுந்தரியும் புறப்பட்டார்கள். அவர்கள் வாசலுக்குச் செல்லும் போது கணேசனும் அவனுடன் வேலை செய்பவனும்

சென்றார்கள். அவர்கள் இருவரும் டூவீலரில் ஏறி உட்கார்ந்து தெருவைக் கடக்கும்வரை நின்றிருந்தனர். பிறகு அவர்களும் தாங்கள் வந்த சைக்கிளை எடுத்துக்கொண்டு சென்றனர்.

சரோஜா கேசரியை வாழைஇலையில் மடித்து தனியாக வைத்தாள். பழைய வீட்டுக்குப் போய்த் தெருக்காரர்களுக்குத் தரவேண்டுமென்று சொன்னாள். மீனா சாப்பிட்டு முடித்ததும் விரலை நக்கினாள். அவளுக்கு இன்னமும் இந்தப் பழக்கம் போகவில்லையென்று சரோஜா வருத்தப்பட்டாள். பங்கஜம் முன்னால் இப்படி சாப்பிடுகிறாளே என்று கோபப்பட்டாள். வீட்டில் சொல்லி அழைத்து வந்திருக்க வேண்டும். மறந்துவிட்டோம் என்று தன்னை சமாதானப்படுத்திக் கொண்டாள். பால் காய்ச்சிய வீட்டைப் பூட்டக்கூடாது என்று பங்கஜம் சொல்லிவிட்டு, வீட்டுக்குக் கிளம்பினாள். அவளுடன் செல்லப்பனும் சென்றான். அவன் வாசலைத் தாண்டும் போது, “போயிட்டு வர்றேன் அத்த, போயிட்டு வர்றேன் மீனா” என்று சொன்னான். இரண்டு எட்டு வைத்து நடந்து சென்றவன் திரும்பி வந்தான்.

“அந்த வீட்டுலயிருந்து சாமான்கள நீயா எடுத்துட்டு வராத மாப்ளே. எங்க பட்டறயிலயிருந்து ரெண்டு பேரைக் கூட்டிட்டு வர்றேன். ராத்திரியில எடுத்துட்டு வந்துருவோம்” என்று சொன்னான்.

முத்துப்பாண்டி சரி என்றான். அவனுக்கு பேங்குக்கு நேரமாகிவிட்டது. வெள்ளை வேட்டியைக் கழட்டி மடித்து வைத்துவிட்டு பேண்ட் உடுத்திக்கொண்டான். சுந்தரம் எழுந்து வாசலுக்கு வந்தார். “நா பட்டறைக்குப்போயிட்டு மதியம் இங்க வரவா. இல்ல தோட்டத்து வீட்டுக்கு வரவா” என்று கேட்டார்.

சரோஜா, “நீங்க எங்கயும் போகதீங்க. இங்கயே வீட்டைப் பாத்துட்டு இருங்க. நானும் மீனாவும் போய் காய்கறி வாங்கிட்டு அரிசி பருப்பை எடுத்துட்டு வர்றோம். இன்னைக்கி இங்கதான் மதிய சமையல்” என்று சொன்னாள்.

“பட்டறயத் தொறக்கணும் சரோஜா. சீக்கிரமா வாங்க.”

“ஆமா அங்க போயீ தூங்குறதுக்கு இங்க தூங்கலாம். பட்டறய இனி தொறக்காதீங்க. நீங்க பட்டறைக்குப் போனது போதும். அவன் ஒருத்தன் சம்சாத்தியம் போதும். வாடக மிச்சமாகட்டும்” என்று வெடுக்கென்று சொன்னாள். அவள் பேசியது அவருக்குச் சங்கடமாக இருந்தது. இனிமேல், அவளிடம் பொழுதெல்லாம் பேச்சுக் கேட்டுக்கொண்டு வீட்டில் இருக்க வேண்டும் என்று நினைத்தார். சரோஜாவும் மீனாவும் வீட்டை விட்டுச் சென்றதும் புதிதாக வாங்கியிருக்கும் பிளாஸ்டிக் நாற்காலியில் சாய்ந்து உட்கார்ந்து, சிறிது நேரம் கண்களை மூடி உறங்க வேண்டுமென்று நினைத்தார்.

நாழிக்கம் = பழையது

பத்தி = பொடி (நகை செய்யும் போது பிடிமானத்திற்கு வைப்பது).

கடசை = கடன்

கடைசிக் கடன்

அவன் திரும்பிப் பார்த்தான். அவனுக்குப் பின்னால் நின்றிருந்தவர் ராஜாராம்தான். முகத்தைத் திருப்பிக் கொண்டான். ராஜாராம் தூரத்தில் வருவதைப் பார்த்ததும், வேறு தெரு வழியாக நடந்து செல்கிறவர்களில் அவனும் ஒருவன். அவர் எந்தத் தெருவிலிருந்து நடந்து வருகிறார் என்பதைச் சொல்ல முடியாது. பார்க்கிறவர்களை நிறுத்தி வைத்து மணிக்கணக்காகப் பேசி, பேச்சின் முடிவில் 'முப்பது ரூபா இருந்தா கொடு. நாளைக்குத் தர்றேன்' என்று வாங்கிக் கொள்வார். ராஜாராம் தனக்குப் பின்னால் நின்றிருப்பதைப் பார்த்ததும் அவனுக்கு நடுக்கம் எடுத்தது.

அவனுக்குப் பின்னால் என்றால் அடுத்து இல்லை, ஐந்தாறு நபர்களுக்குப் பிறகு அவர் நின்றிருந்தார். அவரைப் பார்க்க பயப்பட்டவனாக முகத்தைத் திரும்பிக்கொண்டான். நகராட்சி அலுவலகத்தில் குடிநீர் கட்ட வந்து, இங்கு நிற்பவர்களில் யார் அவருக்கு முப்பது ரூபாய் கொடுக்கப்போவது என்று தெரியவில்லை. அவனுக்கு முன்னால் வரிசையில் நின்றிருந்தவர்கள் நகர்ந்தார்கள். இடைவெளி இல்லாமல் நின்றிருந்தவர்களில் இரண்டொரு நபர்கள் வரிசையை விட்டு

விலகி காற்று வாங்குவதற்காக சட்டைப் பித்தான்களைக் கழற்றிவிட்டு நின்றிருந்தனர். அந்த அறையிலிருந்த மின்விசிறி எதுவும் இயங்கவில்லையென்பதை அப்போது அவன் பார்த்தான். சுவிட்ச் இருந்தது. அந்த அறையில் மின்விசிறியிருந்தது. ஏன் சுழலவில்லையென்று தெரியவில்லை.

ராஜாராமுக்கு மின்விசிறியில்லாமல் நிற்கவும் உட்காரவும் முடியாது என்பது அவனுக்குத் தெரியும். மின்விசிறி ஓடிக்கொண்டேயிருக்க வேண்டும். இவ்வளவு நேரம் மின்விசிறியில்லாமல் நின்றிருந்தது அவனுக்கு ஆச்சரியமாகயிருந்தது. வரி வசூலிக்கும் பெண்ணின் முகத்திற்கு நேராக சிறிய மின்விசிறி மெதுவாக சுழல்வதைப் பார்த்தான். அவளது நெற்றி முடி காற்றில் கலைவதும், கலைவதும் அவள் விரல்களால் சரி செய்வதுமாக இருப்பதற்கு நேரம் சரியாக இருந்தது. வரிசையில் நின்றிருந்தவர்களின் குழாய் இணைப்புகளின் எண்களுக்கு ரசீது போட்டுத்தருவதற்கு நேரமில்லை. கூட்டம் அப்படியே வரிசையாக நின்றிருந்தது.

ராஜாராமை அவனுக்கு அறிமுகம் செய்தது மைக்செட் குமரேசன். அவர் வீட்டில் இரண்டு திருமணம் நடக்கப் போகிறது. அவரைப் பழக்கம் செய்துகொண்டால் ஏதாவது கல்யாணத்திற்குப் புகைப்படம் எடுக்க ஆர்டர் கிடைக்கும் என்று ஆசை வார்த்தைகள் கூறினான். அவனும் போட்டோ எடுக்கிற ஆர்வத்தில் அன்றிலிருந்து தெருவில் எங்குப் பார்த்தாலும் வணக்கம் சொல்வதும், சிரிப்பதுமாக இருந்தான். முதலில் ராஜாராம் அவனது சிரிப்பையும் வணக்கத்தையும் பொருட்படுத்தவில்லை. ஆனால் சின்ன சௌடம்மன் கோவிலில் சென்ற மாதம் நடந்த திருமணத்திற்கு அவர் குடும்பத்துடன் வந்த போது வரவேற்பு மேஜையருகே அவர்களை நிற்க வைத்து புகைப்படம் எடுத்தான். அப்புகைப்படத்தை மேக்ஸி சைஸிற்குப் பிரிண்ட் போட்டு அவர் வீடு தேடித் தந்தான்.

ராஜாராம் உள்ளறையில் அவரது அப்பாவின் காலிற்கு எண்ணெய் தடவிக் கொண்டிருந்தார். அவருடைய கைகள் இரண்டு சிவப்பு நிறத்திலான எண்ணெய் வடிந்து

கொண்டிருந்தது. புகைப்படத்தை எண்ணெய்க் கையில் வாங்காமல் அவனிடமிருந்து பார்த்தார். புகைப்படம், பிடித்திருந்தது அவருடைய முகத்தில் தெரிந்தது. அறையை விட்டு வெளியே சென்றார். அவன் கட்டிலில் படுத்திருந்தவரின் பாதங்களைப் பார்த்தான். வீங்கியிருந்தது. பாதங்களைப் பார்ப்பதற்கு மரத்தின் தூர் தீயில் கருகிக் கிடப்பது போலிருந்தது. ராஜாராம் கைகளைக் கழுவிவிட்டு உள்ளே வந்தார். போட்டோவை வாங்கிப் பார்த்தார். அவருடைய முகத்தையும் அவருக்கு அருகில் நின்றிருந்த மனைவியின் முகத்தையும் அவரது கண்கள் மாறி மாறிப் பார்ப்பதைக் கவனித்தான்.

அவருடைய அப்பா எண்ணெய் தடவுவதை நிறுத்தியதும் முனங்கத் தொடங்கினார். “இந்தா வர்றேன்... இந்தா வர்றேன்” என்று போட்டோவை வெளியே கொண்டு சென்றார். சிறிது நேரத்திற்குப் பிறகு உள்ளே வந்தவர், கிண்ணத்திலிருந்த எண்ணெயை எடுத்து அவருடைய பாதங்களில் தடவ ஆரம்பித்தார்.

“எனக்கு தெரிஞ்சவங்க ரெண்டு மூணு பேரு, கல்யாணத்துக்குப் போட்டோ எடுக்கணுமின்னு சொன்னாங்க. கடை அட்ரஸ் கொடுங்க தம்பி. கூட்டிட்டு வர்றேன்” என்றார்.

“கடை போடலண்ணே. வீட்டுலய வெச்சு செய்யுறேன்.”

“அப்படியா தம்பி. உங்க வீடு எங்க இருக்கு.”

அவனது அப்பாவின் பெயரையும் வீடு இருக்கும் இடத்தையும் சொன்னான். ராஜாராம் சிரித்தபடி, “நம்ம மணிண்ணே மகனா நீ. அவருக்கு இவ்வளவு பெரிய பையன் இருக்குறது எனக்கு இப்பத்தாப்பா தெரியும். ஆமா நீ அவரு கூட வேலை செய்யாமே போட்டோ எடுத்துட்டிருக்க” என்று கேலியாக அவனைப் பார்த்தார்.

“பேங்க் வேலைக்கு ட்ரை பன்றேண்ணே. கிடைச்சதும் போயிருவேன். அதுவரைக்கு சும்மா இருக்குறதுக்குப் போட்டோ எடுத்துட்டிருக்கேன்.”

“அப்படியா” என்றவர் அவர் அப்பா இடது காலில் அணிந்திருந்த வெள்ளிக் காப்பைக் காட்டி அவனுடைய அப்பா செய்து கொடுத்தது என்று சொன்னார்.

“அண்ணே, உங்க வீட்டுக் கல்யாணத்துக்குப் போட்டோ எடுக்கிறதுக்கு ஆர்டர் கொடுங்கண்ணே” என்றான். அவன் சொன்னதைக் கேட்டு அவர் சிரித்தார். சரி என்று தலையாட்டினார். அவருடைய வீட்டிலிருந்து வெளியேறி தெருவுக்கு வந்தான். வாசலில் நின்றிருந்தவனை அவர் அழைத்து, “முப்பது ரூபா இருந்தா கொடு நாளைக்குத் தர்றேன்” என்று மெதுவான குரலில் கேட்டார். அவனும் உடனே பாக்கெட்டிலிருந்து பணத்தை எடுத்துக் கொடுத்தான்.

மறுநாள் மார்க்கெட் தெருவிலிருந்து திரும்பும் இடத்தில் அவர்கள் இருவரும் சந்தித்துக் கொண்டார்கள். “உன்னத்தான் தேடிட்டு அலையுறேன். எங்கெங்க தேடுறது. கல்யாணத்துக்கு போட்டோ எடுக்கணுமின்னு ஒருத்தரைக் கையோட கூட்டிட்டு வந்தேன். உங்க வீட்டில கேட்டதுக்கு, வெளியே போயிட்டான்னு சொன்னாங்க. கல்யாண வீட்டுக்காரரு நாளைக்கு வர்றேன்னுனாரு. வந்தா கூட்டிட்டு வர்றேன்” என்று கவலையாகச் சொன்னார். அவனுக்கு கல்யாண ஆர்டரைத் தவற விட்டுவிட்டோம் என்ற வருத்தம் உண்டானது.

“நாளைக்கு எங்கயும் போயிருறாதீங்க தம்பி. வீட்டிலயே இருங்க. ஆர்டர் கொடுக்க வர்றவரை கூட்டிட்டு வந்துர்றேன்” என்று சொல்லிவிட்டுச் சென்றார். அதற்குப் பிறகு ராஜாராம் அவனிடம் பத்துக்கும் மேற்பட்ட தடவை முப்பது ரூபாய் வாங்கியிருக்கிறார். நூற்றுக்கும் மேற்பட்ட தடவை காப்பி வாங்கித் தரச் சொல்லி குடித்திருக்கிறார். ஐம்பதுக்கும் மேற்பட்ட தடவை ஐந்து வடை ஆறு வடை என்று பார்ச்சல் வாங்கிக் கொடுக்கச் சொல்லிக் கேட்டு வாங்கிச் சென்றிருக்கிறார். இதையெல்லாம் அவன் கணக்கு வைத்துக் கொள்ளவில்லையென்றாலும், அவர் வாங்கும் போது இதோடு பத்தாவது தடவை, இதோடு இருபதாவது தடவை மொத்தம் இவ்வளவு ரூபாய் என்று அவரே கணக்கு சொல்வார். இன்று

வரை வீட்டு வாசலில் வைத்து மறுநாள் தருவதாகச் சொல்லி வாங்கிய முப்பது ரூபாயைத் திருப்பித் தரவில்லை. அதற்குப் பிறகு வாங்கிய பணத்தைத் தருவதாகச் சொல்லவும் இல்லை. பணம் தருவதற்கு யோசிக்கும் போது, “நாலு கல்யாணம் இருக்கு. உன்னய தவிர வேற யார்கிட்டேயும் போகக்கூடாதுன்னு சொல்லியிருக்கேன். எல்லாமே வெளியூரு. கல்யாண வீட்டுக்காரங்களைப் பணத்தோட வரச்சொல்லியிருக்கேன்” என்று முப்பது ரூபாயை வாங்கிக்காமல் போகமாட்டார். முப்பது ரூபாயிக்கு மேல் யாரிடமும் கடன் வாங்கமாட்டார். அதுவும் ஒருநாளைக்கு ஒருவரிடம் மட்டுந்தான். ஊரில் அவருக்குப் பெயரே முப்பது ரூபாய்தான்.

சின்ன சௌடம்மன் கோவில் முச்சந்தியில் இளைஞர்கள் கூடி பேசிக்கொண்டிருக்கும்போது, அவரைப் பார்த்ததும் ‘முப்பது ரூபாய் வருது ஓடுங்கடா’ என்று பயந்து ஓடுவார்கள். ஒரு வாரமாக அவரிடமிருந்துத் தப்பித்து அவர் கண்ணில்படாமல் ஒளிந்து கொண்டிருந்தான். இன்று முனிசிபாலிட்டியில் அவரை சந்திக்கும்படியாகிவிட்டது. ராஜாராமுக்கு முப்பது ரூபாயிக்கு என்னதான் செலவிருக்குமோ? ராஜாராம் தன் முன்பாக வந்து நின்றால் என்ன பேசுவது? முப்பது ரூபாய் கடன் கேட்டால் தரலாமா, இல்லையென்று சொல்லலாமா? என்கிற எண்ணம் அவனது மனதில் ஓடியது.

வரி கட்டும் இடத்தில் கூட்டம் குறையவில்லை. நேரம் செல்லச்செல்ல மேலும் ஆட்கள் வந்தபடியிருந்தனர். வரி வசூலிப்பதற்கென நான்கு கவுண்டர்கள் இருந்தன. இரண்டாவது கவுண்டரில் அமர்ந்திருந்த வரி வசூலிக்கும் பெண் எழுந்து நின்று கூட்டத்தை ஒருமுறை பார்த்துக் கொண்டாள். அவளுக்குச் சலிப்பாக இருந்தது. பாட்டிலிலிருந்த தண்ணீரை குடித்துவிட்டு பக்கத்து கவுண்டரில் அமர்ந்திருந்த பெண்ணிடம் ஏதோ சொன்னாள். அவளும் எழுந்து நின்று கூட்டத்தைப் பார்த்தாள். பிறகு நாற்காலியில் அமர்ந்துகொண்டாள்.

“சீக்கிரமா பில் போட்டுக் கொடுங்க மேடம்” என்று ஒருவர் கூட்டத்திலிருந்து குரல் கொடுத்தவுடன், நான்கு பெண்களும்

தலைநிமிர்ந்து பார்த்தனர். அவர்கள் அதை கேட்டுக் கொண்டதாகத் தெரியவில்லை. முன்பாவது ஏதாவது வேலை செய்தார்கள். இப்போது கம்ப்யூட்டரை மட்டும் பார்த்தபடி வெறுமனே அமர்ந்திருந்தனர். அவன் தனக்கு முன்பாக நின்றிருந்தவர்களை எண்ணிப் பார்த்தான். பனிரெண்டு நபர்களா இல்லை பதினான்கு நபர்களா என்று சரியாக எண்ண முடியவில்லை. வரிசை கலைந்திருந்தது. வரிசையிலிருந்து விலகி நின்றிருந்தவர்களையும் எண்ணிக்கையில் சேர்த்துக் கொள்ள வேண்டும் என்பதை நினைத்தவன் திரும்பவும் எண்ணினான். ரசீது அச்சாகும் ஓசை பிரிண்டரிலிருந்து மெதுவாக கீரீச் கீரீச் என்று அந்த அறை முழுக்கக் கேட்கத் தொடங்கியது.

அவன் முறை வந்தது. அப்பெண்ணிடம் பணத்தையும் குடிநீர் இணைப்பு கார்டையும் கொடுத்தான். ரசீது அச்சாகும் சமயத்தில் தம்பி என்று குரல் கேட்டதும் திரும்பிப் பார்த்தான். ராஜாராம் நின்றிருந்தார். 'இதையும் சேர்த்து கட்டு தம்பி' என்று தன்னிடமிருந்த பணத்தையும் கார்டையும் கொடுத்தார். பணம் சரியாக இருந்ததால் வாங்கி கவுண்டரில் கொடுத்து ரசீது வாங்கினான். அவன் கூட்டத்தை விட்டு விலகி வெளியேறினான். அவனுக்குப் பின்னால் வந்து நின்றவர், "உங்கள இரண்டு மூனு நாளா தேடிட்டு இருந்தேன். எங்க போயிருந்திங்க" என்று கேட்டார்.

தன்னை மரியாதையுடன் அழைத்துப் பேசுவதைக் கேட்டவுடன் சந்தேகமாக அவரைப் பார்த்தான். அவருக்குப் பதில் எதுவும் சொல்லவில்லை. அவரைக் கடந்து முன்னால் நடந்து சென்றான். அவர் அவனுக்குப் பின்னால் வந்தார். அவனுக்கு எரிச்சலாக இருந்தது. ராஜாராம், "ஒரு விஷயம் கேட்கணும்" என்று வேகமாக அவன் முன்னால் நின்றார்.

"உங்க கடையில வந்து தினமும் உட்கார்ந்துட்டுப் போறேன். யாராச்சு கேட்டா ஸ்டுடியோவில வேலை பார்க்கிறேன்னு சொல்லுங்க தம்பி" என்றார். அவர் அப்படிக் கேட்டது அவனுக்குப் பரிதாபமாகத் தெரிந்தது. அப்போதுதான் அவருடைய உருவத்தை முழுமையாகப் பார்த்தான். அழுக்குச்

சட்டையும் வேட்டியுமாக இருந்தார். வழக்கமாக முப்பது ரூபாய் இருந்தா கொடு என்று அதிகாரமாகக் கேட்கும் ராஜாராம் இல்லையென்று தெரிந்தது.

அவன் ஸ்டுடியோ வைத்திருக்கவில்லை. வீட்டின் முன்னறையில் காலையில் மாலையில் சிறிது நேரம் அமர்ந்திருப்பான். அதுதான் அவனது அலுவலகம். அதுதான் அலுவலக நேரம். அதுவும் அவனது அப்பா இல்லாத நேரத்தில் மட்டுந்தான். அவனது அப்பாவுக்கு இதெல்லாம் பிடிக்கவில்லை. கேமராவைத் தூக்கி உடைத்துவிடுவேன் என்று பயமுறுத்தியிருந்தார். ஆயுத பூஜையன்று பட்டறைக்குச் சென்று சாமி கும்பிட அமர்ந்ததற்கு எழுந்து போடா வெளியே. உன்னோட காமிராவை வெச்சு சாமி கும்புடு என்று விரட்டிவிட்டார். அதிலிருந்து அவருடன் அவன் பேசுவதில்லை. அவர் வீட்டிலிருக்கும்போது அவன் வெளியே சென்றுவிடுவான். ராத்திரி அவர் பட்டறைக்கு வருவதற்கு முன்பாக வீட்டுக்கு வந்து சாப்பிட்டு அறைக்குள் சென்று படுத்துக்கொள்வான். சீக்கிரமாக பேங்க் வேலை கிடைத்துவிட்டால் போதும் இந்த வீட்டை விட்டு வெளியே எங்காவது சென்றுவிடலாம் என்று நினைத்திருந்தான்.

அவன் தன்னுடைய பாக்கெட்டிலிருந்த முப்பது ரூபாய் பணத்தை எடுத்து அவரிடம் கொடுத்தான். அவர் வாங்கவில்லை.

“எனக்குப் பணமெல்லாம் வேணாம் தம்பி. உங்க ஸ்டுடியோவில வேலை செய்றேன். யாராச்சும் கேட்டா நானு உங்க கிட்ட வேலை செய்யுறேன்னு சொன்னா போதும். மாப்பிள்ளை வீட்டுக்காரங்க நான் வேலை எதுவும் இல்லாமல் சும்மா இருக்கேன்னு எம் மகளைப் பெண்ணு பார்க்க வரமாட்டேங்குறாங்க” என்று சொன்னதும் அவனுக்கு சங்கடமாக இருந்தது. அவருடைய முகத்தைப் பார்த்தான். அவர் தலைகவிழ்ந்திருந்தார். ஆனால் அவர் அவனது கைகளைப் பிடித்திருந்தார்.

“எம்மக கல்யாண வரைக்குமாச்சும் உங்ககிட்டே இருக்கேன். ஏதாச்சும் வேலை செஞ்சுட்டு” என்று சொன்னார். அவன் கைகளை உதறிவிட்டு, “வேற யாருக்கிட்டயாச்சும் வேலை கேளுங்கண்ணே” என்று சொன்னான். அவன் அவரைக் கடந்து

சென்ற பிறகும் அந்த இடத்தில் நின்றிருந்தார். அவன் அந்தத் தெருவைக் கடந்து சென்று பிறகும் அவர் மெதுவாக நடந்தார். விரல்களிலிருந்த ஈரத்தைத் துடைத்துக்கொண்டார்.

ராஜாராம் அவருடைய வீட்டிற்கு வந்த போது, வீடு பூட்டியிருந்தது. ஒற்றை கதவு. கதவு எண் எழுதிய இடத்திற்குச் சற்று மேல் நகராட்சி ஊழியர்கள் கணக்கெடுப்புக்கு குறித்து வைத்திருந்த எண்கள் தெரிந்தது. அதனை இப்போதுதான் ராஜாராம் பார்த்தார். கதவைத் தட்டினார். இரண்டு தடவைத் தட்டிய பிறகு அவரது மனைவி வருவாள் என்பது அவருக்குத் தெரியும். முதல் தடவை தட்டிவிட்டு காத்திருந்தார். தெருவில் நடந்து செல்பவர்கள் அவரைப் பார்த்துச் சிரித்தார்கள். பதிலுக்கு அவரும் சிரித்துக் கொண்டார். யாரிடமும் பேசுவதற்கு மனதில்லை. பேசுவதற்கு என்ன இருக்கிறது. நல்லாயிருக்கேன், சாப்பிட்டாச்சா என்பதைத் தவிர மற்றவர்கள் தன்னிடம் என்ன கேட்பார்கள், மற்றவர்களிடம் கேட்பதற்குத்தான் என்ன இருக்கிறது என்று முகத்தைத் திருப்பிக் கொண்டார்.

யாரும் தன்னுடன் முகங்கொடுத்துப் பேசாமல் கடந்து போகும் போது அவருக்கு எரிச்சலும் கோபமும் வரும். எவ்வளவு பெரிய வீடு. இந்த ஊரில் தன்னுடைய அப்பா எவ்வளவு பெரிய மனுஷன். எத்தனை பேர் காப்பித் தோட்டத்தில் வேலை செய்கிறார்கள். ஆனால் எல்லாம் தீயில் வெந்து எரிந்த காகிதமாக கரித்தூளாகப் போய்விட்டது ஒரு நொடியில் என்பதை நினைக்கும் போது அவருக்கு வேதனையாக இருக்கும். கேடுகாலம் முதலில் அவருடைய அப்பாவின் காலைப் பிடித்து மெதுவாக வீட்டிற்குள் நுழைந்ததை அவர் அறியவில்லை. பிறகு தனது மகனின் உடம்பிற்குள் நுழைந்ததைக் கண்டு அழுதார்.

ராஜாராம் இரண்டாவது தடவை தட்டியதும் கதவு திறந்தது. அவரது மகன் கார்த்திகேயன் கதவைத் திறந்துவிட்டு நின்றிருந்தான். அவனது கைவிரல்களையும் கால் விரல்களையும் பார்த்தார். வெளுத்து தோலுரிந்திருந்தது. அவனைப் பார்க்கும் போது கைவிரல்களிலும் கால் விரல்களிலும் பல்லிகளைக் கட்டித் தொங்கவிட்டிருப்பதுப் போன்ற உணர்வு ஏற்படும்

அவருக்கு. கண்களை மூடிக்கொண்டார். பாதங்கள் பொருத்து நடக்கும்போது தொப்தொப்பென்ற சத்தம் கேட்டது. இரண்டு தினங்களுக்கு முன்பாக காலையில் முகங்கழுவி விட்டு கண்ணாடியின் முன்பாக நின்று தலை சீவிக் கொண்டிருந்தவனைப் பார்த்தார். அவனது கீழ் உதட்டில் கொப்புளம் மொட்டுபோல வெடித்திருந்தது. சிறிது நாட்களில் அது வெடித்து தோலுரிந்து வெளுத்துவிடும். உதடு பொருத்து வீங்கி தினமும் தோலுரியும். பிறகு உதட்டிலிருந்து கன்னத்திற்கும் பிறகு காதிற்கு அது பரவும் என்று அவருக்குத் தெரியும். அதற்குப் பிறகு அவன் முகத்தைப் பார்க்கவில்லை. கதவு திறக்கும் போதுகூட அவனுடைய முகத்தை அவர் பார்க்கவில்லை.

கார்த்திகேயன் கதவைத் திறந்துவிட்டதும் வீட்டிற்குள் சென்று விட்டான். ராஜாராம் நேராக அவரது அப்பா ராமலிங்கம் படுத்திருந்த அறைக்குச் சென்றார். அப்பாவின் கண்களிலிருந்து கண்ணீர் வடிந்திருந்தது தெரிந்தது. அறையிலிருந்த பொருட்கள் சிதறிக்கிடந்தன. அவர் வீட்டில் இல்லாத நேரத்தில், அறையை ராஜாராமின் மனைவி பூட்டி வைத்து விடுகிறாள் என்பதற்காக கதவின் பூட்டைக் கழற்றி அறைக்குள் வைத்திருந்தார். அந்த கதவு கீழே விழுந்து கிடந்தது. ராமலிங்கம் அந்தச் சத்தத்திற்குப் பயந்து அழுதிருக்கிறார் என்பதை அவர் தெரிந்து கொண்டார்.

ராஜாராம், “அழபேட அழபேட ஒன்ந்தினுயில்ல அப்பாரு அழபேட” என்று அவரை சமாதானம் செய்தார். ராமலிங்கம் தனது மகனின் குரலைக் கேட்டதும் கண்களைத் திறந்தார். தன்னுடைய மகனின் கரங்களைப் பற்றிக் கொள்ள அலைந்தன அவருடைய விரல்கள். கைகளை சரிவரத் தூக்க முடியாமல் தவித்த அப்பாவின் கைகளைப் பற்றிக்கொண்டார்.

அவர் கைகளைப் பற்றிக் கொண்டதும் “பத்தேட்டவா, பத்தேட்டவா” என்று கேட்டார். அதற்குப் பிறகு அவருடைய விரல்கள் நடுங்குவது நின்றது. அப்பாவின் பெயரிலிருந்த ஏலத்தோட்டத்தையும் வீட்டையும் தன்னுடைய மனைவியின் பெயருக்கு எழுதித் தந்த பிறகும் ஏன் சண்டை போடுகிறாள்.

வேண்டுமென்றே அவள் ஒவ்வொரு நாளும் ஒவ்வொரு பிரச்சினைகளை உருவாக்குகிறாள். பாத்திரங்களைக் கீழே போடுவதும், வீட்டில் தானில்லாத நேரத்தில் அப்பாவின் அறைக்கு வந்து அறைக்குள்ளிருக்கும் பொருட்களை தள்ளிவிடுவதும் அவருடைய மருந்துப் பாட்டிலைக் கீழே போட்டு உடைப்பதும், மருந்து வாங்க பணம் தராமல் தன்னுடன் சண்டை போடுவதுமாக தினமும் ஒட்டாரம் செய்பவளுடன் இனியும் வாழத்தான் வேண்டுமா என்கிற சிந்தனை தினமும் ராஜாராமுக்கு வரும். இன்று எதற்காக கதவைத் தள்ளிவிட்டிருக்கிறாள் என்பது இனிமேல் வரும் சண்டையில் தெரியும் என்று அமைதியாக கட்டிலின் அருகில் அமர்ந்தார்.

“வீட்டுக்கு குழாவரி கட்டப் போயிருந்தேன்.”

“பஜாருக்குப் போயிருந்தியா. காய் விலை ஏத்தமா இறக்கமான்னு விசாரிச்சியா.”

ராஜாராம் ஒன்றும் பேசவில்லை. தனது இடுப்பில் சொருகி வைத்திருந்த மருந்து பாட்டிலை எடுத்து அதன் மூடியைத் திறந்தார். கிண்ணத்தில் சிறிது மருந்தை ஊற்றி விரல்களில் எடுத்து அப்பாவின் முழங்காலிலிருந்து பாதம் வரை மருந்தைத் தேய்த்தார். ராமலிங்கம் கண்களை மூடிக்கொண்டார். அவரது கன்னங்களில் நீர் இறங்குவதை ராஜாராம் பார்த்தார்.

ராஜாராமின் அப்பா ஐந்து வருடங்களுக்கு மேலாக படுத்த படுக்கையில் கிடந்தார். முன்பு அவராக எழுந்து கழிப்பறைக்குச் சென்று வர முடிந்தது. பிறகு கம்பை ஊன்றி நடக்க முடிந்தது. இப்போது யாராவது ஒருவர் அவரை அழைத்துச் செல்ல வேண்டியதாகவுள்ளது. அவரால் பாதங்களை தரையில் ஊன்றி நிற்க முடியவில்லை. வேட்டி நுனி தரையைக் கூட்டிச் செல்வதுபோல் கால்கள் இரண்டும் தரையைத் தேய்த்துச் சென்றன. ஒருமுறை ராஜாராம் அவரை கழிப்பறைக்கு அழைத்துச் செல்வதற்குள் வழியிலேயே அவர் மலங்கழித்துவிட்டார். கட்டியிருந்த வேட்டியில் வடிந்து தரை முழுக்க விழுந்தது. வேட்டியை துவைத்துக் காய வைத்து,

தரையை அலசிவிட்டு பினாயல் ஊற்றி காய வைத்த பிறகுதான் அவரது மனைவி வீட்டிற்குள் வந்தாள். இரண்டு நாட்கள் முகத்தில் கைக்குட்டையைக் கட்டிக்கொண்டு வீட்டிற்குள் வேலை செய்தாள். ஒரு வாரமாக பாத்திரங்களைத் தரையில் போடுவதும் ராஜராமின் அம்மாவையும் அப்பாவையும் திட்டுவதும் அவருக்குச் சோறு வைக்காமல் வேண்டுமென்றே இல்லையென்று சொல்வதுமாக சண்டையிட்டாள். நாளுக்கு ஒருவேளை உண்ணுவதற்கு சோறு எடுத்து வைப்பதே அதிசயமாக இருந்தது. அதற்குப் பிறகு அவர் எதுவும் உண்ணுவதில்லை. கொலை பட்டினி. ஒரு மடக்கு தண்ணீருக்கு நாயாக அலையும் தன்னுடைய வாழ்க்கையை நினைத்து அழுதார். சோறு போடு என்று கட்டிய மனைவியிடம் கேட்டதற்கு "எங்காச்சும் போய் பிச்சையெடு" என்று நாக்கைத் துருத்திக் கொண்டு அடிக்க வந்தாள். அவர் பயந்து போனார்.

ராமலிங்கம் மெதுவாக முனங்கினார். "காய் விலை ஏத்தமில்ல" என்று ராஜாராம் அவரது அப்பாவிடம் சொன்னார். உண்மையில் அவர் பஜாருக்குப் போகவில்லை. நகராட்சியிலிருந்து நேராக வீட்டிற்கு வந்துவிட்டார். பஜாருக்குப் போனால் வியாபாரிகள் பலரும் அவரிடம் விசாரிப்பார்கள். தோட்டத்துக்காரர்கள் யாராவது ஏன் தோட்டத்திற்கு வரவில்லையென்று கேட்பார்கள்.

"தோட்டத்துலயிருந்து காய் வந்துருச்சு. ஆளுக வர்றதையும் போறதையும் வெச்சுதான் தெரிஞ்சுக்கிட்டேன்" என்று ராமலிங்கம் மெதுவாகச் சொன்னார்.

"என்னய அவ வயல்பட்டிக்கு அனுப்பிட்டா."

"நீ காப்பு காயைப் பாக்கலயா. காயைத் தொட்டுப் பார்த்து எத்தன வருசமாச்சு."

"ஏங்கண்ணில அவ காட்டுறது இல்ல. அவங்ண்ணன் வர்றாரு. எடையை போட்டு வாங்கிட்டுப் போறாரு. எவ்வளவு எடை. எவ்வளவு பணம் எதுவும் கணக்கு சொல்லுறதில்ல. பேங்கில போய் பணத்தைப் போட்டுட்டு வர்றா. அவளா தோட்டத்துக்காரங்களுக்கு சம்பளம் கொடுக்கறா. அவளா

தோட்டத்துக்கு ஜீப்பில போறா. வர்றா. நா விட்டுட்டேன். போய்ச் சேரட்டும்” என்று அப்பாவின் கால்களைப் பிடித்துக் கொண்டு பேசினார் ராஜாராம்.

அவருக்கு வீட்டிலிருப்பதற்குப் பிடிப்பில்லாமல் போய்விட்டது. மகளையும் மகனையும் தாத்தாவுடன் பேசுவதற்கு அவள் சம்மதிக்கவில்லை என்பது அவருக்குத் தெரியும். பிள்ளைகளை அவருடன் பேசினால் உங்களுக்குச் சோறு போடமாட்டேன் பயமுறுத்தி வைத்திருந்தாள். அம்மாவையும் மீறி தாத்தாவுடன் ஆசையாக பேசியதைப் பார்த்தவளுக்கு ஆங்காரமாக வந்து, இரண்டு நாட்கள் எதுவும் செய்து தரவில்லை. பட்டினியோடு பள்ளிக்கூடத்திற்கு அனுப்பினாள். அதிலிருந்து மகனும் மகளும் தாத்தாவின் அறைப் பக்கம் நிற்பதுகூட இல்லை. தன்னுடைய அப்பாவிற்கு செய்த அவள் பாவங்கள்தான் மகனுக்கு நோயாக வந்திருக்கிறது என்று கவலைப்பட்டார்.

“ஆறு ஒரு இடத்தில ஆரம்பிச்சு, இன்னொரு இடத்தில போய் சேருறது கண்ணுக்கு வேணா தெரியாம இருக்கலாம். ஆரம்பிச்ச மாதிரி எங்காவது முடிஞ்சுதான் ஆகணும்” என்று ராமலிங்கம் சொன்னார். எதற்காகச் சொல்கிறார். எதற்குச் சொல்கிறார் என்று அவருக்குத் தெரியவில்லை.

“பொறுத்துப் பொறுத்துப் போய் அசிங்கப்பட்டுட்டேன். நா செத்துட்டா உங்களைத் தூக்கிப் போடுறதுக்கு யாரு இருக்கா.”

“ஏம்மனசு உசிரை போ போன்னு தள்ளிவிடுது. உடம்பு உசிரை இழுத்துப் பிடிச்சிக்கிட்டு போகவிடாம செய்யுது. காலும் கையும் வலியால இத்துப்போச்சு.”

ராஜாராம் எழுந்து கொண்டார். காலையில் இரண்டு தம்ளர் கேப்பை கஞ்சி குடித்துவிட்டுச் சென்றதோடு சரி. வயிறு தீயாக எரிந்தது. செம்பு நிறையத் தண்ணீர் குடிக்கலாம் என்று அறையை விட்டு வெளியே வந்தார். கழிப்பறைக்குச் சென்று கைகளுக்குச் சோப்புப் போட்டுத் தேய்த்துக் கழுவினார். அண்டாவுக்குள் செம்பு விழுகிற சத்தம் வீடு முழுக்க எதிரொலித்தது. அவர் வேட்டியில் கைகளைத் துடைத்துவிட்டு சமையலறைக்குள் நுழைந்தார். பானையில் தண்ணீர் இருந்தது.

குடிப்பதற்காக செம்பைத் தேடினார். தம்ளரைத் தேடினார். சமையலறையில் எதுவுமில்லை. ஒரு கிண்ணம் கிடைத்தால் கூட பரவாயில்லை, தாகத்திற்குத் தண்ணீர் குடிக்கலாமெனத் தேடினார். ராஜாராம்யின் மனைவி அவர் தேடுவதைக் கவனிக்காமல் மும்முரமாக வேலை செய்து கொண்டிருந்தாள்.

“தம்ளர் எதாச்சு கொடு தாகத்துக்குத் தண்ணி குடிக்கணும்” என்று மனைவியின் முன்பாக நின்றார்.

அவள் பதில் எதுவும் பேசவில்லை. வெங்காயத்தை உறித்துக் கொண்டிருந்தாள். ராஜாராம் அவள் பேசாமலிருப்பதைப் பார்த்து சமையலறையில் தம்ளர் வைத்திருக்கும் இடத்தைப் பார்த்தார். அந்த இடத்தில் தம்ளர்கள் எதுவுமில்லை. செம்பு, கிண்ணம் என்று எதுவுமில்லை. அவள் அனைத்தையும் அண்டாவிற்குள் போட்டு அவளது காலடிக்குப் பக்கத்தில் வைத்திருந்ததைப் பார்த்ததும் ஆவலாக அவளருகே சென்றார். அண்டாவுக்குள்ளிருக்கும் தம்ளரை எடுக்க குனிந்து கையை நீட்டினார். அவள் வேகளம் வந்தவள் போல் அவருடைய சட்டையைப் பிடித்துக் கீழே தள்ளிவிட்டாள். அவர் தரையில் விழுந்தார். அவருக்கு ஒன்றும் புரியவில்லை. பட்டசாலையில் தனக்கும் அப்பாவுக்கும் என்று தனியாக ஒரு பானையில் தண்ணீர் இருக்கும். பானையின் மேல் தம்ளர் இருக்கும். பட்டசாலையில் எதுவுமில்லை என்றுதானே சமையலறைக்குள் வந்திருக்கிறோம் வேறெதுக்கு வந்திருக்கிறோம், இவள் செய்யும் சமையலை வேடிக்கை பார்க்கவா, இல்லை கைநீட்டி வாங்கிச் சாப்பிடவா என்று நினைத்துக் கொண்டவர், “வெளியே இருக்கிற பானையையும் காணோம். தம்ளரையும் காணோம்” என்று கோபமாகக் கேட்டார்.

அவள் சேலையைத் தூக்கிக் கொண்டு வேகமாக வந்து அவருடைய நெஞ்சில் ஏறி மிதித்தாள். தண்ணி வேணுமாக்கும் தண்ணி போடா வெளியே மயிராண்டி. நீயும் உங்கப்பனும் வெளியே போங்கடா. நீங்க செஞ்ச பாவத்துக்கு எம்மகன் தலையில விழுந்திருக்கு” என்று இன்னொரு தடவை அவரை எத்தி மிதிக்க காலை ஓங்கினாள். அவர் பயந்து போய் எழுந்து வெளியே வந்தார்.

அவருடைய உதடு காய்ந்திருந்தது. அப்பாவின் அறைக்குள் சென்று சிறிது நேரம் அமைதியாக அமர்ந்திருந்தார். சிறிது நேரத்திற்குப் பிறகு எழுந்து, “வெளியே போனதும் வந்துர்றேன்” என்றார். அதைக் கேட்டதும் ராமலிங்கம், “என்னய தனியா விட்டுட்டுப் போகாத ராஜாராம்” என்று அழுதவாறு சொன்னார். ராஜாராமுக்கு என்ன செய்வது என்று தெரியவில்லை. யாரிடமாவது கடைசியாக கடனுக்குப் பணம் வாங்கி ஏதாவது மருந்தை வாங்கி அப்பாவுடன் குடித்துவிட்டு செத்துப்போக வேண்டுமென்ற என்ணம் அவருக்கு மனதில் தோன்றியது. சாவதற்கு மருந்து வாங்குவதற்குக்கூட யாரிடமாவது கடன் வாங்க வேண்டுமென்கிற தலைவிதியை நினைத்து அழத்தொடங்கினார்.

ராமலிங்கம் அவர் அழுவதைப் பார்த்து, “அழாத அழாத” என்று முனங்கினார்.

“செத்துப்போறதுக்கு மருந்து வாங்கணுமின்னா கூட யாருக்கிட்டயாச்சும் கடன் வாங்கணும். யார் தருவா. கடைசியா முப்பது ரூபா கடன் வாங்கி மருந்தை வாங்கிட்டு வந்துருறேன். இன்னைக்கு ராத்திரி குடிச்சுட்டு செத்துப்போவோம்” என்று மெதுவாகச் சொன்னார்.

ராமலிங்கம் தன்னுடைய மகனின் முகத்தைப் பார்த்தார். பிறகு அவரிடம் தன்னுடைய தலையணைக்குக் கீழே இருந்த காகித மடிப்பை எடுத்துப் பார்க்கச் சொன்னார். ராஜாராமும் காகித மடிப்பைப் பிரித்துப் பார்த்தார். அதில் பணம் இருந்தது. மருந்து வாங்குவதற்கு அந்தப் பணம் போதும் என்று நினைத்துக் கொண்டார் ராஜாராம்.

வயதான காதுகள்

ராஜேஸ்வரிக்கு இரண்டு காதுகளும் கேட்கவில்லை. அவளுக்கு முதலில் குக்கர் விசில் சத்தம் கேட்கவில்லை. அடுத்து குளியலறையிலிருந்து அவளது மகள் முத்துமீனா சோப்பு கேட்டு அழைத்தது கேட்கவில்லை. மிக்ஸியில் சட்னி அரைத்த போது இயந்திரம் ஓடுவதைப் பார்க்க முடிந்தது. ஆனால் கேட்க முடியவில்லை. அவள் பயந்துபோனாள். காதுகள் இரண்டையும் பஞ்சால் துடைத்து சுத்தம் செய்தாள். நன்றாக ஆட்டித் தட்டிவிட்டாள். சளி அடைத்திருக்கும் என்று வாஷ்பேஷனுக்குச் சென்று காறித்துப்பினாள். ராஜேஸ்வரிக்கு இரண்டு காதுகளும் கேட்கவில்லை.

ராஜேஸ்வரிக்கு ஐம்பது வயது நிறைவடைகிறது. கடந்த மூன்று மாதங்களாக ரத்தத்தில் சர்க்கரையின் அளவு சரியாக இருக்கவேண்டுமென்பதற்காக சாப்பிடும் உணவை கட்டுப்பாட்டில் வைத்திருந்தாள். சாப்பாட்டை குறைப்பதால் ஒருவேளை காதடைத்துப் போயிருக்கும் என்று நினைத்தாள். மகளிடமும் கணவனிடமும் சொல்லிக்கொள்ளவில்லை. குளியலறையிலிருந்து வந்த சத்தம், உறங்கிக்கொண்டிருந்த அவளது கணவன் சிவராமனை எழுப்பிவிட்டது.

சிவராமன் தூக்கம் கலைந்த கோபத்தில் சமையலறைக்கு வந்து, “காது கேட்கலயா. செவிட்டு கழுத. சோப்பு கேட்குறா எடுத்துட்டுப் போ” என்று கத்தினார். சிவராமன் கத்தி சத்தமாகப் பேசியது அவளது காதிற்குச் சன்னமாகக் கேட்டது. அதுவும் அரைகுறையாக. சோப்பு என்ற வார்த்தையை வைத்துப் புரிந்துகொண்டாள். தனக்குக் காது கேட்கவில்லையென்பதை வெளியே காட்டிக்கொள்ளக்கூடாது என்பதற்காக, “குளிக்கப் போறப்ப சோப்ப எடுத்துட்டுப் போறப் பழக்கம் கழுதைக்கு இல்ல” என்று திட்டிக்கொண்டு சென்றாள்.

முத்துமீனா குளித்து முடித்து வெளியே வந்ததும், தன் மீது சந்தேகம் வரக்கூடாது என்பதற்காகத் திரும்பவும் அவளைத் திட்டினாள். அவள் பதில் எதுவும் பேசவில்லை. தட்டில் இட்டிலி வைத்து சட்டினியை ஊற்றி அவளுக்குக் கொடுத்தாள். முத்துமீனா, ஜடை பின்னுவதற்காக நாற்காலியில் அமர்ந்ததும் அவள் அழைப்பதற்கு முன்பாக சீப்பை எடுத்துக் கொண்டு அவளருகே சென்று நின்று கொண்டாள்.

“நாலு தடவ கத்துன பெறகு வந்து நிப்ப. இன்னைக்கு கூப்பிடுறதுக்கு முன்னாடியே வர்ற. மழை வரப்போகுதும்மா” என்று சொன்னாள். ராஜேஸ்வரிக்குச் சங்கடமாக இருந்தது. அவள் ஏதோ பேசுகிறாள். அது என்னவென்று தெரியவில்லை. எப்படி சமாளிப்பது என்று அவளது முகத்தைப் பார்த்தாள். ரிப்பனைத் தேடுவதுபோல அங்குமிங்கும் பார்த்தாள். கொடியில் தொங்கியது. ரிப்பனை உருவி எடுத்து இடுப்பில் சொருகிக்கொண்டவள், ஜடை பின்னுவதில் மும்முரமாக இருப்பதாக பாவனையில் முகத்தை வைத்துக் கொண்டாள். ஆனால் அவளது மனதுக்குள் தனக்கு காது கேட்கவில்லையென்கிற வேதனை பதற்றத்தைத் தந்தது. அவளது கைகளும் கால்களும் லேசாக நடுங்கத் தொடங்கின. ஐம்பது வயதானால் காது கேட்காமல் போய்விடுமா என்று நினைத்தவளுக்கு தனக்கு இவ்வளவு சீக்கிரத்தில் ஐம்பது வயது வந்துவிட்டதே என்று தன் மேல் வெறுப்படைந்தாள். முத்துமீனாவின் எதிரே இருந்த கண்ணாடியில் தன்னுடைய காதுகளைப் பார்த்தாள். அவளது முகத்தை விட காதுகள்

இரண்டும் மிகவும் வயதான தோற்றத்தைத் தந்தது. உடனே அதனை வெட்டி எறிய வேண்டுமென்கிற கோபம் வந்தது அவளுக்கு.

ராஜேஸ்வரி தனக்கு இதற்கு முன்பு இப்படி காது கேட்காமல் போயிருக்கிறதா என்று யோசித்துப் பார்த்தாள். ஞாபகப்படுத்திப் பார்க்கப் பார்க்கச் சிறுவயதில் பள்ளிக்கூடம் விட்டு வீட்டுக்கு வந்த போது காது வலியெடுத்து காது கேட்காமல் இருந்ததையும் இரவில் சூடாக நல்லெண்ணெயைக் காய்ச்சி மிளகாய்வற்றலில் ஊற்றிச் சொட்டு சொட்டாக விட்டுக் கொண்டதும் காது ங்ங்யெங் என்கிற சத்தத்துடன் கேட்கத் தொடங்கியது நினைவுக்கு வந்தது. கணவனும் மகளும் வெளியே சென்றதும் முதல் வேலையாக நல்லெண்ணெயைக் காய்ச்சி காதில் ஊற்ற வேண்டுமென நினைத்தாள். ஆனால் அதுவரை எப்படி இவர்கள் பேசுவதற்குப் பதில் பேசி சமாளிப்பது என்று கவலைப்பட்டாள்.

சிவராமனின் அலைபேசி மணி ஒலித்தது. கழிப்பறையிலிருந்தவர், “யாருன்னு பாருங்க யாருன்னு பாருங்க” என்று கத்தினார். முத்துமீனா எரிச்சலோடு அம்மாவைப் பார்த்தாள். “போனு வர்றது கேட்கலயா? செவிடு மாதிரி நிக்குற. எடுத்து யாருன்னு பாத்து அந்தாளுக்கிட்ட சொல்லு. இல்லன்னா கக்கூஸில ஒக்காந்துட்டு கத்துவாரு. பத்து வீட்டுக்குக் கேக்குற மாதிரி” என்றாள். அவள் கையை செல்போன் பக்கமாக நீட்டியதால் ராஜேஸ்வரி தப்பித்தாள். முத்துமீனாவின் உச்சந்தலையில் சீப்பை சொருவி வைத்துவிட்டுச் சென்றாள். அதற்குள் செல்போன் மணியடிப்பது நின்றது.

“யாருன்னு தெரியல. நீங்க வந்து பாத்துப் பேசுங்க” என்றாள்.

முத்துமீனா முகங்கழுவி பவுடர் அடித்துக் கல்லூரிக்குக் கிளம்பியதும் அவளுக்கு நிம்மதியானது. வீடு கூட்டி பாத்திரங்களைக் கழுவி வைத்தால் காலை நேர வேலைகள் முடிந்துவிடும். நல்லெண்ணெயைக் காய்ச்சி காதுகளுக்கு ஊற்றலாம் என்று நினைத்தாள். மீனாவின் அறையிலிருந்து அழுக்குத்துணிகளை எடுத்து மிஷினில் போட்டாள். மீனா

அவளது உள்ளாடைகளைக் கழற்றி கட்டிலுக்குக் கீழே போட்டிருந்தாள். எதற்காக தினமும் இப்படிச் செய்கிறாள். உள்ளாடைகளை யாரும் பார்க்கக்கூடாது என்று இப்படிச் செய்கிறாளா? துவைத்து மொட்டை மாடியில் உலர்த்தத் தொங்கவிடும் போது அனைவரும் பார்ப்பார்கள். துவைத்த உள்ளாடைகளை ஒளித்து வைத்தா ஈரத்தை உலர்த்த முடியும் என்று தலையில் அடித்துக் கொண்டாள். அவளுக்கு வாஷிங் மிஷின் ஓடுவது தெரிந்தது. சத்தம் கேட்கவில்லை. குனிந்து மெஷினின் மேல் காதுகளை வைத்துக் கேட்டாள். சத்தம் கேட்கவில்லை. தன்னுடைய காதிற்கு ஏதோ பெரியதாகப் பிரச்சினை உருவாகிவிட்டது, அதிலிருந்து காப்பாற்றிக் கொள்ள வேண்டுமென்று நினைத்தவளுக்கு பயம் உண்டானது.

சிவராமன் குளித்து முடித்து உடை மாற்றிக் கொண்டிருந்தார். கழுத்தில் நெஞ்சில் முதுகில் என்று பவுடரை கொட்டித் தடவுவதை வேடிக்கை பார்த்தாள் ராஜேஸ்வரி. சிவராமனுக்குத் தட்டில் இட்டிலியை எடுத்து வைத்துவிட்டு அமர்ந்தாள். எந்த சத்தமும் இல்லாமல் அமைதியாக இருப்பதுபோல உணர்ந்தவள் தன்னைச் சுற்றி என்ன நடக்கிறது என்பதைப் பார்த்துத்தான் தெரிந்துகொள்ள வேண்டுமென்று சுற்றிச் சுற்றிப் பார்த்தக்கொண்டாள். பீரோவின் கதவைத் திறப்பதும் பூட்டுவதும் பார்த்த பிறகுதான் தெரிகிறது. தன்னைப் பார்த்து ஏதோ சொல்கிறார் என்னவென்று தெரியவில்லை. என்ன சொல்லியிருப்பார். சிவராமனுக்குச் சாப்பிடுவதற்கு முன் நியூஸ் கேட்க வேண்டும். நியூஸ் கேட்டுக்கொண்டே சாப்பிடவேண்டும். இல்லையென்றால் இட்டிலி, இட்டிலி மாதிரி இருக்காது. ஒருவேளை தொலைகாட்சியைத்தான் சுவிட்ச்ஆன் செய்யச் சொல்கிறாரோ என்று எழுந்து தொலைக்காட்சியின் பித்தானை அழுத்தினாள்.

சேனலில் விளம்பரம் வந்தது. அவளுக்கு ஒருவகையில் காது கேட்காமல் இருந்தது நல்லதாகத்தான் தோன்றியது. காது கேட்கும் கருவி ஒன்றிற்கு இரண்டாக வாங்கி மாட்டிக்கொள்ளலாமென்று விளம்பரங்களை ஆர்வமாகப்

பார்த்தாள். சிவராமன் வந்து அவள் முன் உட்காரும் வரை காது கேட்கும் கருவி குறித்த விளம்பரம் எதுவும் வரவில்லை.

“டிவிய போடு டிவியபோடுன்னு நாலு தடவ சொன்னாலும் போடமாட்டே. தொணதொணன்னு எதாவது பேசிட்டிருப்பா. இன்னைக்குச் சொல்லுறதுக்கு முன்னாடி டிவிய போட்டிருக்க ராஜி” என்று சிவராமன் சொன்னார். அவள் அவருடைய முகத்தைப் பார்த்து பரிதாபமாகச் சிரித்தாள். என்ன பேசியிருக்கிறார் என்பது அவளுக்குத் தெரியும்.

“இன்னைக்கு சாயங்காலம் வர்றதுக்கு நேரமாகும்” என்று சிவராமன் அவளிடம் சொன்னார். தொலைக்காட்சியில் காது கேட்கும் கருவி விளம்பரம் வருகிறதா என்கிற மும்முரத்தில் இருந்தவள் அவர் பேசுவதைப் பார்க்கவில்லை. சிவராமன் திரும்பவும் சத்தமாக சத்தமாகச் சொன்னதும் திரும்பிப் பார்த்தாள். தனக்குக் காது கேட்காமலிருப்பதை இனிமேலும் மறைத்து வைத்திருக்க முடியாது. எதிரேயிருப்பவர்கள் என்ன பேசுகிறார்கள் என்று தெரியாமல் தானாக எதோ பதில் பேசினால் தவறாகப் போய்விடும். தனக்குக் காது கேட்காதது என்றைக்காது வீட்டிலுள்ளவர்களுக்குத் தெரியப்போகிறது. அதை இப்போது சொல்லிவிட்டால் நல்லது என்று நினைத்தாள்.

“என்ன சொல்றீங்க. கொஞ்சம் சத்தமா சொல்லுங்க காது சுத்தமாக் கேட்கமாட்டேங்குது. ரெண்டு காதும் பஞ்சு வெச்சு அடச்ச மாதிரி கப்புன்னு அடைச்சிருக்குது” என்றாள். அவள் பேசியது அவளுக்குக் கேட்கவில்லை.

சிவராமன் அவளது முகத்தைப் பார்த்தார். “நேத்து ராத்திரி நல்லாத்தானே இருந்துச்சு. இப்ப திடீருன்னு காது கேட்கலன்னு சொல்லுற” என்று அவளிடம் கேட்டவர், இட்டிலியைப் பிய்த்து சட்டினியில் தொட்டுத் தடவிக் கொண்டார். தட்டைச் சுற்றிப் பார்த்தார். பொடி இல்லை. எண்ணெய்க் கிண்ணமும் இல்லை. தக்காளிச் சட்டினி இல்லை. அவருக்கு எரிச்சலாக இருந்தது. சாப்பிடுகிற மூன்று இட்டிலிக்கும் இன்று பாதகம் ஏற்பட்டுவிட்டது என்று வேண்டாவெறுப்பாக பிய்த்துத் தின்றார். சிவராமனின் வேகத்தைப் பார்த்த ராஜேஸ்வரி,

தட்டை ஒருமுறை நோட்டமிட்டாள். ஞாபகம் வந்தவளாக வேகமாக எழுந்து பொடி டப்பாவையும் எண்ணெய்க் கிண்ணத்தையும் எடுத்துக் கொண்டு வந்தாள். சிவராமனுக்குச் சிறிது உற்சாகம் உண்டானது. இட்டிலியைப் பொடியில் தொட்டுக் கொண்டார்.

“காலையில இருந்து இந்த மாதிரி இருக்குதா” என்று கேட்டார். ராஜேஸ்வரியின் முகத்தைப் பார்த்து காதுகளைத் தொட்டுக் காட்டி பேசியதை அவள் புரிந்துகொண்டவள் போல, “ராத்திரியெல்லாம் நல்லாத்தான் இருந்துச்சு. காலையில இருந்துதான் இந்த மாதிரி” என்று தலைகவிழ்ந்து பேசினாள். ஆஸ்பத்திரிச் செலவுக்கு கைநீட்டி பணம் வாங்க வேண்டுமென்கிற வெட்கம் அவளுக்கு அவமானமாக இருந்தது. “சம்பாதிக்கிற துட்டெல்லாம் ஆஸ்பத்திரிக்கு அழுதுட்டு போகவேண்டியதுதான்” என்று புலம்பலுடன் பணத்தைத் தருகிற காட்சி அவளுக்குத் தெரிந்தது. கண்களை மூடிக்கொண்டாள்.

“சரி கிளம்பு. காது ரொம்ப முக்கியம். ஆஸ்பத்திரிக்குப் போயிட்டு வந்துருவோம். ஆபிஸில சொல்லிக்கிறேன்” என்றார். சொன்னார் என்பதை விட கத்தினார் என்று சொல்ல வேண்டும். அவளுக்கும் அது சரியெனத் தோன்றியது. இட்டிலியைச் சாப்பிட்டு விட்டு வழக்கமாக காலையில் போட்டுக்கொள்ளும் சத்து மாத்திரியை விழுங்கினாள். சிவப்பு நிறச் சத்து மாத்திரியை தினமும் காலையில் அவள் வாயில் போட்டுக்கொள்வது விசித்திரமான விளையாட்டாக இருக்கும். சுன்டுவிரலிலும் கட்டை விரலிலும் மாத்திரை பிடித்து முகத்திற்கு நேராக வைத்துக்கொண்டு உதட்டை நோக்கி எறிவாள். அம்மாத்திரியை எதோ கோல்கீப்பரைத் தாண்டி கோல்போஸ்டருக்கு நுழைவது மாதிரி வேகமாகப் போகும். அதற்குப் பிறகு வீடு கூட்டுவது, துவைத்த துணிகளை எடுத்துக்கொண்டு போய் மாடியில் கொடியில் போடுவது போன்ற வேலைகள் மிஷினை விட வேகமாக நடக்கும். இந்த வேலைகளைச் செய்வதற்காகவே டாக்டர்கள் கண்டுபிடித்த மாத்திரை என்று அவள் நினைத்திருக்கிறாள். ஒரு தடவை

சிறுநீர் கழித்துவிட்டு வந்துவிட்டால் அதன் சக்தி முழுவதும் நீர்த்துப் போகும். அவ்வளவுதான். அதற்குப் பிறகு எதுவும் செய்ய இயலாது. திரும்பவும் உடம்பு வேகமெடுப்பதற்கு மறுநாள் காலையில் சிவப்பு மாத்திரியை விழுங்க வேண்டும். ஒரு நாளைக்கு இரண்டு தடவை மாத்திரிகளை விழுங்கக்கூடாது என்பதை டாக்டர் உறுதியாகச் சொல்லியிருக்கிறார்.

"அரை மணி நேரம் பொறுத்தீங்கன்னா துணி அலசியிரும் எடுத்து வெச்சுட்டு மிஷினை ஆஃப் செஞ்சுட்டு வந்துர்றேன்" என்றாள்.

"எனக்கு ஆபிசுக்கு லேட்டாகுது ராஜி. அரை மணி நேரத்தில உன்னய ஆஸ்பத்திரிக்குக் கூட்டிட்டுப் போய் செக்கப் முடிச்சிட்டு திரும்பவும் வீட்டில விட்டு ஆபிசுக்குப் போகணும். அரை மணி நேரந்தான்" என்றார்.

"அய்யோ நீங்க என்ன சொல்றீங்கன்னே கேட்கல. கொஞ்சம் சத்தமாத்தான் பேசுங்க..."

சிவராமன் கைகழுவிக்கொண்டார். மிஷினை ஆஃப் செய்துவிட்டு, "ஆஸ்பத்திரியில இருந்து வந்து போட்டுக்க. கிளம்பு போகலாம்" என்று கைகளை ஆட்டிப் பேசி அவளுக்குப் புரிய வைத்தார்.

ராஜேஸ்வரி தலையை முடித்துக் கொண்டாள். புடவையைப் பார்த்தாள். பரவாயில்லை இதுவே போதும் என்கிற நினைப்பு ஒருபக்கமிருந்தாலும் எதிர்த்த வீட்டுப் பெண்கள் பக்கத்து வீட்டுப் பெண்கள் தன்னைப் பற்றி என்ன பேசுவார்கள் என்று, நல்ல சேலையை பீரோவிலிருந்து எடுத்து உடுத்திக் கொண்டாள். ஒருவகையில் அவளுக்குச் சந்தோசமாக இருந்தது. இன்னொரு வகையில் பயமாகவும் இருந்தது. பெரியளவில் ஏதாவது பிரச்சினை வந்து ஆஸ்பத்திரியில் படுக்க வேண்டியதாகிவிடுமோ என்று பயந்தாள்.

சிவராமன் முன்னால் சென்று, மோட்டார் வாகனத்தின் மேல் ஏறி அமர்ந்தார். ராஜேஸ்வரி கதவைப் பூட்டிவிட்டு அவருக்குப் பின்னால் நடந்தாள். அவருக்குப் பின்னால்

அமர்ந்துகொண்டாள். யாராவது தங்களைப் பார்க்கிறார்களா என்று பார்த்தாள். காலையில் பெரும்பாலான வீடுகளின் கதவுகள் பூட்டியிருந்தன. சில வீடுகளின் கதவுகள் மட்டும் திறந்திருந்தன. யாருமில்லை தங்களைப் பார்க்கவில்லை என்று அவளுக்குத் தெரிந்ததும் நிம்மதியாக இருந்தது.

அவர்கள் இருவரும் காது மூக்கு தொண்டை மருத்துவமனைக்குச் சென்ற போது பத்துமணியாகியிருந்தது. பெயரைப் பதிவு செய்து கொள்ளுமிடத்தில் நின்றிருந்த பெண், “என்ன உடம்புக்கு” என்று கேட்டாள். அதற்கு ராஜேஸ்வரி, “திடீருன்னு காது கேட்காம போச்சு” என்று சொன்னாள். அப்படிச் சொல்லும் போது, அவள் தன்னுடைய கண்களை மூடிக்கொண்டாள். அங்கிருந்தவர்கள் தன்னைப் பார்க்கிறார்களா, தனக்குக் காதுக் கேட்கவில்லையென்று சொல்லியதைக் கேட்டிருப்பார்களா என்கிற சந்தேகத்துடன் அவர்களைப் பார்த்தாள். ராஜேஸ்வரிக்கு முன்பாக பத்துக்கும் மேற்பட்ட நோயாளிகள் தங்களுடைய பெயர்களை முன்பதிவு செய்திருந்தனர். ராஜேஸ்வரியின் பெயர் பனிரெண்டாவது பெயராக எழுதிய அப்பெண் உட்காரச் சொன்னாள்.

ராஜேஸ்வரி, ஆட்கள் எழுந்து நடப்பதைப் பார்த்தாள். கதவும் நாற்காலியும் சத்தமில்லாமல் நகர்வதையும் பார்த்தாள். ஏற்கனவே மருத்துவமனையில் சத்தமில்லாமல் தொலைக்காட்சியில் பாடல் ஒலித்துக் கொண்டிருந்தது. அதையும் நோயாளிகள் வேடிக்கை பார்த்துக்கொண்டிருந்தார்கள். சத்தமில்லாமலிருக்கும் தொலைக்காட்சியைப் பார்க்க அவளுக்கு அழகாகத் தெரிந்தது. காட்சிகள் கலர் கலராக மாறுகின்றன ஆனால் சத்தமில்லை. முத்துமீனா கல்லூரியிலிருந்து வந்ததும் ஒருமணி நேரமாவது சுவர் இடிந்து விழுமளவிற்கு சத்தமாக தொலைக்காட்சியை வைத்துப் பார்ப்பாள். சேனல்கள் நொடிப் பொழுதில் மாறும். அதன் சத்தம் திடீரென கூடுவதும் குறைவதுமாக வீட்டிலுள்ள தம்ளரும் தட்டும் அதிரும்படியாகக் கேட்கும். ராஜேஸ்வரி அந்தச் சத்தத்திற்குப் பயந்து காதுகளை அடைத்துக்கொள்வாள். அப்படியும் சத்தம் காது ஜவ்வு கிழிவது மாதிரி கேட்கும். பிறகு சிறிது நேரம் கழிப்பறையில் அமர்ந்திருந்துவிட்டு

வருவாள். முத்துமீனா தொலைக்காட்சியை நிறுத்திவிட்டு அவளுடைய அறைக்குச் சென்றதும் நிம்மதியாக இருக்கும். தன்னுடைய காதுகளை யாரோ நீவிவிடுவதுபோலிருக்கும். அந்தச் சமயங்களில் தனக்குக் காது கேட்கக்கூடாது என்று நினைக்கவில்லை அவள். முத்துமீனாவைத் திட்டுவாள்.

சிவராமன் செல்போனை எடுத்து நேரம் பார்ப்பதும் எழுந்து முன்பதிவு செய்யும் பெண்ணிடம் இன்னும் எவ்வளவு நேரமாகும் என்று கேட்பதுமாகயிருந்தார். அவருக்குப் பொறுமையாக அமர்ந்திருக்க இயலவில்லை என்பது ராஜிக்குத் தெரியும். தனக்கு அருகில் அமர்ந்திருந்த நோயாளிகளைப் பார்த்தாள். அங்கிருந்தவர்கள் தங்களுடைய காதுகளில் பஞ்சு வைத்து அடைத்திருந்தார்கள். மருத்துவரின் அறைக்குச் சென்று திரும்பும் நோயாளிகள் கையை இடுப்பைத் தேய்த்துக்கொண்டு வெளியேறுவதை அவள் வேடிக்கை பார்த்தாள்.

குழந்தை அழுகையைச் சத்தமில்லாமல் முதன்முதலாகப் பார்த்தாள். அதைப் பார்க்கப் பார்க்க ஆசையாக இருந்தது. சிரிப்புக்கூட வந்தது. தனக்கு வலதுபுறத்தில் அமர்ந்திருந்தப் பெண்ணைப் பார்த்தாள். அவள் காதுகளுக்குள் பஞ்சு வைத்திருந்தாள். அவளிடம், “உங்களுக்கு காது கேக்குதா” என்று கேட்டாள். அப்பெண் அவளுக்குப் பதில் சொல்லவில்லை. அவள் கேட்டதைக் கவனித்ததாகத் தெரியவில்லை. திரும்பவும் அப்பெண்ணிடம் காது நல்லா கேக்குதா என்று கேட்டதும் அவள் சலிப்புடன், “காதெல்லாம் நல்லாத்தா கேக்குது. வலி தாங்க முடியல. கொடைகொடன்னு கொடையுது” என்று கோபமாகச் சொன்னாள். அவள் சொல்லியது ராஜிக்குக் கேட்கவில்லை. ஆனால் அவள் பேசியது ஆதரவாக இருந்தது. அவளிடம் மேற்கொண்டு எது பேசினாலும் கோபமாகப் பேசுவாள் இல்லையென்றால் பேசமாட்டாள் என்று நினைத்தவள் இடதுபக்கத்திலிருந்த பெண்ணைப் பார்த்தாள். அப்பெண் ராஜி பேசுவதற்காகக் காத்திருந்தவள் போல, அவளது முகத்தைப் பார்த்துச் சிரித்தாள். ராஜி, அவளது காதுகளைப் பார்த்தாள். பஞ்சு வைத்திருக்கவில்லை. தன்னுடைய காதுகளைப் பார்ப்பதை அப்பெண் விரும்பவில்லை.

நர்ஸ் ராஜேஸ்வரி என்று அழைத்தாள். சிவரமான் முதலில் மருத்துவரின் அறைக்குள் நுழைந்தார். அவருக்குப் பின்னால் ராஜி சென்றாள். மருத்துவரின் முன்னால் ஏற்கனவே அமர்ந்திருந்த நோயாளிகள் தங்களது சந்தேகங்களைக் கேட்டுக் கொண்டிருந்தனர். மருந்துச்சீட்டை எழுதி அவர்களிடம் கொடுத்து மருத்தவர் அவர்களுக்குப் பொறுமையாகப் பதில் சொல்லியதைப் பார்த்தாள் ராஜி. அவர்கள் சென்றதும் மருத்துவர் ராஜியை அழைத்து நாற்காலியில் அமரச் சொன்னார்.

மருத்துவர் எதுவும் கேட்காமல் சிவராமன், “ஸார் திடீருன்னு காலையில இருந்து ரெண்டு காதும் கேட்கல ஸார்” என்று சொன்னார்.

மருத்துவர், “அதெப்படி திடீருன்னு கேட்காமப் போகும்” என்று சிறிய டார்ச் லைட் எடுத்து காதுகளைப் பரிசோதனை செய்தார். டார்ச் லைட் வெளிச்சம் போதாது என்று தன்னுடைய நெற்றியில் கட்டியிருந்த ஹெட் லைட் போட்டுக் கொண்டார். அவராக, “அழுக்குச் சேர்ந்திருக்கும். மூனு நாளைக்கு சொட்டு மருந்து ஊத்தணும். சுத்தம் செய்தா சரியாப் போகும். பயப்பட வேண்டியதில்ல. மூணு நா கழிச்சி வாங்க” என்றார். சிவராமனுக்குத் திருப்தியாக இருந்தது.

“பேரு வயசு சொல்லுங்க” மருத்துவர் ராஜியைப் பார்த்துக் கேட்டதும் அவள் பெயரைச் சொல்லி கூச்சத்துடன் அம்பது வயசு என்று சொன்னாள். மருத்துவர் உடனே, “அம்பது வயசில இதுமாதிரி எதாவது பிரச்சினை வரும்” என்று சொன்னார். ராஜேஸ்வரிக்கு இரண்டு வயதைக் குறைத்துச் சொல்லியிருக்க வேண்டுமென்கிற எண்ணம் வந்தது. மருந்துச்சீட்டை வாங்கிக் கொண்டு அவர்கள் இருவரும் வெளியே வந்தார்கள். அவர்கள் மருத்துவமனையை விட்டு வெளியே வரும் ஆட்டோவிலிருந்து வயதான தம்பதியினர் இறங்கினார்கள். அவர்கள் இருவருமே தங்களுடைய காதுகளுக்குள் காதுக்கேட்கும் கருவி வைத்திருந்ததை ராஜி பார்த்தாள். அந்த கருவி பார்ப்பதற்கு அழகாக இருந்தது. இன்னமும் மூன்று நாட்களுக்குப் பிறகு தன்னுடைய காதுகள் இரண்டும் கேட்கத் தொடங்கிவிடும்.

பிறகு எதற்கு காதுக்கேட்கும் கருவி என்று வாகனத்தில் ஏறி அமர்ந்தாள். பஞ்சு வைத்து அடைத்திருந்த காதுகளைத் தொட்டுக் கொண்டாள்.

வீட்டின் வாசற்படியில் அவளை இறக்கிவிட்டு, "மாத்திரையைப் போட்டு கொஞ்ச நேரம் தூங்கு" என்று சிவராமன் சொல்லிவிட்டுச் சென்றார்.

ராஜேஸ்வரி வீட்டுக்குள் சென்றாள். வாஷிங் மிஷினை ஓடவிட்டாள். அவளுக்குச் சத்தம் கேட்கவில்லை. காதுகளில் அடைத்திருந்த பஞ்சை எடுத்துவிட்டுக் கேட்டாள். எதுவும் கேட்கவில்லை. இப்பொழுதுதானே மருத்துவமனைக்குச் சென்று வந்திருக்கிறோம், நாளைக்குள் சரியாகிவிடும் என்று மருத்துவமனையில் தந்த மாத்திரிகளைப் போட்டு தண்ணீர் குடித்தாள். மாத்திரிகளை விழுங்கியதும் அவளுக்கு நம்பிக்கை மேலும் கூடியது. ஒருவேளை இரவு காது கேட்கத் தொடங்கிவிடுமென்று நினைத்தாள். தொலைக்காட்சியின் சுவிட்சைப் போட்டாள். பழைய பாடல் சேனலை வைத்துவிட்டு அமர்ந்தாள். கறுப்பு வெள்ளையில் நகரும் காட்சிகளை அமைதியாகப் பார்த்தாள்.

திடீரென அவளுக்கு மிக்ஸி ஓடுகிற சத்தமும் அதைத் தொடர்ந்து சட்னி தாளிக்கிற சத்தமும் பயங்கரமாகக் கேட்டது. காதுகளைப் பொத்திக் கொள்கிற அளவிற்குச் சத்தம் இருந்தது. அவள் தன் வீட்டில் மிக்ஸி ஓடுகிறதா என்று பார்த்தாள். பக்கத்து வீட்டிலிருந்து சத்தம் வரும் என்று கதவுகளை அடைத்து வைத்தாள். மிக்ஸி சத்தம் நின்றது. ஆனால் குக்கரின் விசில் சத்தம் காதுகளுக்குப் பக்கத்தில் கேட்டு உலுக்கி விழுந்து திரும்பிப் பார்த்தாள். விசில் சத்தத்தோடு அதன் சூடான புகையும் அவளைத் தாக்கியதுபோல உணர்ந்தவள் பயந்திருந்தாள். சமையலறைக்குச் சென்றாள். மிக்ஸியையும் குக்கரையையும் கழுவத் தொட்டியில் போட்டிருந்தாள். காது கேட்கிறது என்பதை விட, ஏன் இவ்வளவு சத்தமாகக் கேட்கிறது என்கிற பயத்தில் காதுகளைத் தடவிப் பார்த்துக்கொண்டாள். கண்ணாடியில் பார்த்தாள். காதுக்குள் வைத்திருந்த பஞ்சை எடுத்துவிட்டாள்.

சிறிது நேரம் அமைதியாக இருந்தது. ஒவ்வொரு அறைக்கும் சென்று எதாவது சத்தம் கேட்கிறதா என்று காதுகளை நீட்டி நீட்டிப் பார்த்தாள். தொலைக்காட்சியின் சத்தத்தை கூடுதலாக வைத்துக் கேட்டாள். மின்விசிறியைப் போட்டுப் பார்த்து சத்தம் கேட்கிறதா பார்த்தாள். சத்தம் எதுவும் கேட்கவில்லை. வாசற்கதவுகளைத் திறந்து வைத்து சத்தம் வருகிறதா என்று பார்த்தாள். சத்தம் எதுவும் கேட்கவில்லை. பானையிலிருந்து தண்ணீரை குடிக்கச் சென்றாள். பானையிலிருந்த தட்டை எடுத்தாள். அவளது காதிற்கு அருகில் குழாய் தண்ணீர் விழுகிற சத்தம் கேட்டது. கூடவே பானை நிறைந்து வடிவதுபோல கேட்டதும் குழாயை அடைக்க ஓடிச் சென்றாள்.

வெறும் சோறு

மாமாவை ஹோட்டலில் பார்த்தேன். ஹோட்டல் என்றால் டீக்கடையாகவும் இல்லை, டிபன் கடை மாதிரியும் இல்லை. நீளமான மேஜை போட்டு அதன்மேல் ஐந்தாறு தம்ளர்களை வைத்திருந்தார்கள். உட்காருவதற்கு நாற்காலிகள் எதுவுமில்லை. குட்டையாக மண்ணாலான திண்டு இருந்தது. அதன் மேல் ஆட்கள் அமர்ந்திருந்தனர். கடையின் நான்கு மண் சுவருக்கு மேல் தகரம் உட்கார்ந்திருந்தது. வெட்டுக்கை, மரக்கால்கள் எதுவுமில்லை. தகரத்தின் உச்சந்தலையிலிருந்து இரண்டுபுறமும் கயிறுகட்டி, பெரியகல்லை உருவாஞ்சுருக்குப் போட்டு இறுக்கி வைத்திருந்தார்கள். இந்த இடத்தில் இதைவிட்டால் வேறு கடையில்லையென்று, நான் பயணம் செய்த பேருந்தின் ஓட்டுநர் சொன்னார். பேருந்து நின்றதும் கடைக்குச் சென்றேன். கடைக்குள் நுழைந்ததும் மாமாவைப் பார்க்க முடிந்தது. மாமாவும் அவருக்குப் பக்கத்தில் அமர்ந்திருந்த கண்டக்டரும் புரோட்டாவைப் பிய்த்துக்கொண்டிருந்தனர். மதியம் பனிரெண்டு மணிக்கு மேல் இருக்கும். மாமா நீலநிறச் சட்டையும் கருநீலத்தில் பேண்ட்டும் உடுத்தியிருந்தார். அவரைப் பார்த்துப் பத்து வருஷத்திற்கும் மேலிருக்கும். ஆமாம். அம்மா இறந்து இன்றோடு பத்து வருஷமாகிவிட்டது. அம்மா இறந்த

நாளில் அவரைப் பார்த்தது, அவருடன் பேசியது. அதற்குப் பிறகு இன்றுதான் பார்க்கிறேன். பேசுவாரா என்று தெரியவில்லை.

வழக்கமாக இந்த இடத்தில் எந்த பேருந்தையும் நிறுத்தமாட்டார்கள். எதற்காக நிறுத்தியிருக்கிறார்கள் என்று தெரியவில்லை. சிறுநீர் கழிக்க ஆண்களும் பெண்களும் வரிசையாகச் சென்று கொண்டிருந்தது தெரிந்தது. மாமா சாப்பிட்டு முடியும்வரும்வரை காத்திருக்கலாமென்று கடையின் முன்னால் நின்றேன். டீ வாங்கிக் குடித்தேன்.

"எதுக்குண்ணே பஸ்ஸ நிறுத்தியிருக்காங்க" என்று டீ போட்டுக் கொடுத்தவரிடம் கேட்டேன்.

"சோத்து லாரி கவுந்திருச்சு. ரோடு முழுக்கச் சோறு. சரி செஞ்சப் பின்னாடிதான் வண்டியெல்லாம் போக முடியும். இன்னும் ஒருமணி நேரமாகும்" என்றார்.

"சோத்து லாரியா."

"ஆமா, சோத்து லாரி. ஒரு எட்டு நீங்களும் போய் பாத்துட்டு வாங்க தம்பி. லாரி நிறைய சுடு சோறு. ஓலைப்பாய விரிச்சி அதுக்கு மேல சோத்தக் கொட்டித் தார்ப்பாயப் போட்டு மூடி கொண்டாந்திருக்காங்க. வளவுல லாரி திரும்பும் போது கவுந்து போச்சு" என்றார்.

எனக்கு ஆச்சரியமாக இருந்தது. லாரியில் சோறு கொண்டு போவது எதற்காக என்று தெரிந்துகொள்ள வேண்டுமென தேநீரை அவதி அவதியாக குடித்துவிட்டு நடந்தேன். ரோட்டில் வரிசையாக நின்றிருந்த மூன்று பேருந்துகளைக் கடந்து சென்றதும் ஜனங்கள் கூட்டமாக நின்றிருப்பது தெரிந்தது. சாலைவளைவில் லாரி திரும்பியபோது, சுமை தாங்காமல் தடுமாறி கவிழ்ந்திருக்கிறது. பாதையின் குறுக்கே லாரியும் ரோடு முழுக்க சோறுமாகயிருந்தது.

சுடுசோற்றின் மணம் முகத்திலடித்தது. வெள்ளைவேளேரென்று கொட்டிக் கிடந்தது. கவிழ்ந்த லாரியை ஓரங்கட்டுவதற்கு கயிறு கட்டிக் கொண்டிருந்தார்கள். காவி வேட்டி கட்டி நெற்றியில்

விபூதிப்பட்டையும் வெற்று உடம்புடனும் நின்றிருந்த பெரியவர், லாரி டிரைவரைத் திட்டினார்.

“திரும்புறப்ப மெதுவா வந்தா என்னா?”

“ஏத்தத்தில மெதுவா எப்படி வரமுடியும் சாமீ?”

டிரைவரை அடிக்கச் சென்றவர்களை பெரியவர் சமாதானப்படுத்தினார். “ஊரில இருக்குறவங்களுக்குத் தகவல் சொல்லுங்க. அடுப்ப அணைக்க வேண்டாமுன்னு தாக்கல் கொடுங்க. அரிசிய தயார் செய்யச் சொல்லுங்க. ஆளும் பேருமா வேலை செய்யுங்கடா. சனங்க வவுத்துப் பசியோட வந்துருவாங்க. அரிசி வெந்தாத்தான் சோறு. அதில நம்மூர் மருவாதி இருக்குடா. ஐம்பது வருஷமா விடாம செஞ்சிட்டு வர்றோம். நம்மள நம்பி வர்றவங்களுக்கு வவுத்துக்குப் போடணும். ஆளும் பேருமா ஒத்துமயா போங்கடா. நம்மூர் பேரைக் காப்பாத்துங்கடா” என்று அவர் சொன்னதும், ஊர்க்காரர்கள் இரு சக்கர வாகனத்திலும் ஆட்டோவிலும் ஏறிச் சென்றனர்.

“மம்மாத்துப்பட்டிக்குப் போற லாரி கவுந்திருச்சு ஸார்” என்று நான் கேட்காமல் பக்கத்தில் நின்றிருந்தவர் கவலையோடு சொன்னார். அவர் முகத்தைப் பார்த்ததும், “வருஷத்துக்கு ஒருதடவ, ஆத்தங்கரையில சாப்பாடு போடுவாங்க. யார் வேணுமுன்னாலும் போய் சாப்புடலாம்” என்று சொன்னார். அவர், “போகலாம் வர்றீங்களா” என்று கேட்டார். “இப்பப் போனக் கூட்டமே இருக்காது. போனதும் சாப்பிட்டு வந்திரலாம். பஸ்ஸை எடுக்க இன்னமும் ஒருமணி நேரமாகும்” என்றார். அவர் பின்னால் சென்றேன். அவர் தார்ரோட்டிலிருந்து விலகி தென்னந்தோப்புக்குள் நுழைந்தார். ஒற்றையடிப்பாதையில் வரிசையாக ஆட்கள் நடந்து செல்வது தெரிந்தது.

ஆற்றங்கரையில் வரிசையாக ஜனங்கள் அமர்ந்திருந்தனர். மூங்கில் கூடை நிறைய வெந்த சோற்றின் ஆவியெழ சுமந்து வந்தனர். ஒருவர் கூடையைப் பிடித்துக் கொள்ள மற்றொருவர் சிறிய தட்டில் சோற்றையள்ளி வாழை இலையில்

வைத்துச் சென்றார். வரிசையில் இடமிருந்தது. நாங்கள் அமர்ந்துகொண்டோம். இரண்டு பெரியவர்கள் வேட்டியைத் தூக்கிக் கட்டிக்கொண்டு, "சாப்புடுங்கப்பா, நல்ல வவுத்துக்குச் சாப்புடுங்க" என்று அனைவரையும் பார்த்துச் சொன்னார்.

"டேய் தவசி சாம்பாரு வாளியத் தூக்கிட்டு வாடா."

"இந்தா வந்துட்டேன்."

"டேய் மாப்ளே ரெண்டு பேரு தண்ணியடிச்சிட்டு ஆடிக்கிட்டு வர்றாங்காடா. அங்கயே மறிச்சி நிறுத்து. பந்திக்குள்ள விடாத. நிறுத்து நிறுத்து" என்று பெரியவர் கத்தினார்.

"இந்தா போறேன். சலம்புறதுக்குன்னு வர்றாங்க. செவுட்டில அடிச்சி விரட்டுறேன்" என்று ஒருவன் ஓடினான்.

"என்ன அதுக்குள்ள ரசத்துக்கு வந்துட்டீங்க மாமா. சாம்பாரு பிடிக்கலய. கிழங்கு மசால் இருக்கு. போட்டு உருட்டி சாப்புடுங்க. டேய் மாமாவுக்கு பால்கூட்டுக் கொண்டாடா. ஊருக்கு வாங்க மாமா கெடாக்கறி ஆக்கிப்போடச் சொல்றேன் உங்க தங்கச்சிய."

"அடுத்த ஞாயித்துக்கெளமைக்கு வர்றோம் மாப்ள கெடாய அறுத்து சமைச்சு வைங்க."

"வாங்க வாங்க."

"ஏன்டா சண்டக்காரன் மாதிரி முறச்சிட்டு இருக்க. ஒக்கார இடமில்லையா உனக்கு. பழஞ்சோலப்பட்டிக்காரன்கிட்ட இடமிருக்கில்ல போய் ஒக்கார வேண்டியதுதானா."

"அவங்க ரெண்டு பேரும் பேசமாட்டாங்க ஐயா. முட்டிக்கிட்டாங்க."

"அப்ப நீதான் பழஞ்சோலப்பட்டிக்காரனுக்கு சோறு போடணும். எலேய் ஓலைப்பெட்டிக்காரா இவங்கிட்ட சோத்தக் குடுறா. போடா, போடா சோத்தைப் போட்டு சமாதானமாகுங்கடா ரெண்டு பேரும்."

பெரியவர் சொன்னதும் இடம் கிடைக்காமல் நின்றிருந்தவன்,

மூங்கில் கூடையை வாங்கி பந்தியில் உட்கார்ந்திருந்த பழஞ்சோலப்பட்டிக்காரனுக்கு சோறு போட்டான். அவனும், “போதும்ப்பா போதும்ப்பா அள்ளிப் போடாதே அளவா போடு. சாம்பாரை ஊத்து” என்று அவனிடம் பேசினான்.

“பேச்சு இங்க மட்டுமில்லடா, ஊருலயும் இருக்கணும். தாயா பிள்ளையா இருந்து குடும்பத்தயும் ஊரையும் காப்பத்தணும்டா.”

உறுமாக்கட்டியிருந்த இளந்தாரிகள் பந்திக்கும் சமைத்தப் பொருட்கள் வைத்திருந்த இடத்திற்குமாக அலைந்தனர். பந்தி முடிந்து எழுந்தவர்கள் ஆற்றில் இறங்கி கைகழுவி, முகங்கழுவி பரிமாற வந்தனர். மேலும் ஜனங்கள் ஒற்றையடிப்பாதையில் கூட்டமாக நடந்து வருவதைப் பார்க்க முடிந்தது. சற்று நேரத்தில் அந்த இடம் திருவிழாக் கூட்டம் போல மாறியது. எங்கிருந்து வந்தார்கள் என்று தெரியவில்லை. பலூன் விற்பவனும் ஐஸ் வண்டிக்காரனும் ஆளுக்கொரு திக்கில் நின்று வியாபாரம் செய்து கொண்டிருந்தனர். சாப்பிட்டு எழுந்து கை கழுவினேன். பெண்கள், சிரிப்பும் கை வளையல் குலுங்கலுமாக பந்தியில் அமர்ந்திருந்தனர். பந்தியில் அமர்ந்திருந்தவளின் மடியில் உறங்கிய கைக்குழந்தை அழுததும் நின்றிருந்தவள், “இங்க கொண்டா குழந்தய. தின்னுட்டு வா. அழுவாம பாத்துட்டு இருக்கேன்” என்று குழந்தையை வாங்கிக் கொண்டாள். பந்தியில் இருந்தவள் குழந்தையைத் தருவதற்கு யோசிப்பதைப் பார்த்து, “அடக்கழுத, என்னய அடையாளந்தெரியாட்டி பரவாயில்ல. இந்த ஏம்மவன பக்கத்தில ஒக்கார வெச்சு சோத்த ஊட்டிவிடு. பசிக்குதுன்னு கத்துறான். நீ ஏம்பிள்ளய வெச்சிரு. நா ஓம்பிள்ளய வெச்சிருக்கேன்” என்றாள். சிறுவன் அவளருகே அமர்ந்து அவள் பிசைந்து ஊட்டிய சோற்றை விழுங்கினான். குழந்தையை வாங்கியவள் அவளுக்குப் பின்னால் நின்று குழந்தையை தட்டிக் கொடுத்தாள்.

ஆற்றங்கரை பந்தியில் பெரியவர்களிடம் வரிசையாக காலுக்கு விழுந்து விபூதி வாங்கச் சென்றார்கள். என்னை அழைத்துச் சென்றவர் விபூதி வாங்க வரிசையில் நின்றார். திடீரென வரிசையில் நின்ற பெண்ணுக்கு சாமி வந்து ஆட ஆரம்பித்தாள்.

பெரியவர் அப்பெண்ணிற்கு விபூதி போட்டு தலையிலடித்து சாமியை மலையேற்றினார். அவள் ஆடி ஓய்ந்து மயங்கி விழுந்தாள்.

“எந்திரிச்சதும் குளுகுளுன்னு குடிக்கிறதுக்கு மோரைக் கொடுங்கடா. கூட வந்தவங்க யாரு. வாங்க வாங்க வந்து, விபூதி வாங்கிக்கங்க. அந்தம்மாவை சூதனமா கூட்டிட்டுப் போங்க” என்றார் பெரியவர்.

தென்னந்தோப்புக்குள் வெயில் உறைத்து அடித்தது. சூடாக சோறு சாப்பிட்டதற்கும் வெக்கைக்கும் அங்கிருந்தவர்களுக்கு வியர்த்தொழுகியது. சோற்றின் மணமும் அவர்களின் பேச்சும் கலந்து ஒற்றையடிப்பாதை முழுக்க நிறைந்தது. நாங்கள் இருவரும் நடந்தோம். “பஸ் போயிருச்சுன்னு கவலப்படாதீங்க. இன்னொரு வண்டியில போயிருவோம்” என்றார். எனக்கு மாமா கடையில் இருப்பாரா, நான் வந்த பேருந்து நின்றிருக்குமா என்று ஆர்வமாக நடந்தேன்.

மாமாவும் அத்தையும் அம்மா காலொடிந்துப் படுத்திருந்த சமயத்தில் பார்க்க வந்தார்கள். அம்மாவைப் பார்த்து அழுதார்கள். அம்மா, அத்தையை அருகில் அழைத்து காதருகில் ஏதோ சொன்னாள். எனக்குக் கேட்கவில்லை. அத்தை எதுவும் பேசாமல் கோபமாக வீட்டை விட்டுச் சென்றாள். என்ன ஏதுன்னு என்று மாமா ரோட்டில் விசாரித்தபடி அவளுடன் சென்றார். அத்தையின் கோபத்தைப் பார்த்து பயந்து போனேன்.

எனக்கு சமைக்கத் தெரியாது. அம்மா படுக்கையிலிருந்தபடி தண்ணியக் கொதிக்க வை, அரிசிய ஊறவை, கிண்டிவிடு, அடுப்ப அமத்து என்று விபரங்களைச் சொல்வாள். இரண்டு வேளையும் இட்டிலியும் சட்டினியுந்தான். சோறாக்குவதற்கு மூன்றாவது நாள் பழக்கம் வந்துவிட்டது. இட்டிலி வெந்ததை கண்டுப்பிடிக்கத் தெரிந்தது. மிக்ஸியில் சட்டினியைப் போட்டுத் தாளிக்காமல் சாப்பிடுவோம். வெறும் சோறு. சுடச்சுடச் சாப்பிடும் போது ஒன்றும் தெரியாது. இந்தச் சாப்பாட்டுக்கு அம்மாவுக்கு மலம் வெளியேறவில்லை. மலம் இளகி வெளியேற மாத்திரை வாங்கிக் கொடுத்தேன். மறுநாள் மலம் வெளியேறி

படுக்கை உடுத்தியிருந்த புடவை கட்டில் தரையெங்கும் பீய்ச்சியடித்தது. கழுவிவிடுவதற்குத் துணைக்கு யாருமில்லை. பினாயல் பாட்டில் வாங்கி வந்து ஊற்றிக் கழுவினேன். மாவுக்கட்டுப் போட்ட இடத்தைத் தவிர மற்ற இடத்தில் சுடுதண்ணீரால் துடைத்துவிட்டேன். அம்மாவின் இடுப்புக்குக் கீழ் துணியெதுவுமில்லை. மலநாற்றம். மூத்திரநாற்றம். குமட்டியது. துணிகளை மூட்டைகட்டி குப்பைக்காரனிடம் தந்த போது, இதெல்லாம் வாங்கமாட்டேன் என்று பிடிவாதம் செய்தான். இருபது ரூபாய் கொடுத்ததும் வாங்கிக்கொண்டான். பிறகு அவன் ஒரு யோசனை சொன்னான். நியூஸ் பேப்பரை விரித்து அதன் மேல் மலமிருக்கச் சொன்னான். தண்ணீர் விட்டு கழுவக் கூடாது. தண்ணீரில் நனைத்தத் துணியால் துடைக்கச் சொன்னான். அவன் சொன்னதுபோல செய்தேன். தினமும் காத்திருந்து காகிதப்பொட்டலத்தை வாங்கிக் கொண்டுச் சென்றான். இருபது ரூபாய், முப்பது ரூபாய் என்று ஆரம்பித்து அம்மாவின் கால் கட்டுப் பிரித்தபோது நூறு ரூபாயில் முடிந்தது.

அம்மாவுக்கு கால் எலும்பு கூடி, கட்டுப் பிரித்து, குச்சி வைத்து நடக்க ஆரம்பித்தப் பிறகு அத்தை எங்களை கறிச்சோறு சாப்பிடுவதற்கு ஆளனுப்பிக் கூப்பிட்டாள். அம்மா வரவில்லையென்று சொல்லிவிட்டாள். நான் மட்டும் போயிட்டு வர்றேன் என்றதற்கு, “அவ வீட்டுச் சோத்தைத் தின்னுட்டு இங்க வந்தா ஏம்ப்பீயத்தான் வளிச்சு வெப்பேன் ஓம்முன்னாடி” என்று சொன்னாள். பிறகு நான் கறிச்சோறுக்குப் போகவில்லையென்று தெரிந்ததும், “பிறந்த வீட்டுல எப்படியிருந்த ஜென்மம். ஒத்த ரூபாயிக்கு நாலு ஊறுகா மட்டய வாங்கி நாப்பது நாளும் சோறு தண்ணிக்கு நக்கிட்டுத் தின்னவ. இப்ப நாலு காசு கைக்கு வந்ததும் சோறு போடுறாளாம் சோறு. அவ வூட்டுத்துட்லயா ஆட்டறுக்குறா, சோறு போடுறா, இளுச்சவாயன் எங்கண்ணே துட்டிலே சோறு போடுறா. ஊரக்கூட்டி சோறு போட்டா பழசெல்லாம் மறந்தா போகும் எனக்கு. மாட்டுச்சாணிய அள்ளுவாளாம்... ஏங்...” என்று சொன்னவள், என் முகத்தைப் பார்த்துவிட்டு வார்த்தையை உதட்டுக்குள் முழுங்கினாள். நான் அவள் சொல்லியதைக் கவனிக்கவில்லை.

அந்த வருடம் நாங்கள் போகவில்லையென்றாலும் வருஷந்தவறாமல் அத்தை கறிச்சோறுக்கு யாரிடமாவது சொல்லியனுப்புவாள். அம்மா வரமாட்டேன் என்று சொல்லிவிடுவாள். சொல்லிவிட்டு என் முகத்தைப் பார்ப்பாள். 'நீ அவ வீட்டுக்குப் பீத்திங்கப் போறீய' என்று கேட்பதுபோலிருக்கும் அந்தப் பார்வை.

இரண்டு வருடங்களுக்குப் பிறகு அம்மாவும் இறந்து போனாள். கூட்டத்தோடுக் கூட்டமாக அத்தையும் மாமாவும் வந்திருந்தார்கள். அம்மா இறந்ததைப் பற்றி எதுவும் கேட்கவில்லை. பதிலாக அந்த வருடம் கறிச்சோறு விருந்தைப் பற்றி பேசினாள். எனக்கு எரிச்சலாக இருந்தது. சாவு வீட்டில் வந்து இப்படி பேசுகிறாளே என்று நினைத்தேன். அதற்குப் பிறகு அவர்கள் இருவரையும் பார்க்க முடியவில்லை. மாமாவை இப்போதுதான் பார்க்கிறேன்.

நல்லவேளை மாமா டீக்கடையில் இருந்தார். புரோட்டாவைத் தின்றுவிட்டு வாளியில் எச்சில் இலையைப் போட்டுவிட்டு கை கழுவிக்கொண்டிருந்தார். அவருக்குப் பக்கத்தில் நின்று மாமா என்று அழைத்தேன். "டேய் மணி. என்னாடா இங்க. எந்த வண்டியில வந்த. வா. வா. புரோட்டா சாப்புடு" என்று ஆசையோடு அழைத்தார். அதே மாமாதான்.

"இப்பத்தான் மாமா சோறு சாப்பிட்டேன். சோத்து லாரி கவுந்திருச்சுனாங்க. அதப்பாத்துட்டு வர்றேன்" என்றேன்.

"ஆமா சொன்னாங்க மம்மாத்துப்பட்டி ஆத்தங்கரையில சோறு போடுவாங்க. இன்னைக்கு தை அமாசை."

"எனக்கு அத்தை ஞாபகம் வந்துருச்சு மாமா"

மாமா, "ஒங்க அத்த மாதிரி ஒருத்தி, ஐம்பது அறுபது வருஷத்துக்கு முன்னாடி வீட்டுல வெச்சு வருஷத்துக்கு ஒருதடவ சோறு போட்டிருக்கா. அவ செத்த பின்னாடி அவ பிள்ள பேரம் பேத்தின்னு விடாம சோறுபோட்டு, இப்ப ஊரே ஒண்ணா கூடி செஞ்சிட்டு வருது. வெறும் சோறுதான் மணி. ஆனா அதுக்குள்ள எம்முட்டு ஒட்டும் உறவும் ரத்தமும் பாசமும்

இருக்குது. வா ரெண்டு பேரும் டீ சாப்புடுவோம். ஓவ் கனகு டீ வேணுமா” என்று கண்டக்டரைப் பார்த்துக் கேட்டார். அவர் சிகரெட்டைக் கீழே போட்டுவிட்டு எங்களுக்குப் பக்கத்தில் வந்தார்.

“தங்கச்சி பையன். சென்னையில இருக்கான்” என்று என்னை அவரிடம் அறிமுகம் செய்து வைத்தார். மூன்று பேருக்கும் பேப்பர் கப்பில் டீ வந்தது. சூடு தாங்கவில்லை.

“உங்கம்மாவுக்கு இன்னைக்கு பத்தாவது வருஷம்”

மாமாவுக்கு எல்லாம் தெரியும். எல்லாம் ஞாபகத்தில் இருக்கும். நான் பேச்சை மாற்ற வேண்டுமென்பதற்காக, “இந்தப் பக்கமா நீங்க வரமாட்டீங்களே மாமா. உங்க லைன் இதில்லயே” என்று கேட்டேன்.

மாமா, “தை மாசம் முழுக்க பழநி வண்டிதான் மணி. கனகராசும் நானும் பழநிக்கு முப்பது நாளும் போயிட்டு வரணும். ஸ்பெஷல் வண்டி” என்றார். கண்டக்டர் டீக்குப் பணம் தந்துவிட்டு இன்னொரு சிகரெட்டைப் பற்ற வைத்தார். என் முகத்தைப் பார்த்து சற்றுத் தள்ளி நின்றுகொண்டார்.

“உங்கள இன்னைக்குப் பாத்தது அபூர்வம்”

“அப்படியெதுக்குச் சொல்லுற. பஸ்ஸேறுனா ஊருல வந்து விடுறாங்க. வீட்டுக்கு வந்து பொழுதெல்லாம் இருந்துட்டு, ஓங்கத்த கையால சோத்தத் தின்னுட்டுப்போக வேண்டியதுதானே” என்று சொல்லிவிட்டு முகத்தை வேறு பக்கமாகத் திருப்பிக் கொண்டார். மாமாவுக்குப் பேசுவதற்கு மிச்சமிருப்பது எனக்குத் தெரியும். காத்திருந்தேன். என்ன பேசப் போகிறார் என்று தெரியவில்லை.

“கறிச்சோத்துக்கு நீயும் ஓங்கம்மாவும் வராதது அவளுக்கு வருத்தம். கல்யாணமாகி ரெண்டு வருஷமாச்சு. தம்பிய விருந்துக்குக் கூப்பிடலயான்னு சொல்லிட்டிருப்பா. ஆனா அவ மனசில அதுக்கு இடமில்ல. சுருக்கு விழுந்திருச்சு. சாணிதட்டுறவன்னு சொன்னா, மாட்டு ஆசனத்திலயிருந்து

பொத பொதன்னு சாணம் விழுற மாதிரி கோவமும் ரோஷமும் அவக்கிட்டயிருந்து வந்துரும். இன்னைக்கு நேத்துக்கு இல்ல, இந்தக் கோபம். கல்யாணமாகி வீட்டுக்கு வந்த நாள்ல ஆரம்பிச்சது. உங்கம்மாவுக்கு அவள கண்டாளே ஆகாது. சாணியள்ளுனவன்னு எகத்தாளம். இங்கயும் வந்து சாணிய கரச்சு வாசத்தெளிக்கணுமா. பெறந்த வீட்டுப்பிள்ளைக செய்யக்கூடாதான்னு அவ கேட்டது உங்கம்மாளுக்குக் கோபம் வந்துருச்சு. எங்க ஐயாக்கிட்ட ரெண்டுக்கு மூணாச் சொல்லி எங்களை தனிக்குடித்தனம் வெச்சிட்டா. இதெல்லாம் எங்க காலத்து சங்கதிக. வீறாப்புல, கெத்துல முண்டிக்கிட்டு செய்யுறது. ஆற அமர யோசிச்சா ஒன்னுமில்லன்னு தோணும்." என்றவர் என் முகத்தைப் பார்த்தார். நான் ஒன்றும் பேசவில்லை. அவர், "முதல் வருஷ கறிச்சோறு பந்திக்கு ஊர்க்காரங்களையும் சொந்தக்காரங்களையும் கூப்பிட்டேன் மணி. மாடு மேச்சவளுக்கு எம்முட்டு ஏத்தம். சாணியள்ளுன கையில சோறு வாங்கித் திங்கணுங்கிறது நம்ம தலவிதின்னு சொல்லியிருக்கா உங்கம்மா. அதை நா கேட்டுட்டேன். இத்தோட முடிச்சிக்கிடுவோம். இதெல்லாம் வேணாமுன்னு சொன்னேன் உங்க அத்தக்காரிக்கிட்ட. அவ வைராக்கியமா உசிரோட இருக்கிறவரைக்கும் நடத்தி தீரணுமுன்னு சொல்லிட்டா. அம்முட்டு கோவம் உங்கம்மா மேல. சாணியள்ளுனாலும் அவளும் மனுஷிதானா. சாணியள்ளுன கையினாலும் அது சோறு திங்குற கையீதானா" என்று கண்களைத் துடைத்துக் கொண்டார்.

கனகு எங்களிடம் வந்து, "டிராக்டர் வெச்சு லாரிய இழுத்துட்டாங்க. சோத்தையள்ளிட்டாங்கன்னா வண்டிய எடுத்துரலாம்" என்றார். மாமாவும் சரி என்பது போல அவரைப் பார்த்தார்.

மாமா பக்கத்தில் வந்து என்னுடைய தோளின் மேல் கையைப் போட்டு, "உடம்பில இருந்து துணிய கழட்டுற மாதிரியா மனசிலிருக்கிற வாத்தய அவுத்து எறிய முடியுமா. நீ சொல்லு. இன்னமும் உங்கம்மா சொன்னது நெனப்பில இருக்குதில்ல உனக்கு. சாப்பிட தட்டு முன்னாடி உக்கார்றப்ப அந்தப் பேச்சுக்

கேட்குதா உனக்கு”

“நெசந்தான் மாமா.”

“வாயில போயி வவுத்துல சேந்து குண்டி வழியா போறதுதான். ஆச ஆசயாயில்ல சாப்புடுறோம். சாப்பிடுறவங்க முன்னாடி உக்காந்து சாப்புடு சாப்புடுன்னு யாராவது சொல்லணுமில்ல. சாப்பிட்டா சாப்புடு இல்லாட்டி எந்திரிச்சிப் போன்னு சொன்னா நீ சாப்பிடுவியா. நாந்தான் ஒவ்வீட்டுக்கு வருவேனா. வெறும் சோறில்லடா, அதுதான் ரத்தமா ஓடுது உடம்புக்குள்ள. சோறு தண்ணியில்லாம காட்டில கிடக்கிற சனங்களுக்கு வருஷத்தில ஒருநா வவுத்துக்குச் சோறு போடணுங்கிறது அவளுக்கு ஆசை. அந்த ஆசை சாகுற வரைக்கு நடக்கட்டும். இப்ப என்ன. சம்பாதிக்கிற துட்டெல்லாம் போகட்டும். எங்களுக்கென்ன பத்து பிள்ளைகளா இருக்கு.”

மாமாவின் முகத்தைப் பார்த்தேன். கலங்கிய கண்களைத் துடைத்துக்கொண்டு சொன்னார். “அவ கூட பெறந்த ரெண்டு பிள்ளைகள ஏம்மக்களா நெனைச்சு கட்டிக் கொடுத்தேன். அவங்களுக்கு அவ அம்மான்னா, நா யாரு. ஐயாதானே. ஐயா ஐயான்னுதான் கூப்பிடுறாங்க. அப்படியே அவங்கள வளத்துட்டா. அவங்களும் வளந்துட்டாங்க.”

“ரோடு கிளியராகிடுச்சுப்பா வண்டிய எடுக்கலாமா” என்று கனகு, மாமாவிடம் கேட்டார்.

மாமா என்னைப் பார்த்தார். “உங்க அத்தக்கிட்ட மணியப்பாத்தேன்னு சொன்னா சந்தோஷப்படுவா. இந்த வருஷம் கறிச்சோத்துக்குக் கூப்பிடணுமின்னு சொல்வா” என்றார்.

“நா வரலன்னாலும் ஏம்மகளையும் அவளையும் அனுப்புறேன்.”

மாமா, “அம்மா சொன்னத மறந்திர முடியாது. சொல்லிட்டே இருக்கிற மாதிரி இருக்கும். ஆனா மறந்திரணும். இல்லன்னா மனசில கறையான் புத்து வெக்கிற மாதிரி ஒவ்வொருத்தரும் சொல்லுறதும் ஒண்ணுக்கு மேல ஒண்ணு சேந்துட்டே இருக்கும்.

நான் போயிட்டு வர்றேன் மணி. நீ பஸ்ஸில ஏறி ஒக்காரு” என்றார். அவர் நடந்து செல்வதைப் பார்த்தபடி நின்றிருந்தேன். அவர் கூட்டத்திற்குள் நுழைந்து மறைந்தார். நான் பேருந்தில் ஏறி உட்கார்ந்தேன். ஆட்கள் ஏறி அமர்ந்ததும் பேருந்து புறப்பட்டது. சோறு கொட்டிய இடத்தை பேருந்து கடந்த போது பயணிகள் ஜன்னல் வழியாக தலைநீட்டி வேடிக்கை பார்த்தனர். டிரைவர் “மண்டைய நீட்டாத, கைய நீட்டாத” என்று கத்தினார். கண்டக்டர் “யாருய்யா அது, மண்டைய எடுய்யா” என்றார்.

சோறு கொட்டிய இடத்தில் காகங்களும் குருவிகளும் அமர்ந்திருந்தன. டிராக்டருக்குப் பக்கத்தில் ஆட்கள் நின்று லாரியிலிருந்து கொட்டிய சோற்றைப் பார்த்துக் கொண்டிருந்தனர். அம்பாரமாக குவிந்திருந்தது சோறு.

அம்மா இறந்த மறுவருடம் என்னுடைய கல்யாணத்திற்குப் பத்திரிகை தருவதற்காக அத்தை வீட்டிற்குச் சென்றிருந்தேன். “ஊருக்காரங்களுக்குக் கறியுஞ்சோறுமா போடுறவ உங்கம்மாவுக்கு தவிச்ச வாயிக்கு பச்சத் தண்ணிகூட தரலன்னு நெனைச்சிட்டயாப்பா” என்று கேட்டாள். அவளிடம், “அதெல்லாம் இல்லத்தே. நீங்க அத நெனச்சிட்டு இருக்காதிங்க”

“பத்து வயசுல பீ மூத்திரமள்ள ஆரம்பிச்சவ நா. ஏங் கத உனக்குத் தெரியாது” நான் அத்தையின் முகத்தைப் பார்த்தேன். நெருப்பாக தகதகவென்றிருந்தது.

“ஓம்மாளுக்கு என்ன தெரியும். இத்தனைக்கும் அவ எனக்கு மாமன் மக. நா அவளுக்கு அத்த மக. பெத்த அம்மாக்காரி இடுப்புல ஒன்னு தொட்டியில ஒன்னுன்னு விட்டுட்டுப் போயிட்டா. அப்ப எனக்கு பத்து வயசு. ரெண்டு பிள்ளைக்கும் பால் காய்ச்சி பாலூட்டி தூங்க வெச்சு காட்டு வேலைக்குப் போயீ, கஞ்சி காய்ச்சி அவங்கள வளத்தேன். ஒன்னுக்குத் தொடையில வடியும். இன்னொன்னுக்குத் தரையில போகும். அம்மான்னுட்டு அழும். பச்சைப்பிள்ளக்கிட்ட அம்மான்னு கூப்பிடாத, அக்கான்னு கூப்பிடுன்னு சொல்ல முடியுமா, அடிக்க முடியுமா. ரெண்டும் வளந்து ஏங்கூட சாணியள்ள

வந்துச்சு. இப்பயும் பிள்ளைக அக்கான்னா கூப்பிடுது. ஆத்தா அம்மான்னு கூப்பிடுது. மழைகாலத்தில ஆத்துக்குப்போன ஐயா வழுக்கி விழுந்து இடுப்பு ஒடுஞ்சிபோய்த் தூக்கிட்டு வந்தாங்க. இடுப்புக்குக் கட்டுப்போட்டு கட்டுப்போட்டு வீட்டுல இருந்த சேகரமெல்லாம் எண்ணெய்யா ஒழுகிப் போச்சு. சிந்தின தண்ணிய அள்ளிச் சேக்க முடியுமா. சகதியில கொட்டுன சோளத்த கூழாக்க முடியுமா. நா செஞ்சப்பே. ஊருல கேட்டுப்பாருய்யா. ஐயாவுக்கு செஞ்சு, பிள்ளைக்கு செஞ்சு, மாட்டுக்கு செஞ்சு, ஆட்டுக்கு செஞ்சு, தாகத்துக்குத் தண்ணியா ஓடுனேய்யா. உழவந்தோப்புக்குப் போயிட்டு வர்றேன். ரெண்டு தாட்டு உழவங்காய் தலையில செமந்துட்டு வாறேன்பே. ரெண்டு தொடையிலயும் வடியுது. கோழி முட்ட உடைஞ்ச நாத்தம். ரத்த கவுச்சி. பின்னால வந்தவ நில்லுடீ, நில்லுடீன்னு கத்துறா. ரத்தம், மண்ணு ரோடெல்லாம் வடிஞ்சிட்டு வருது. பின்னால வந்தவ ரத்தம் ஒழுகினத மண்ண கால்ல எத்தி எத்தி மூடிட்டு வர்ற. கொஞ்சம் தாமசமாச்சுன்னாலும் பிள்ளைக பசிக்கு அழும். படுக்கையில இருக்கிற ஐயாவுக்கு மூத்திரம் வந்திருமுன்னு ஓடுறேன் வீட்டுக்கு. பிள்ளைக ரெண்டும் வாசல்ல நிக்குது அழுதுட்டு. என்னாடீ வகுறு பசிக்குதான்னு கேட்டேன். ஐயா செத்துட்டாரு ஆத்தான்னாங்க. இன்னைக்கு திங்குறதுக்கு இத்தன சனம் வீட்டுக்கு வருதே. அன்னைக்குத் தூக்கிப்போட ஆளு வந்துச்சா. மண்ணள்ளி விட ஆள் வந்துச்சா. பால் தெளிச்சு ஒருவாய் சோறு போட ஆளிருந்துச்சா. நாதியத்து கூனி குறுகி கோமணம் கட்டிக்கிட்டு சாணியள்ளி சந்தைக்குப்போய் பிள்ளைகள வளத்தேய்யா. எந்த சாமி புண்ணியமோ இந்தாளு என்னய கல்யாணஞ்செஞ்சுட்டு வந்தாரு. என்னைக்கோ ஒருவாத்தை சொல்லிப்புட்டேன். நீங்க சாணிய கரச்சு வாசத்தெளிக்கக்கூடாதான்னு. நீ மாடு மேச்ச மாதிரி நானும் மாடு மேச்சு சாணியள்ளணுமான்னு கேட்டா உங்கம்மா. காலொடுஞ்சு படுத்துக் கிடந்தவ என்னயக் கூப்பிட்டு வெச்சு என்ன கேட்டா தெரியுமா?"

"அத்தை, விடுங்க அதெல்லாம். முடிஞ்சு போனதப் பத்தி பேசாதீங்க" என்று அவளை சாமாதானப்படுத்தினேன்.

அத்தைக்குக் கோபம் குறையவில்லை. “கறிச்சோத்துக்கு நீ வர வேண்டாம். உங்கம்மா சொன்ன வாத்தய கேட்டுட்டு நீ சோறு தின்னா நா ஆக்கிப்போடுறது சோறில்ல. நீ திங்கிறதும் சோறில்ல. வெறும் சோறுதான். ஆனா அதிலே உப்பு இருக்குய்யா” என்று சொன்னாள். சொல்லிவிட்டு முந்தியை உதறி சொருகிக் கொண்டாள். அந்த வார்த்தையை கேட்டதும் எனக்கு உடம்பு நடுங்கியது. பிறகு அவள் சொன்னாள். “உனக்கு கல்யாணம் முடிஞ்சதும் பெறக்கிற பிள்ளையையும் பொண்டாட்டியையும் கறிசோத்துக்கு அனுப்பிவை. ஏங்கையால அவங்களுக்குச் சோறு போடுறேன்.”

“சரி அத்த” என்று சொல்லிவிட்டு வந்துவிட்டேன். அதற்குப் பிறகு அத்தையின் வீட்டுக்குப் போகவில்லை.

இரவு ஏழு மணிக்கு மேலாகிவிட்டது. பஸ்ஸை விட்டு இறங்கியதும் வீட்டுக்குச் சென்றேன். வீட்டில் எனக்காக மனைவியும் மகளும் வாசலில் காத்திருப்பதுத் தெரிந்தது. தெருவுக்குள் நுழைந்ததும் அவர்கள் வீட்டிற்குள் சென்றனர். அவர்களுக்குப் பின்னால் வீட்டிற்குள் நுழைந்தேன். காவ்யா அப்பா என்று ஓடிவந்தாள். பேண்ட்டை கழற்றி வெள்ளை வேட்டி உடுத்தினேன். வேட்டி மேலும் கீழுமாக ஏறி இறங்கியிருந்தது. வேகவேகமாக முகங்கால் கழுவிக்கொண்டேன். காவ்யா துண்டெடுத்துத் தந்தாள். சட்டையைக் கழற்றி மாட்டிவிட்டு பூஜையறைக்குச் சென்றேன். அம்மாவின் படத்திற்கு மல்லிகைப்பூவில் மாலை போட்டிருந்தாள். வாழைஇலையில் சோறும் அதன் மேல் பருப்பும் எண்ணெய்யும் மினுங்கியது. காய்கறிகள் இருந்தது. தரையில் அமர்ந்து தேங்காயை உடைத்தேன். தம்ளரில் நீர் நிறைந்தது. நீர்விளாவி சூடம் பொருத்தி தீபம் காட்டினேன். கும்பிட்டுக் கொண்டோம். அம்மாவின் படத்திற்கு முன்னால் வைத்த சாப்பாட்டை, சாப்பிட வேண்டுமென்பதற்காக வாழைஇலையை என் முன்னால் நகர்த்தி வைத்தாள். சோற்றைப் பிசைந்தேன். அம்மாவின் புகைப்படத்தருகே இருந்த ஊதுபத்தி புகைந்து கொண்டிருந்தது. புதுச்சேலையின் மேல் வெற்றிலை பாக்கு

இருந்தது. இலையை மூடி வைத்துவிட்டு எழுந்துகொண்டேன். சாப்பிட முடியவில்லை. ‘வெறும் சோறுதான். ஆனா அதிலே உப்பு இருக்குய்யா’ என்று சொன்ன அத்தையின் முகம் ஞாபகத்திற்கு வந்தது. எதற்கு என்று தெரியவில்லை.

பாஸ் என்கிற சின்னசாமி

தல்லாகுளம் புரோட்டாக் கடையின் முன் வேப்பமரம் இருக்கிறது. மதியான நேரத்தில் பார்சல் வாங்க வருகிறவர்கள் நிழலுக்கு அம்மரத்தினடியில் நிற்பதைப் பார்க்க முடியும். சிலர் சைக்கிளை, இருசக்கர வாகனத்தை நிறுத்தியிருப்பார்கள். ராத்திரியிலும் குடும்பத்தோடு பார்சலுக்கு காத்திருப்பார்கள். மாலை ஆறு மணிக்குப் பிறகு அம்மரத்திற்குப் புதிய தோற்றம் வந்துவிடும். டியூப் லைட் கட்டியிருப்பார்கள். சில நேரங்களில் நாற்காலிகள் கிடக்கும். அதில் செய்தித்தாள்கள் இருக்கும்.

பெத்தாணியபுரத்திலிருந்து வந்த சின்னசாமி அம்மரத்தினடியில் நின்றிருந்தான். சைக்கிள் ஹேரியரில் பழைய சாக்கை வைத்து சுருட்டி மறைத்து பெரிய இரும்பு உருளையைக் கட்டிக் கொண்டு வந்திருந்தான். அக்குழாயின் இரண்டு பக்கமும் ஜாயிண்ட் அடித்த பத்த வைப்பு துண்டை வம்பாக துவம்சம் செய்து பிடுங்கியிருந்தது தெரிந்தது. முனைகள் அமுங்கி தகடாகும் அளவிற்கு காயமடைந்திருந்தது. இத்தனைக்கும் துருப்பிடித்த உருளைதான். சின்னசாமிக்கு அதை விற்று காசாக்க வேண்டுமென்பதுதான் ஒரே நோக்கமாக இருந்தது. அதன் முனைகளை பற்றிய கவலையெதுவுமில்லை. அவனது கவலையெல்லாம் சற்குணமும் விஜயனும் இன்னமும் புரோட்டா

கடைக்கு வரவில்லையென்பதுதான். இரண்டு தினங்களுக்கு முன்பாக அவர்கள் இருவரையும் இட்லி கடையில் பார்த்து பேசினான். இருவரும் நல்ல போதையில் இருந்தார்கள்.

“என்ன பாஸ், என்னய விட்டுட்டு நீங்க மட்டும் தனியா போயி சரக்கடிச்சிட்டு வந்துட்டீங்க. கூப்பிட்டிருந்தா வந்திருப்பேன். மறந்துட்டீங்களா பாஸ்”

சற்குணம் ஆம்பாயிலை மடித்து, வானத்துக்கு தலையைத் தூக்கி வாயைத் திறந்தான். ஆம்பாயில் அவனது தொண்டைக்குள் இறங்குவதை சின்னசாமியால் பார்க்க முடிந்தது. சின்னசாமிக்கு பிராந்தி குடிப்பதைவிட, நொறுக்குத்தீனிகளைப் பார்ப்பதே போதையாக இருக்கும். காசில்லாத நேரத்தில் பிளாஸ்டிக் கப்பில் வெறும் தண்ணீரை ஊற்றி மிக்ஸரைத் தின்றிருக்கிறான்.

“விடுங்க பாஸ். அடுத்த மாசம் வெயிட்டா ஒரு பார்ட்டி இருக்கு. லாட்ஜில ரூம் போட்டு தண்ணியடிக்கிறோம். ராத்திரி முழுக்க சரக்கடிப்போம். வாந்தியெடுப்போம். மய்கானாள் விடியங்காட்டி குளிச்சிட்டு ஜம்முன்னு வீட்டுக்குப் போவோம்” சற்குணம் உதட்டில் வடிந்ததை விரல்களால் துடைத்தபடி அவனிடம் சொன்னான்.

சின்னசாமிக்கு அவன் சொல்வது பொய் என்று தெரியும். லந்துக்கு பேசுகிறான். போதையில் சாமாளிக்கிறான். ஏமாற்றுகிறான் என்பதைத் தெரிந்துகொண்டான். ஏமாந்ததைக் காட்டிக்கொள்ளக்கூடாது என்பதற்காக, “என்ன பாஸ், என்ன விசேஷம்” என்று ஆர்வமாகக் கேட்டான்.

“அவங்க அண்ணனுக்குக் கல்யாணம் பாஸ்” என்று விஜயன் சொன்னதும், அவன் அமர்ந்திருந்த பிளாஸ்டிக் நாற்காலியை எடுத்துக்கொண்டு அவர்கள் அருகே சென்று அமர்ந்தான் சின்னசாமி. அவனுக்கு உண்மையிலே சற்குணம் சொல்லியதுபோல் நடந்தாலும் நடந்துவிடும் என்கிற எண்ணம் உண்டாகியது. “அப்படியா” என்று ஆர்வமாகக் கேட்டான். வேறெதுவும் பேசவில்லை.

சற்குணம் இலையை மடித்து கூடையில் போட்டுவிட்டு கையைக்

கழுவினான். அவன் எழுந்ததும் விஜயனும் எழுந்து கொண்டான். அவனது தட்டில் இன்னமும் இட்டிலி மீதமிருந்தது.

"என்ன பாஸ் எந்திருச்சிட்டீங்க. போதுமா பாஸ்."

"போதும் பாஸ். வவுறு திம்முன்னு இருக்கு. ஒன்னுக்குப் போயிட்டு தம்மடிக்கணும்" என்று சற்குணம் சொன்னதும் சின்னசாமி அவசர அவசரமாக இட்டிலியைப் பிய்த்து தின்றான். அவனுக்குச் சாப்பிட்டது போலில்லை. இன்னொரு ஆம்லெட் வாங்கி சாப்பிட வேண்டுமென்கிற திட்டத்தில் இருந்தான். அவனும் எழுந்து கைகழுவிக்கொண்டான்.

சின்னசாமி கைகழுவுவதை வேண்டுமென்றே தாமதமாக்கினான். அவர்கள் தனக்கும் சேர்த்துப் பணம் தருகிறார்களா என்று பார்த்தான். குடத்திலிருந்து பிளாஸ்டிக் தம்ளர்களைத் தேடுபவன்போல நடித்தான். சற்குணம் அவர்கள் இருவருக்கும் மட்டும் பணத்தைக் கொடுத்துவிட்டு ரோட்டுக்குச் சென்று நின்றுகொண்டதும் கையைக் கழுவிக்கொண்டு வேகமாக வந்தான். இட்டிலிக் கடை அக்காவிடம் பணத்தைத் தந்துவிட்டு அவர்களுக்குப் பின்னால் நின்றான். அவர்கள் மூவரும் நடந்து பெட்டிக் கடை பக்கமாகச் சென்றார்கள். ரோட்டின் கடைசியில் இரண்டு மினி லாரிகள் நேருக்கு நேராக முட்டிக்கொள்வது போல் நின்றிருந்தது. அதிலிருந்து சரக்குகளை இறக்கிக் கொண்டிருந்தார்கள். லாரியைக் கடந்து நடந்தார்கள்.

"சேட்டங்நே கடையில வேலை பாக்குறதுக்கு சும்மா இருக்கலாம் மாப்ள" என்று சற்குணம் விஜயனிடம் சொன்னான்.

"ஏன்டா"

"நைட்டு வேலைன்னு விடிய விடிய வெச்சு செய்யுறாங்க மாப்ள. வைய்யுறது எல்லாம் அவங்க பேச்சில வைய்யுறாங்நே. நம்ம பாஸ் மாதிரி சாயந்தரம் ஆறு மணியாச்சுன்னு ஒர்க்ஷாப்பை மூடிட்டு பேட்டாத் துட்டை வாங்கிட்டு வர்ற வேலைமாதிரி அமையுமா" என்று சற்குணம், சின்னசாமியைப் பார்த்து சொன்னான். சின்னசாமி அவர்கள் இருவருக்குள் புகுந்து

உரசியபடி நடக்க ஆரம்பித்தான். தன்னையும் அவர்களது பேச்சில் சேர்த்துக் கொண்டது அவனுக்கு சந்தோஷம்.

அந்த சந்தோஷத்தில் அவர்களை "வாங்க பாஸ் தம்மடிக்கலாம்" என்று பெட்டிக் கடைக்கு அழைத்துச் சென்றான். சற்குணம் கடையின் முன்பாக நின்றதும் தொங்கிக்கொண்டிருந்த ரஸ்தாலி தாரிலிருந்து இரண்டு பழங்களை திறுகி பிய்த்தான். ஒன்றை அவனும் மற்றொன்றை விஜயனுக்குமாகக் கொடுத்தான். கடைப் பக்கமாக முதுகை திருப்பி நின்றுகொண்டு அவர்கள் இருவரும் பழத்தின் தோலை பிய்த்து தின்னத் தொடங்கினார்கள். தனக்கு வாழைப்பழம் தராத ஏமாற்றத்தில் சின்னசாமி மூன்று சிகரெட்டுகளை வாங்கினான். சிகரெட்டுக்கும் பழத்திற்கும் பணத்தைத் தரும்போது, விஜயன், "பாஸ் கல்லமுட்டாய் வாங்குங்க" என்று சொன்னான்.

சற்குணம், கடையின் வலதுபுறத்தில் தொங்கிக்கொண்டிருந்த கயிற்றில் சிகரெட்டை பற்றவைத்துக்கொண்டான். அவன் விஜயனை ஜாடையாகப் பார்த்தான். அவன் பார்த்தப் பார்வைக்கான அர்த்தம் விஜயனுக்குத் தெரியும். அதனைப் புரிந்துகொண்டவன்போல், சிகரெட்டை இழுத்து தம் கட்டி உதடுகளைக் குவித்து ஊதினான்.

"என்ன பாஸ், நாங்கதான் காசு தருவோம்மில்ல. அதுக்குள்ள ஏங்கொடுத்தீங்க" என்று விஜயன், சின்னசாமி பக்கமாகத் திரும்பி நின்று சொன்னான்.

"பரவாயில்ல பாஸ்" என்று சின்னசாமி அவனது தோளில் கையைப் போட்டுக்கொண்டு சிகரெட்டை ஊதினான். அவனுக்கு சந்தோஷமாக இருந்தது.

"பாஸ், உங்களுக்கு அக்கா அண்ணன்னு யாருமில்லயா பாஸ்."

"எதுக்கு பாஸ்."

"அவங்களுக்கு கல்யாணம் முடிஞ்சிருச்சா பாஸ்."

"பாஸ் நான் எங்க வீட்டில ஒத்தப்புள்ள. நாமட்டுந்தான். ஏங்கூட யாரும் பெறக்கல. எனக்கு கல்யாணம் முடிஞ்சி ஒரு

பொம்பளப் புள்ள இருக்கு பாஸ்."

"கொடுத்து வெச்சாளு நீங்க."

"பாஸ் உங்களுக்கு எல்லாத்திலயும் யோகம் பாஸ். வேலை அமைஞ்சது, பெறந்தது, கல்யாணம் முடிஞ்சது எல்லாம்."

சின்னசாமிக்கு சந்தோஷமாக இருந்தது. இன்னொரு சிகரெட் வாங்கிப் புகைக்கலாம் என்கிற எண்ணம் எழுந்தது. ஆனால் பாக்கெட்டில் பணமில்லை.

"பாஸ் நீங்க எங்களுக்கு பார்ட்டி கொடுங்க. ஞாயித்துக்கிழமை அவசியம் நீங்க பார்ட்டி தர்றீங்க. இல்லைன்னு சொல்லக்கூடாது. மாட்டேன் சொல்லக்கூடாது."

"எதுக்கு பாஸ் பார்ட்டி."

"எதுக்காச்சும் பார்ட்டி கொடுங்க பாஸ். அப்புறம் எப்படி நாம ஃபிரெண்டா இருக்குறது. நான் எங்க அண்ணன் கல்யாணத்துக்கு உங்களைச் சேர்க்காம எங்க ஃபிரெண்ட்ஸ் அளவில பார்ட்டி தரக்கூடாதா. லிஸ்ட்டில உங்க பேரைத்தான் பாஸ் என்கிற சின்னசாமின்னு முதல்ல எழுதினோம். எதுக்குத் தெரியுமா. நீங்களும் நம்ம ஃபிரெண்ட்ஸ்களோட கலந்துக்கணும் பாஸ். பாஸை நாம் தனியா விடக்கூடாதுன்னு இவந்தான் சொன்னான்" என்று சற்குணம் விஜயனைப் பார்த்துச் சொன்னான்.

சின்னசாமிக்கு அழுகையே வந்துவிடும் போலிருந்தது. சரி என்று அவர்களது கையைப் பிடித்துக் கொண்டான். ஞாயிற்றுக்கிழமை பார்ட்டி என்று முடிவு செய்தார்கள். அன்று அவர்களுக்கு விடுமுறை. ஒர்க்ஷாப்புக்கும் விடுமுறை. மதியத்திற்குப் பிறகு தல்லாகுளம் புரோட்டா கடை வாசலில் சந்திப்போம் என்று அவர்கள் இருவரும் சின்னசாமியை விட்டு விட்டு நடந்தார்கள். சின்னசாமிக்கு என்ன செய்வதென்று தெரியவில்லை. பார்ட்டி வைக்க வேண்டுமென்றால் எவ்வளவு பணம் செலவாகும் என்றும் தெரியவில்லை. யோசனையாக வீட்டிற்கு நடந்தான். ஒரு மாதம் அவர்கள் கண்களில் படாமல் எஸ்கேப்பாகி இருக்கலாமென்றுகூட நினைத்தான். அப்பொழுதுதான்

ஒர்க்ஷாப்புக்கு லாரி நிறைய பழைய இரும்பு உருளைகள் வந்து இறங்கின. சின்னசாமி, சனிக்கிழமை இரவு ஒர்க்ஷாப் அடைக்கும் போது இரண்டு உருளை பிட்டுகளை எடுத்து வைத்துக் கொண்டான்.

ஞாயிற்றுக்கிழமை மதியம் ஒரு மணிக்கு சற்குணமும் விஜயனும் புரோட்டா கடையின் முன்பாக சைக்கிளை நிறுத்தி இறங்கினார்கள். மதிய வெயில் அவர்களது முகத்தில் விழுந்தது. சைக்கிளில் டபுள்ஸ் ஓட்டி வந்தது, சற்குணத்திற்குத் தொடையும் இடுப்பும் வலித்தது. புரோட்டாக் கடையின் முன்பு இருந்த வேப்பமரத்தின் நிழலில் ஒதுங்கி நின்றுகொண்டான். தல்லாகுளத்திற்குப் பக்கத்திலிருக்கிற அவுட்போஸ்ட் ஏரியாவில் இருக்கிற பழைய இரும்பு வியாபாரிகள் விஜயனுக்குப் பழக்கம். அவன் சின்னசாமியிடம் நேற்றிரவு, “பாஸ் நீங்க தைரியமா கொண்டுட்டு வாங்க. நா பாத்துக்குறேன். முதல்ல வித்து காசாக்குவோம். அப்புறமேட்டிக்கு மத்த விசயத்தைப் பேசுவோம்” என்று சொல்லியிருந்தான்.

விஜயனையும் சற்குணத்தைப் பார்த்ததும் சின்னசாமிக்கு நிம்மதியானது. அதற்கு ஏற்றாற்போல் காற்று வீசி வேப்பமர இலைகள் அசைந்து அவனது உடல் குளிர்ந்தது. சற்குணம், புரோட்டா கடையில் மாஸ்டர் அடுப்புக்கல்லில் வெங்காயத்தையும் தக்காளியையும் வதக்குவதை வேடிக்கைப் பார்த்தான். அப்பொழுது கடையின் எதிர் புறத்தில் சைக்கிள் ரிக்ஷா வந்து நின்றதை அவர்கள் மூவரும் திரும்பிப் பார்த்தார்கள். அதிலிருந்து பச்சைப்புடவையில் கருப்பும் வெள்ளையும் கலந்த வட்ட வட்டப் பொட்டிட்டிருந்த சேலையுடுத்திய பெண் இறங்கினாள். சற்குணம் அப்பெண்ணின் முகத்தைப் பார்த்தான். அவளது பெரிய உதடுகள் கருப்பாக இருந்தன. நெற்றியில் குங்குமம் வைத்திருந்தாள். தலை நிறையப் பூ இருந்தது. அவளது கால் விரல்களைப் பார்த்தான். மெட்டி எதுவுமில்லை. ஆனால் அகலமான பாதங்கள். கைப்பை ஒன்றை சேலையின் முந்தியோடு சேர்த்து வைத்திருப்பது தெரிந்தது. சாலையைக் கடந்து புரோட்டா கடைக்கு வந்தாள். வேப்பமரத்தினடியில் சற்குணத்தின் அருகில் நின்றாள்.

அவளுக்காகக் காத்திருந்ததுபோல கடைக்குள்ளிருந்து வந்த சப்ளையர் அழுக்கு வேட்டியைக் கீழே இறக்கிவிட்டு தலையில் கட்டியிருந்த சிவப்பு குற்றாலத் துண்டை உருவி, உதறியபடி வந்தார். அவளருகே வந்து நின்றதும் அவள் தனக்கு வேண்டியதைச் சொல்லி பணம் கொடுத்தாள். சப்ளையர் பணத்தை வாங்கிக்கொண்டு சென்றதும் அப்பெண் தனது கைப்பையிலிருந்த சிகரெட்டை எடுத்துப் பற்ற வைத்துப் புகைத்தாள்.

சற்குணத்திற்கு அதைப் பார்த்ததும் அதிர்ச்சியாக இருந்தது. முகத்தைத் திரும்பவும் பார்த்தான். அவள் உதடுகள் பிரிந்து புகை கசிவதைப் பார்க்க அழகாக இருந்தது. பெரிய பெரிய உதடுகள். தெற்குவாசல் பூக்கடையிலும் சிம்மக்கல் பூக்கடைகளிலும் திங்கள்கிழமை விற்பதற்கு வைத்திருக்கும் சிவப்புத் தாமரை மெக்குகளைப் போன்றிருந்தது, அவளது உதடுகள். அந்த உதடுகளை தன்னுடைய மிகப்பெரிய சொத்தாக, அவள் கருதவேண்டும். வேப்பமரத்தினடியில் வந்து நின்ற சற்று நேரத்திற்குள் பலமுறை நாவினால் ஈரப்படுத்திக் காய்ந்து போகாமலிருக்கச் செய்தாள். கைக்குட்டையால் ஒற்றிக்கொண்டாள். புகைவிடும்போது அப்புகையின் சூட்டை தன் உதடுகள் தாங்கிக்கொள்ளாது என்பதுபோல மெதுவாகவும் சிறிது சிறிதாகவும் கசியவிட்டாள்.

சின்னச்சாமி அப்பெண்ணைப் பார்த்ததும், "வணக்கம்மா" என்று சொன்னான். அப்பெண் அவனைப் பார்த்ததும் "சின்னச்சாமி நல்லாயிருக்கியா" என்று கேட்டாள். அவன் சிரித்துக் கொண்டான். "என்ன விசயம், இங்கிட்டு" என்று அவனுக்கு அருகில் நின்றிருந்த விஜயனையும் சற்குணத்தைப் பார்த்துக் கேட்டாள்.

சின்னச்சாமி புரோட்டா சாப்பிட வந்திருப்பதாகப் பொய் சொன்னான். அவன் சொல்வது பொய் என்று அவளுக்குத் தெரியும். இருந்தாலும் ஒன்றும் பேசவில்லை. சரி என தலையாட்டினாள். ஆனால் அவளது கண்கள் விஜயனையும் சற்குணத்தையும் பார்ப்பதைத் தவிர்க்கவில்லை. அவள்

சின்னசாமியிடம், “இப்ப ஓம்பொண்டாட்டி கூப்பிட்டதும் வர்றாளா” என்று சிரித்தபடி கேட்டாள். அப்படி கேட்கும் போது அவளது கண்கள் சின்னச்சாமியைப் பார்க்கவில்லை.

சின்னச்சாமி, “போங்கம்மா இதெல்லாம் இங்கன வந்து கேட்டுக்கிட்டு” என்று வெட்கப்பட்டான். அதற்கு அவள், “ஸ்டேஷனுக்கு வந்து ஏம்பொண்டாட்டி ஏங்கூட படுக்க வரமாட்டேங்குறான்னு புகார் கொடுக்கத் தெரியுது. அதுக்கு மட்டும் வெட்கமில்ல. இப்ப மட்டும் வருதாக்கும்” என்று அவனைத் திட்டினாள். உண்மையில் அப்போது அவளுக்குக் கோபம் வந்தது. நாக்கைத் துருத்தி பற்களைக் கடித்துக் கொண்டாள்.

புரோட்டா கடையிலிருந்து சப்ளையர் வந்தார். அவளிடம் பார்சலைக் கொடுத்தார். அவள் பெற்றுக்கொண்டு எதிர்சாலையிலிருந்த ரிக்‌ஷாவை நோக்கி நடந்தாள். “வர்றேன்” என்று சின்னசாமியைப் பார்த்து கையசைத்து விட்டுச் சென்றாள். அவள் சாலையைக் கடக்கும் பொழுது சிகரெட்டை கடைசியாக இழுத்துவிட்டு சுண்டியெறிந்தாள். நடுரோட்டில் உதடுகளிலிருந்து புகை கசிய அவள் நடந்து செல்வதை அவர்கள் பார்த்தார்கள். அவள் ரிக்‌ஷாவில் ஏறிச் சென்றதும் சின்னச்சாமி வெட்கமும் அவமானமுமாக அவர்களைப் பார்த்தான்.

விஜயன் அவளைப் பற்றி விசாரித்ததற்கு அவன் அப்பெண் போலீஸ் என்றும் அவள் தனக்கும் தன்னுடைய மனைவிக்கும் நடந்த பிரச்சினையைத் தீர்த்து வைத்தாள் என்றும் சொன்னான். என்ன பிரச்சினை என்று சரக்கு அடித்துக்கொண்டு பேசினால் நன்றாக இருக்குமென அவனிடம் பேசவில்லை. அவர்கள் மூவரும் அவுட்போஸ்ட்டுக்கு சைக்கிளை உருட்டிக்கொண்டு சென்றார்கள்.

சின்னசாமி அவனாக சொன்னான். “ஒருநா ரெண்டு நாள்ன்னா பரவாயில்ல மூணு மாசமா வரலயின்னா மனுஷனுக்கு கடுப்பு மசுரு வருமா வராத. அப்புறம் எதுக்கு தாலி கட்டி ஒருத்திய கூட்டிட்டு வரணும். புளிய வெச்சு அடைக்கவா” என்று அவன் அவர்களைப் பார்த்துப் பேசிய போது அவனது முகத்தில்

கோபம் இருந்தது. பீடியை எடுத்துப் பற்ற வைத்துக்கொண்டான். புகைத்தபடி சொன்னான்.

“சொல்லிப்பாத்தேன். கேட்கல. மொனையா பேசிட்டே இருந்தாப்பல. யாரையும் வெச்சிருக்கியான்னு தெருவில நின்னு தண்ணிய போட்டு சலம்புனேன். பஞ்சாயத்து வெச்சேன். அப்பவும் வரல. நேரா போலீஸ் ஸ்டேஷனுக்குப் போயிட்டேன். ஏம்பொண்டாட்டி ஏங்கூட படுக்க வரமாட்டேங்கிறா என்னான்னு கேட்டுக் கொடுங்க. இல்லையா தீர்த்து விடுங்க. ஏங்கூட படுக்கறவளாப் பாத்து நான் கல்யாணம் செஞ்சுக்குறேன்னு சொன்னேன்” என்று அவன் சொல்லி விட்டு பேச்சை நிறுத்தினான்.

சைக்கிளை உருட்டிச் சென்ற விஜயன் ஆர்வமாய் அவனது முகத்தைப் பார்த்தான். சற்குணத்திற்கு போலீஸ் ஸ்டேஷனில் இப்படியெல்லாம் கேஸ் தரலாமா என்று ஆச்சரியமாக இருந்தது. தன்னுடைய முகத்தை இருவரும் பார்ப்பதை அறிந்தவன் ஆர்வமாகப் பேசத் தொடங்கினான். மூவரும் தங்களது நடையை, தங்களையும் அறியாமல் நடுரோட்டில் நிறுத்தியிருந்தனர்.

“இந்தம்மா ஏவூட்டுக்காரிய கூட்டிட்டு வரச்சொல்லி என்ன ஏதுன்னு கேட்டாங்க. அவ ஒத்த வாத்தயில முடியாது, பிடிக்கலன்னு சொல்லிட்டா. ஏன் பிடிக்கலன்னு அந்தம்மா கேட்டுச்சு. பிடிக்கலன்னா பிடிக்கல. வேணுமுன்னா அந்த ஆளு வேற கல்யாணம் முடிக்கட்டும் அப்படின்னு சொன்னாப்பல. அதுக்கு அந்தம்மா கேட்டாங்க. நீ வேற யாரையும் வெச்சிருக்கியான்னு. அவ ஏம் பிள்ள மேல சத்தியமா அப்படியெல்லாம் இல்ல. பிடிக்கல அவ்வளவுதான் அப்படின்னு சொன்னா. சரி என்ன காரணத்துக்கு அந்த ஆளா வேணாமுன்னு சொல்லுறா. வாரத்தில ஒருநா இல்லன்னாலும் மாத்தைக்கி ஒருநாவாச்சும் அவங்கூட படுக்கணுமில்லன்னு சத்தம் போட்டதும் அவ சொல்லுற, இந்தா, இந்தா, இப்ப வந்து செய்யுன்னு அத்தன பேரு முன்னாலயும் சேலய சட்டைய பாவாடைய கழட்டி கால விரிச்சுப் படுத்துட்டா. இத்தனைக்கு

அவ எந்த வெனையமும் இல்லாதவ. எனக்கு அசிங்கமாப் போச்சு. அட நொம்மாளன்னு சேலய எடுத்து சுத்திவிட்டேன். அவளுக்கு ஆங்காரம் போகல. படுறா படுறான்னு கத்துறா. அந்த போலீஸ்காரம்மா இனிமேற்பட்டு ஏம்பொண்டாட்டி ஏங்கூட படுக்கலன்னு நீ ஏங்கிட்ட வந்தே, ஓம்சாமனத்த அறுத்து கையில கொடுத்துருவேன்னு என்னய அடிக்க வந்துட்டாங்க" என்று சொன்னான்.

சற்குணம் ஆர்வமாக, "இப்ப வர்றாங்களாண்ணே" என்று கேட்டான். சின்னச்சாமி தன்னை அண்ணன் என்று அழைப்பதை கேட்டு நின்றான். அந்த வார்த்தை அவனுக்குப் பிடிக்கவில்லை. பாஸ் என்று அழைத்தால் எவ்வளவு சந்தோஷமாக இருக்கும் என்று நினைத்தான். தன்னிடமிருந்த பீடியை பற்றி வைத்துக் கொண்டான். பதில் பேசவில்லை. அவுட்போஸ்ட்டுக்குப் பக்கத்தில் பழைய இரும்பு வியாபாரிகள் இருவர் மண்டகப்படிக்கு அருகில் அமர்ந்து வியாபாரம் செய்து கொண்டிருந்தார்கள். சைக்கிள் ரிம், போக்கஸ் கம்பிகள், டைனமா, பூட்டு சாவிக்கொத்து, நட்டு, ஸ்குரு, டிரைவர் என்று ஏகப்பட்ட பொருட்கள் தரையில் சிதறிக் கிடந்தது. ஆட்கள் வருவதும் அப்பொருட்களை எடுத்துப் பார்ப்பதுமாக இருந்தார்கள். விஜயனைப் பார்த்ததும் வியாபாரிகள் இருவரும் சிரித்தனர். விஜயன், சின்னசாமியை அடையாளம் காட்டி விசயத்தைச் சொன்னான். அவர்கள் இரும்புக் கம்பியை எடுப்பதற்கு முன்பாக தீர்மானித்துவிட்டார்கள்.

"பாதி துருப்பிடிச்சுப்போச்சு விசயா" என்று வியாபாரிகளில் ஒருவர் சொன்னார்.

"கையில வாங்கிப் பாக்கம சொல்லாதண்ணே" என்று விஜயன் சொன்னான். அப்போது சைக்கிள் ரிக்ஷா அவர்கள் அருகில் வந்து நின்றது. அதிலிருந்து அப்பெண் இறங்கினாள். அவளது கையில் நீளமான தடியிருந்தது. ரிக்ஷாவிலிருந்து இறங்கியதும் முதலில் சின்னசாமிக்குத்தான் அடி விழுந்தது. அவன் கத்தினான். பிறகு வியாபாரிகளுக்கு விழுந்தது. விஜயனை அடிப்பதா இல்லை சற்குணத்தை அடிப்பதா

என்று யோசிப்பதற்குள் அவர்கள் ஓடத்தொடங்கினார்கள். ஆனால் அப்பெண் ஒரே எட்டில் இருவரின் சட்டையைப் பிடித்துக் கொண்டாள்.

“எங்கிருந்து திருட்டிட்டு வந்திருக்க” என்று சின்னசாமியைப் பார்த்துக் கேட்டாள்.

“எங்க கடையில ரொம்ப நாளா இருந்துச்சும்மா. கடையில இருந்து கொண்டு வந்தது.”

“உங்க கடையிலிருந்து திருடிட்டியா. நட உங்க கடைக்குப் போவோம். முதலாளிக்கிட்ட பேசுவோம்” என்றதும் சின்னச்சாமி அய்யோ அம்மா என்று கத்த ஆரம்பித்தான். நடுரோட்டில் அவனது கூச்சல் கேட்டு நடந்து சென்றவர்கள் திரும்பிப் பார்த்தனர்.

“சரி என்ன விலைக்கு வித்திருக்க.”

“இன்னும் பேசி முடிக்கல.”

“எவ்வளவுய்யா தர்றே” என்று வியாபாரிகளைப் பார்த்துக் கேட்டதும் அவர்கள் பயந்து போய் பணத்தை எடுத்துத் தந்தார்கள். அவள் வாங்கிக் கொண்டாள். சின்னசாமிக்கு ஏமாற்றமாக இருந்தது. விஜயன் அப்பணத்தைப் பார்த்தான். அவள், “இந்த இடத்தில எங்க ஒயின்ஷாப் இருக்கு” என்று கேட்டாள்.

சின்னசாமிக்கு அவள் எதற்காகக் கேட்கிறாள் என்று புரியவில்லை. விஜயன், “கோரிப்பாளையத்துக்குத்தான் போகணும்” என்று பயந்து கொண்டு சொன்னான்.

“சரி நீங்க ரெண்டு பேரு மட்டும் போய் மூணு பீர் பாட்டில் வாங்கிட்டு வாங்க. இடுப்பில் சொருகிட்டு வரக்கூடாது. ரிக்ஷாவில பைக்கட்டு இருக்கு. எடுத்துட்டு போங்க” என்று சொன்னாள். அவர்கள் அவளிடமிருந்து பணத்தை வாங்கிக்கொண்டு சைக்கிளை எடுத்தார்கள்.

“அப்படியே எஸ்கேப்பாகணுமின்னு நெனைக்காதீங்கடா. இவன் நீங்க வர்ற வரைக்கும் இங்கதான் இருப்பான். போங்க

போங்க” என்று விரட்டினாள். அவர்கள் இருவரும் சைக்கிளை எடுத்துக்கொண்டு சென்றார்கள்.

சற்குணம் அவர்கள் செல்வதைப் பார்த்து நின்றான். அங்கு நிழலுக்கு எந்த இடமுமில்லை. இரும்பு வியாபாரிகள் குடையை விரித்து பிடித்து அமர்ந்திருந்தார்கள். அவர்களிடம் குடிப்பதற்கு தண்ணீர் பாட்டில் இருந்தது. வாங்கி குடித்தான். அப்பெண் சிகரெட்டை எடுத்துப் பற்ற வைத்துக் கொண்டாள். சற்குணம் அவளது பாதங்களையும் உதடுகளையும் மாறி மாறிப் பார்த்தான். அவன் தன்னுடைய பாதங்களையும் கண்களையும் பார்த்துக் கொண்டிருப்பதை அவள் கவனித்தாள். அவளுக்கு சந்தேகம் வந்தது, தன்னுடைய மார்பகங்களை முகத்தை இடுப்பைப் பார்க்காமல் ஏன் பாதங்களையும் உதடுகளையும் பார்த்துக் கொண்டிருக்கிறான். அப்படி அதில் என்ன தெரிகிறது என்று அவளும் குனிந்து பாதங்களைப் பார்த்தாள். அகன்றும் நீளமானதுமான அப்பாதங்களும், கண்ணாடியில் பார்க்கும் போது தெரியும் பருத்த உதடுகள் அவளுக்கு ஆச்சரியமளிப்பதில்லை. சற்குணம் பார்க்கவேண்டுமென தனது மேல்முந்தியை இழுத்துவிட்டுக்கொண்டாள். அவன் உதடுகளையும் பாதங்களையும் பார்ப்பதை மட்டுமே கவனமாக இருந்தான். இன்று சீருடை அணிந்து வந்திருந்தால் ஒருவேளை அவன் தனது கண்களையும் பாதங்களையும் பார்க்காமல் மார்பகங்களையும் இடுப்பையும் பார்ப்பான் என்று நினைத்தவள் புகையை கசியவிட்டு, அவனிடம், “ஏங்காலையும் கண்ணையும் பாக்குற” என்று கேட்டாள்.

சற்குணம் தன்னை அவள் கண்டுபிடித்துவிட்டாள் என்கிற தவிப்பில் “சும்மாதா” என்று சொன்னான். அவள் நம்பவில்லை என்பது அவனுக்குத் தெரியும். அவள் மண்டகப்படியின் வாசலில் அமர்ந்துகொண்டாள். அவனைத் தன்னருகில் வந்து அமரும்படி சொன்னாள். அவன் இடைவெளியோடு அமர்ந்துகொண்டான். அவள் மீது புரோட்டாவும் கறிக்குழம்பு வாசனை வரும் என்று நுகர்ந்தான். எந்த வாசமும் வரவில்லை. சிகரெட் புகையின் வாசந்தான் இருந்தது.

“எதுக்கு என்னய மோந்து மோந்து பாக்குற” என்று கேட்டாள்.

அவன்ஒன்றுமில்லையென்பதுபோல தலையசைத்துக் கொண்டான். எது செய்தாலும் கண்டுபிடித்துவிடுகிறாளே என்று அவளது மார்பகத்தைப் பார்த்தான். அப்படிப் பார்த்தால் அவள் எதுவும் பேசமுடியாது. முகத்தை வேறு பக்கமாகத் திருப்பிக்கொள்வாள் என்று நினைத்தான். ஆனால் அப்பெண் இன்னொரு சிகரெட்டை எடுத்துப் பற்ற வைத்துக் கொண்டாள். “எங்கயிருந்துடா வர்றே” என்று கேட்டாள். சற்குணம் அவன் வீடு இருக்கும் இடத்தைச் சொன்னான். “அங்கன இருந்து என்ன ஜோலிக்கு இங்க வந்தே. ஏம்ப்பூ, என்ன ஜோலிக்கு வந்தே” என்று கேட்டாள். சற்குணம் பதில் பேசாமல் அமைதியாக இருந்தான். “இய்ங்யாரு இனிமே இந்த ஏரியாவுல உங்களைப் பாத்தேன். பாத்த இடத்தில அடிச்சு தொலைச்சுப் போடுவேன் தொலைச்சு” என்று அரட்டினாள்.

விஜயனும் சின்னச்சாமியும் பீர் வாங்கிக் கொண்டு வந்தார்கள். அவர்கள் சைக்கிளை விட்டு இறங்குவதற்கு முன்பாகவே அவள் எழுந்து அவர்களிடமிருந்து பீர் பாட்டில் இருந்த பையை வாங்கிக் கொண்டு, ரிக்ஷாவை நோக்கி நடந்தாள். சைக்கிளில் ஏறுவதற்கு முன் திரும்பியவள் சிரித்தாள். யாரைப் பார்த்து என்று மூவருக்கும் தெரியவில்லை. எதற்கு என்றும் தெரியவில்லை.

சற்குணம் அமைதியாக இருந்தான். அவன் மண்டகப்படியிலிருந்து எழுந்து கொள்ளவில்லை. விஜயன் ஆத்திரத்துடன் அவனருகில் நின்றான். “டேய் மாப்ள ஏதாச்சு வழி சொல்லுற. தண்ணியடிக்கிற மூடில இருக்கேன்” என்று சொன்னான். சின்னசாமி, “இங்ஙன யாராச்சு தெரிஞ்சவங்க இருந்தா கைமாத்தா கொஞ்சம் பணத்த வாங்குங்க பாஸ். தண்ணிய போட்டு இந்த ஏரியாவில சலம்பணும். ஒரு பயலும் இன்னைக்கு தூங்கக்கூடாது” என்று சொன்னான். சற்குணம் அவர்கள் இருவரும் பேசியதையும் கேட்டுக் கொள்ளவில்லை. புரோட்டா கடையின் வேப்பமரத்தைப் பார்த்தான். இரு சக்கர வாகனத்திலிருந்து பெண், நிழலில் வண்டியை நிறுத்திவிட்டு

இறங்குவதையும், குற்றாலத் துண்டை தலையில் கட்டியிருந்த சப்ளையர் வேகமாக ஓடி வந்து அவளருகே நின்றபதையும் அவன் பார்த்தான். எதற்கென தெரியவில்லை. அவன் வேகமாக எழுந்து கடையை நோக்கிச் சென்றான். அவனுக்குப் பின்னால் இருவரும் சென்றனர்.

விரல்கள்

நடேசன் இருபத்தியேழாவது பிறந்த தினத்தை குடும்பத்தினருடன் கொண்டாடி முடித்து உறங்கிக்கொண்டிருந்த இரவில் அவனது இரண்டு கையிலும் கட்டைவிரல் இல்லையென்பதை முதலில் பார்த்தது, அவனது அப்பா குணசேகரன். அவனது கையைப் பிடித்து அழுத அம்மா தாமரைச்செல்வியைத் தள்ளிவிட்டு வந்த அவனது சகோதரன் வரதராஜன் அவனது பாதங்களைப் பார்த்து அலறினான். நடுஇரவிலும் அலைபேசியில் பாட்டுக் கேட்டு உறங்கிக்கொண்டிருந்த அவனது தங்கை சாரதா, ஹெட்ஃபோனை கழற்றி வைத்துவிட்டு அவனது கைகளையும் கால்களையும் பார்த்து அதிர்ச்சியாக நின்றாள். சப்தம் கேட்டு வந்த பக்கத்து வீட்டுக்காரர்கள் நடேசனைச் சூழ்ந்து நின்றனர்.

அவர்களது தெருவிலிருந்த திடகாத்திரமானவர், அந்த அறையிலிருந்தவர்களை வெளியேறச் சொல்லி அவன் உடுத்தியிருந்த மேல்சட்டை கால்சட்டை மற்றும் உள்ளாடைகளை கழற்றி பரிசோதித்தார். அதிர்ச்சியில் நின்றிருந்த நடேசன் தன்னை எதற்காக பரிசோதிக்கிறார்கள் என்பதை உணரவும் அறியவும் முடியாதபடி, வேதனையிலிருந்தான். திடகாத்திரமானவர், தனது சோதனையை வெற்றிகரமாக முடித்துவிட்டு வீட்டிற்கு வெளியே

இருக்கும் பெண்களுக்கும் அறையின் வாசலருகே இருக்கும் ஆண்களுக்கும் கேட்கும்படியாக கட்டைவிரல் மட்டும்தான், வேறெதுவும் இடமாறவில்லை என்று சொன்னார். பாதி உறக்கத்திலிருந்த அந்தத் தெருவைச் சேர்ந்த இளைஞர்கள் பலரும் எழுந்து வீட்டிற்கு வந்து நடேசனின் கால் பெருவிரலில் புதிதாக முளைத்திருந்த கட்டைவிரலை புகைப்படம் எடுத்து தங்கள் தங்கள் முகநூலில் பதிவிட்டனர். நடுஇரவில் திருவிழா நிகழ்ச்சியைப் போல இச்சம்பவம் தெருவுக்குத் தெருவுக்குப் பரவி ஆட்கள் கூடத்தொடங்கினார்கள்.

அந்த இரவில் ஸ்ரீமதி அவனை உடனடியாகப் பார்க்க வேண்டுமென விரும்பினாள். ஆனால் தாமரைச்செல்வியை நினைத்தபோது அவளுக்கு பயமாக இருந்தது. தாமரைச்செல்வியை மீறி தன்னால் ஒன்றும் செய்யமுடியாது என்பது அவளுக்குத் தெரியும். தாமரைச்செல்விக்கு, ஸ்ரீமதியைப் பற்றி முழுவதுமாகத் தெரியும். ஆனால் இதுவரை தன்னிடம் எதுவும் கேட்டுக்கொள்ளவில்லையென்கிற பதற்றத்தில் தாமரைசெல்வியை நேரடியாகப் பார்ப்பதைத் தவிர்த்து வந்தாள். இருவரும் நேராக சந்தித்துக் கொள்ளும் தருணங்களை ஸ்ரீமதி வேண்டுமென்றே தவிர்த்தாள். தெருவில் தண்ணீர் பிடிப்பது, பால்காரனிடம் பால் வாங்குவது, காலையில் கோலம் போடுவது, ஆகியவற்றை சற்று முந்தியோ, பிந்தியோ செய்வதன் மூலம் தாமரைச்செல்வியைப் பார்ப்பதைத் தவிர்த்தாள். ஆனால் துரதிருஷ்டம் தினமும் மூன்று அல்லது ஐந்து வேளை இருவரும் நேரடியாக சந்தித்துக்கொள்ளும்படியாகிவிட்டதை நினைத்தவள், எப்போது வேண்டுமென்றாலும் தாமரைச்செல்வி தன்னுடன் சண்டையிடலாமென்கிற பயத்தில் இருந்தாள்.

நடேசனின் கைக்கட்டைவிரல்கள் பெருவிரலில் ஒட்டிக்கொண்டதுகூட தன்னால் நடந்தது என்று அவள் சண்டையிடலாமென்று நினைத்தாள். சண்டை வந்தால், என்ன செய்ய வேண்டும் என்று யோசிக்கத் தொடங்கினாள். ஸ்ரீமதிக்கு பயம் அதிகமாகி விரல்களில்லாத கைகளையும் புதிதாக முளைத்திருக்கும் விரலையும் புகைப்படமெடுத்து அனுப்பும்படி

நீண்ட நாட்களுக்குப் பிறகு நடேசனுக்கு குறுஞ்செய்தி ஒன்றை அனுப்பி வைத்தாள். ஆனால் அவனிடமிருந்து பதில் எதுவும் வரவில்லை.

தன்னை விட வயது குறைந்தவனான நடேசனை முதலில் அவள் தம்பி என்றுதான் அழைத்து வந்தாள். அவன் கல்லூரிக்குச் செல்வதும், ஹோட்டல்களில் சாப்பிடுவதும், ஊர் சுற்றுவதும், சினிமாவுக்குப் போவதும், இரவு முழுக்க கண்விழித்து செல்ஃபோனில் படம் பார்ப்பதுமாக இருந்தவனை அவள் தம்பி என்று அழைப்பதை அவன் பொருட்படுத்திக் கொள்ளவில்லை. ஸ்ரீமதியின் குழந்தைக்குக் காய்ச்சல் வந்த நாளிலிருந்து அவள் அவனை பெயர் சொல்லி அழைத்தாள். அன்று, மருத்துவமனைக்குச் செல்லத் துணைக்கு ஆண்கள் யாருமில்லை. ஸ்ரீமதியின் கணவன் ராஜபாண்டி தனது அலுவலகத்திலிருந்தபடி வெளியூர் பயணம் செய்ய வேண்டியதாகயிருந்தது. நடேசனிடம் மோட்டார் சைக்கிள் இருந்ததால் அவனுடன் ஸ்ரீமதியை, அவளது அத்தை அனுப்பி வைத்தாள். நடேசனும் அவளை மருத்துவமனைக்கு அழைத்துச் சென்றான். மருத்துவமனைக்கு மோட்டார் சைக்கிளின் பின்னால் அமர்ந்து சென்ற அந்த நெருக்கடியான நிலையில், அவளுக்கு எந்த எண்ணமும் உண்டாகவில்லை. மருத்துவரின் பரிசோதனை முடிந்து வீட்டிற்குத் திரும்பும் பொழுது, அவள் நிம்மதியான மனநிலையில் நடேசனின் தோள்பட்டையைப் பிடித்து அமர்ந்ததும் இருவருக்கும் பேசிக்கொள்வதற்கு விஷயங்கள் இருப்பதுபோல் ஒருவரையொருவர் பார்த்துக் கொண்டனர். அவன் வண்டியோட்டும் முனைப்பில் ‘தள்ளி உட்காருங்க’ என்று அவளது தொடைகளைத் தொட்டுச் சொன்னதும், அவள் அதற்காகக் காத்திருந்தவள்போல, தனது மார்பகங்களை அவனது முதுகின் மேல் அழுத்தி நெருக்கமாக அமர்ந்தாள். மேலும் ஏதாவது அவன் சொல்வான் என்று கண்ணாடியை எட்டிப் பார்த்தாள். அவனும் கண்ணாடியைப் பார்த்தான். பக்கவாட்டிலிருந்த கம்பியைப் பிடித்திருந்தவள் அவனை அணைத்துக் கொள்வதுபோல, அவனது அடிவயிற்றை தனது கரத்தால் வளைத்துக்கொண்டாள். அவளது விரல்கள்

அவனது வயிற்றில் ஏதேதோ எழுதின. அவள் எழுதுவதை அவன் புரிந்துகொண்டதுபோல மேலும் அவளை நெருக்கமாக அமரச் செய்தான். மார்பகங்கள் இரண்டும் தனது முதுகின் மேல் அழுத்திக் கிடப்பதை சுமந்து கொண்டு கடைவீதியில் பறக்கிற நினைப்பில் மோட்டார் சைக்கிளில் சென்றான். அதற்குப் பிறகு எல்லாம் அவளது விருப்பமாக நடந்தது. கல்லூரிக்குச் செல்வதற்கும், வீட்டில் சாப்பிடுவதற்கும் அவளது அனுமதி தேவையாகயிருந்தது. நடேசன் அவளை மீறி, அவளுக்குத் தெரியாமல், ஏதாவது செய்தால் இரண்டு நாட்கள் அவனுடன் பேசாததோடு குறுஞ்செய்திகள் ஏதும் அனுப்பாமல் இருந்தாள். தினமும் அவள் தன்னுடன் பேச வேண்டுமென்பதற்காகவும், குறுஞ்செய்திகள் அனுப்ப வேண்டுமென்பதற்காகவும் அவள் விருப்பப்படி இருப்பது அவனுக்குப் பழக்கமானது. பழக்கம் என்பது நோயைப்போல அவனுக்குத் தொற்றியிருந்தது. அவனது கண்களுக்கு கீழே கருவளையம் வட்டமிட்டதைக் கண்ட தாமரைச்செல்விப் பயந்து போனாள். துருத்திய நெஞ்சு எலும்பும், வெளுத்த முகமும் அவனை நோயாளியாகக் காட்டியது. பொழுதெல்லாம் செல்ஃபோனை கையில் வைத்து இரண்டு கட்டைவிரல்களாலும் தட்டச்சிட்டுக் கொண்டிருப்பவனைப் பார்க்க அவளுக்கு அழுகை வந்தது. ஸ்ரீமதிக்கு குறுஞ்செய்திகளை அனுப்புவதும் அவள் அனுப்பும் செய்திகளுக்கு பதில் செய்திகளை அனுப்புவதுமாக தனது பொழுதை கழித்துக் கொண்டிருந்தான். இரண்டு செல்ஃபோன்களின் எழுத்து பட்டன்கள் அழிந்து புதிதாக ஒன்றை வாங்கியிருக்கிறான். அவனது கட்டைவிரல்கள் இரண்டு கொக்கியைப்போல வளைந்திருந்ததைப் பார்த்த தாமரைச்செல்வி ஆத்திரத்தில் அந்த விரல் இரண்டும் உடைந்து போகட்டும், இல்லையென்றால் காணாமல் போகட்டும் என்று சபித்திருக்கிறாள். சொல்லியதுபோல நடந்துவிட்டதை எண்ணியவளுக்கு வருத்தமும் அச்சமும் உண்டானது.

நடேசனின் உறவினர்கள் பலருக்கும் தகவல் சென்றது. காலையில் ஒவ்வொரு குடும்பத்திலிருந்தும் ஆட்கள் வரத் தொடங்கினர். ஸ்ரீமதிக்கு காலையில் பால்காரர் சொல்லிய

பிறகுதான் நடேசனுக்கு நடந்தது தெரியும் என்பதுபோல அவனைப் பார்ப்பதற்காக தைரியமாக அவனது வீட்டிற்குச் சென்றாள். அவளுடன் தாமரைச்செல்வியும் சாரதாவும் பேசவில்லை. நாற்காலியை விட்டு நடேசன் எழுந்திருக்கக்கூடாது என்பதில் அவர்கள் கவனமாக இருந்தார்கள். நாற்காலியில் அமர்ந்திருந்தால் மட்டுமே பார்வையாளர்களுக்கு வசதியாக புதிதாக முளைத்திருக்கும் விரலையும், கையில் காணாமல் போன கட்டைவிரலையும் காட்ட முடியுமென்பது அவர்களுடைய திட்டமாக இருந்தது. கையிலிருந்த கட்டைவிரல் தானாக நகர்ந்து எப்படி பெருவிரலில் ஒட்டிக்கொண்டது என்று ஆச்சரியத்துடன் பலரும் பல்வேறு கேள்விகளைக் கேட்டனர்.

தாமரைச்செல்விக்கு ஸ்ரீமதியின் மேல் சந்தேகம். அவள் தன் மகனுக்கு ஏதோ மருந்து கொடுத்து இப்படி செய்துவிட்டாள் என்று சாரதாவிடம் சொன்னாள். சாரதாவும் ஸ்ரீமதியிடம் சண்டையிடுவதற்குத் தயாராக இருந்தாள். இந்த விஷயத்தை வைத்து எப்படியாவது சண்டை போட வேண்டுமென்பதுதான் அவர்களது நோக்கமாக இருந்தது. ஆனால் ஸ்ரீமதி இதையெல்லாம் முன்கூட்டியே அறிந்தவள்போல அவர்களிடம், ‘குலசாமி நேர்ச்சிக்கு குறையிருந்தாலும் இப்படி நடக்கும்’ என்று அங்கு கூடி நின்றவர்களுக்கு கேட்கும்படியாகச் சொன்னாள். இதுதான் தங்களுக்கு கிடைத்த நல்ல வாய்ப்பு என்று அவள் சொல்லியதைக் கேட்டவர்கள், அவள் சொல்லியதைத் திரும்பவும் சொன்னார்கள். சாரதாவும் தாமரைச்செல்வியும் அவளிடம் சண்டையிடுவதற்கான சந்தர்ப்பத்தைப் பறிகொடுத்த கவலையில், உண்மையில் குலசாமிக்கான நேர்ச்சி ஏதாவது மீதமுள்ளதா என்று யோசித்தனர்.

நடேசன் வசிக்கும் பகுதியின் கவுன்சிலருக்கு அவருடைய கட்சித் தொண்டர்கள் மூலம் இந்த ஆச்சரியமான விஷயத்தை அறிந்து அவர் தனது குடும்பத்துடன் வந்து புகைப்படம் எடுத்துக் கொண்டார். வீட்டைச் சுற்றியிருக்கும் நகராட்சி மின்கம்பங்களில் இருபத்திநான்கு மணிநேரமும் விளக்கு எரியச் செய்வதோடு, காணாமல்போன விரல்களைக் கண்டுபிடிப்பதற்குத்

தேவையான நடவடிக்கைகளை மேற்கொள்ளப்போவதாக அங்கு அவரால் வரவழைக்கப்பட்டிருந்த செய்தியாளர்களுக்குத் தகவல் தந்தார். நிருபர்கள் கட்டை விரலில்லாத அவனது கைகளையும், இரண்டு கால்களில் புதிதாக வளர்ந்திருக்கும் விரல்களையும் புகைப்படம் எடுத்தனர். மாலை செய்தித்தாளில் அவனது புகைப்படம் சற்று கூடுதலான கருப்புநிறத்தில் இருந்ததாலும், கட்டைவிரல் இல்லாத இடத்தினை சரிவர புகைப்படம் வெளிக்காட்டாததாலும் நகரில் இது குறித்து யாருக்கும் தெரியவில்லை. மறுநாள் காலையில் சற்றுத் தரமான காகிதத்தினாலான நாளிதழில் வெளியான அவனைப் பற்றிய செய்தி பரபரப்பை உண்டாக்கியது. விபரமறிந்த அப்பகுதியினர் நேரில் வந்து பார்த்துவிட்டுச் செல்லக்கூடினர்.

மனித பிறவியில் இதிலென்ன அதிசயம். இரட்டை விரலுடன் இருப்பது சகஜந்தானே என்று பலரும் நடேசனின் அப்பாவை சமாதானம் செய்த போது, பிறந்தநாள் நிகழ்ச்சியில் தன் மகன் எடுத்துக் கொண்டப் புகைப்படங்களைக் காட்டினார். அப்புகைப்படங்களில் அவனுக்கு இடது கையில் கட்டைவிரல் இருந்தது. கேக் வெட்டும்போதும், தாமரைச்செல்விக்கும் குணசேகரனுக்கும் கேக் ஊட்டிவிடும்போதும் கட்டைவிரல் துல்லியமாகத் தெரிந்ததை அவர்கள் பார்த்தார்கள்.

“நேத்து வரைக்கும் இருந்தது திடீருன்னு காணமப்போச்சுன்னா எப்படி ஸார்” என்று குணசேகரன் வேதனையுடன் சொல்லியதை கூடி நின்று கேட்டனர்.

“ஆமாம் அவர் சொல்றதில ஒரு நியாயமிருக்கில்ல, பிறக்கிறப்ப இருந்துச்சுன்னா கூட பிரச்சினையில்ல, இடையில திடீருன்னு மாறுச்சுன்னா என்னான்னு சொல்லுறது”

“அதுவும் கையிலிருக்கிற விரல், கால் விரலில இருக்குதுன்னா ரொம்ப ஆச்சரியமா இருக்கு ஸார்!”

“ஏதாவது கோயிலுக்கு செய்ய வேண்டிய பரிகாரம் பாக்கியிருந்தா கூட சாமி இந்த ரூபத்தில காட்சி தருவாருன்னு சொல்லுவாங்க ஸார்!”

“அப்படியெல்லாம் எதுவுமில்லை” என்று குணசேகரன் சொன்னார்.

“கிரகதோஸம் இருந்தா கூட இப்படி நடக்கும் ஸார்”

“யாராவது உங்க குடும்பத்துக்கு வேண்டாதவங்க பில்லி சூனியம் செஞ்சிருப்பாங்களோ”

குணசேகரனுக்கு யார் சொல்வதைக் கேட்பது, நம்புவது என்கிற குழப்பமிருந்தது. அந்த குழப்பத்தைப் பயன்படுத்திக் கொள்ள பலரும் பல யோசனைகளைச் சொல்லி தங்களை அவ்விடத்தில் மிகப்பெரிய அறிவாளிகளாகவும், இம்மாதிரியான விஷயங்களை விரைவில் நிவர்த்தி செய்துவிடக்கூடியவர்களாகவும் நிரூபிக்க முயற்சி செய்தனர். இன்னும் சிலர், நடேசனுக்கு ஐஸ்கிரீம் ஊட்டிவிடுவதுபோல, அவன் அருகே அமர்ந்து சமோஸா சாப்பிடுவதுபோல, செல்ஃபி எடுத்துக்கொண்டனர். குழந்தைகளுக்கு மட்டுமே முத்தமிட அனுமதி தரப்பட்டிருந்தது. புகைப்படத்திற்காக கைகளையும் கால்களையும் தூக்கிக் காட்ட முடியாது என்பதில் நடேசன் உறுதியாக இருந்தான். சிலர் அவன் உணவருந்துவதை புகைப்படமெடுக்கவும், வீடியோ எடுக்கவும் காத்திருந்தனர். ஆனால் தாமரைச்செல்வி அவனை உள்ளறைக்கு அழைத்துச் சென்று உணவருந்தச் செய்த பின் அழைத்து வந்தாள். அவள் அவனது கால் பெருவிரல் வெளியே தெரியாமலிருக்க புதிதாக காலணி ஒன்றை தைத்து வாங்க ஆர்வமாக இருந்தாள். வரதராஜன் கட்டைவிரல் இல்லாத இடத்தை மறைத்துவிடுவதுபோல சட்டை தைக்க வேண்டும், அது புதுவடிவமாக இருக்க வேண்டுமென்று தனது நண்பர்களுடன் ஆலோசனை நடத்தினான். முழுக்கை சட்டையணிந்தால் விகாரமாக இருக்குமெனவும் கைகளுக்குக் கையுறை அணிந்தால் அது நோயாளியைப்போல காட்சி தரக்கூடுமெனவும் நண்பர்கள் ஆலோசனை சொன்னார்கள்.

நடேசன் இரண்டு தினங்களுக்குப் பிறகு தனக்கு கையில் விரல்களில்லையென்றாலும் பரவாயில்லை கல்லூரிக்குச் செல்ல வேண்டுமெனப் புறப்பட்டான். வீட்டிலிருந்தால் ஸ்ரீமதியைச் சந்திக்க முடியாது என்பது அவனுக்குத் தெரியும்.

ஆனால் வீட்டில் யாரும் அவனை வெளியே விடவில்லை. ஸ்ரீமதியை அலைபேசியில் தொடர்பு கொண்டு பேசலாமென நினைத்தான். அலைபேசியை கையில் பிடித்துக்கொள்ள இயலவில்லை. உள்ளங்கையில் ஏந்தி வைத்து சுட்டுவிரலிலும் நடுவிரலிலும் அலைபேசியை இயக்கினான். இரண்டு கட்டை விரல்களால் அதிவேகமாக தட்டச்சிட்டு செய்திகளை அனுப்பிய தனது முந்தைய சாதனைகளை யாராவது இப்போது ஈடு செய்திருப்பார்கள், இல்லையென்றால் முறியடித்திருப்பார்களென்கிற பதற்றத்தில் அவனது கட்டை விரல்களற்ற பிற விரல்கள் நடுங்கின. தனது கால்பெருவிரல்களில் ஒட்டியிருக்கும் கட்டைவிரல்கள் தங்களது இருப்பிடத்திற்குத் திரும்பவும் வந்து சேர்ந்துவிடாதா என்று ஏக்கமாகப் பார்த்தான். செடியில் முளைத்திருக்கும் புதுத்தளிரைத் தொடுவதுபோல தொட்டுப் பார்த்தவன், கைகளுக்கு வந்து சேர்ந்துவிடுங்கள், உங்களது இடத்திற்குத் திரும்பவும் வந்துவிடுங்கள் என்று கெஞ்சி அழுதான். அவனது கண்களிலிருந்து இரண்டு சொட்டுக் கண்ணீர்த் துளிகள் அவ்விரல்களின் மேல் விழுந்தன.

தாமரைச்செல்வி, அவனுக்குக் காப்பி தந்தாள். இரண்டு தினங்களாக அவனுக்கு அவள்தான் காப்பியைத் தனது கையில் பிடித்து பருகத் தருகிறாள். கட்டைவிரல் இல்லாமல் தம்ளரை பிடித்துக் கொள்ளும் பிடிவாதத்தினால் இரண்டுமுறை தம்ளர் தவறி கீழே விழுந்து காப்பி தரையில் கொட்டிவிட்டது. தாமரைச்செல்வி, “நான் இருக்கிறப்ப உனக்கு என்ன கவலை” என்று, அவன் காப்பி குடித்து குளித்துவிட்டு வரும்வரை அறையிலிருப்பாள். காப்பி குடிக்கும்பொழுது அவன் உள்ளங்கையில் இருக்கும் அலைபேசியை வேடிக்கை பார்ப்பாள்.

தாமரைச்செல்வி புதிதாக வரும் செய்திகளைப் பார்ப்பதற்கும், நடேசன் சொல்லும் பெயர்களுக்குத் திரும்ப அனுப்பும் முறையையும் கற்றுக்கொண்டது, ஸ்ரீமதியைப் பற்றி மேலும் தெரிந்துகொள்வதற்கு உபயோகமாகயிருந்தது. நடேசன் கழிப்பறையிலிருக்கும்போது அவளிடமிருந்து வரும் செய்திகளைப் படித்துவிடுவாள். என்ன செய்தி வந்தது,

செய்தி யாரிடமிருந்து வந்தது என்பது குறித்த தகவல்களை கழிப்பறையிலிருக்கும் பொழுது அவனுக்கு சொல்லுமளவுக்கு தேர்ந்திருந்தாள். இவ்வளவிற்கும் அவள் தனது இடது கை சுட்டுவிரலில் மட்டுந்தான் தட்டச்சு செய்தாள். சுட்டுவிரலால் அவள் அலைபேசியில் தட்டச்சு செய்து செய்திகளை அனுப்புவது நடேசனுக்கு ஆச்சரியமாக இருந்தது. தாமரைச்செல்வியைப்போல சில நேரங்களில் அவனும் முயற்சி செய்வான். ஆனால் இரண்டு கட்டை விரல்களால் தட்டச்சு செய்து பழகியவனுக்கு சுட்டுவிரலில் ஒவ்வொரு எழுத்தாகத் தேடித் தேடி தட்டச்சு செய்வது குழந்தைத்தனமாக இருந்தது.

பள்ளி இறுதியாண்டில் கண் மூடி திறப்பதற்குள் பதினாறு எழுத்துகளும், கல்லூரியின் முதலாண்டில் முப்பது விநாடிகளில் நூற்றியறுபத்தெட்டு எழுத்துகளும் தட்டச்சு செய்து அனுப்பியதற்காக நண்பர்களிடம் பாராட்டுகள் பெற்றிருக்கிறான். அச்சாதனையை இன்றுவரை யாராலும் முறியடிக்கப்படவில்லை. நேற்றிரவு அச்சாதனை முறியடிக்கப்பட்டு, அது குறித்த செய்தி சற்றுமுன்பாக வந்திருந்தது. முப்பது விநாடிகளில் நூற்றியறுபத்தொன்பது எழுத்துகள் தட்டச்சு செய்யப்படுவதை நேரடியாக வீடியோ எடுத்து அனுப்பியிருந்தார்கள்.

நடேசன், கட்டைவிரல் இல்லாமல் உள்ளாடைகளை அணிந்து கொள்வற்கு பழகினான். ஆனால் தோசை இட்லி சாப்பிடுவதற்கு வீட்டிலுள்ளவர்களின் உதவி தேவையாகயிருந்தது. கல்லூரிக்குச் செல்வது குறித்து இன்னும் சில தினங்களில் முடிவெடுத்துவிடவேண்டுமென்கிற ஆலோசனையில் அவனது அப்பாவும் அண்ணனும் பேசிக் கொண்டிருந்தனர். அதற்குள்ளாக தனது விரல்களுக்கு ஏதாவது மாற்றம் நிகழ்ந்துவிடாதா என்று பலரிடமும் அலைபேசியில் ஆலோசனை கேட்டான். ஆறுதலாக பலரும் வேகவேகமாக குறுஞ்செய்திகள் அனுப்பினார்கள். வரும் செய்திகளுக்கு உடனுக்குடன் பதில் அனுப்புவதற்குத் தாமதமானது அவனுக்கு. நான்கு விரல்களில், வரும் செய்திகளின் வேகத்திற்கு தட்டச்சு செய்ய முடியவில்லை. நாள்தோறும் ஸ்ரீமதி அவனுக்கு

காலையிலும், பிற்பகலிலும், மாலையிலும், பிறகு இரவு நேரத்திலுமாக குறுஞ்செய்தி அனுப்பினாள். தினமும் செய்திகள் குவிந்தன. பார்த்து படிக்காமலும் நீக்காமலும் சேர்ந்தன. நடேசன் தான் தனித்துவிடப்பட்டதுபோலவும், அனைவரிடமிருந்தும் பின்தங்கிவிட்டதுபோலவும் உணர்ந்தான். தன்னால் இனி ஒன்றும் செய்ய இயலாது என்பதை நினைத்ததும் அவனுக்குச் சோர்வு வந்தது.

அன்றிரவு தனது அலைபேசியை இரண்டு பாதங்களுக்கு இடையில் வைத்து தட்டச்சிட முடியுமா என முயற்சி செய்தான். பெருவிரலில் ஒட்டியிருந்த கட்டைவிரலை அவனால் அசைக்கக்கூட முடியவில்லை. தொட்டுப் பார்த்தான். பனிக்கட்டியைத் தொடுவது போலிருந்தது. மூன்று வருடங்களுக்கு முன்பாக நள்ளிரவில் இறந்துபோன, அவனது பாட்டி ஞாபகத்திற்கு வந்தாள். பாட்டியைக் குளிப்பாட்டி ஃபிரிஸ்ஸரில் வைப்பதற்காக இவனும் மற்றவர்களுடன் சேர்ந்து தூக்கினான். கால்களின் பெருவிரல்களை இணைத்து வைத்து கயிற்றால் கட்டும்போது, விரல்களை அவனால் தொட முடியவில்லை. பனிக்கட்டியைப்போல் ஜில்லென்றிருந்தது. அவளுக்கு இடது கையில் ஆறுவிரல்கள். சுண்டுவிரலில் சிறிதாக ஆறாவது விரல் தொங்கும். பாட்டிக்கு இருப்பதைப்போல பெரிய அத்தைக்கும் ஆறுவிரல்கள். அவளது இரண்டாவது பிள்ளைக்கும் ஆறுவிரல்கள். சிறுவயதில் பாட்டியின் ஆறாவது விரலைப் பற்றி கேலி பேசியதற்காகவும், அத்தையின் விரலைப் பிடித்து இழுத்து விளையாடியதற்காகவும் தனக்கு இப்படி நேர்ந்திருக்கும் என்கிற பயம் அவனுக்கு வந்தது.

கை விரல்களில் கட்டை விரல்களில்லாமல் தன்னால் வாழ முடியாதா என்று சில தினங்கள் தனியாக புலம்பினான். அலைபேசியில் ஸ்ரீமதியிடம் தன்னுடைய விரல்கள் திரும்பவும் பழைய இடத்திற்கு எப்போது வரும் என்று கேட்டான். அவளுக்கும் ஏக்கமாகத்தான் இருந்தது. நடேசனின் மீதான அவளது காதலுக்கு அவனது விரல்களும் காரணமாக இருந்திருக்கின்றன. அலைபேசியில் அவன் அனுப்பும்

செய்திகளைப் பார்த்தவுடன் தன் மேல் அவன் படர்ந்து உறவுகொள்வதைப் போல உணர்வாள். ஏக்கமும் பெருமூச்சுமாக அவள் அனுப்பும் செய்திகளுக்கு உடனுக்குடன் அவன் தரும் பதில்களை பலமுறை குளியலறையிலும் கழிப்பறையில் தன்னை நிர்வாணமாக்கிக் கொண்டு படித்திருக்கிறாள். ஸ்ரீமதிக்கு நிர்வாணமாக நின்று அவனுடன் செல்ஃபோனில் பேசுவது விருப்பமான ஒன்று. நடுப்பகல் நேரம் மதிய உணவை முடித்துக் கொண்டு உறங்கிக் கொண்டிருக்கும் மாமியாரை அவள் சுலபமாக, 'குளிக்கிறேன்' என்று ஏமாற்றி வந்தாள். நடேசனின் விரல்களைப் பற்றிய கவலையெதையும் அவள் வெளிக்காட்டிக் கொள்ளவில்லை.

தாமரைச்செல்வி கொண்டு வந்து தரும் தேநீர் தம்ளரை வாங்கி இரண்டு கை விரல்களில் இடுக்கிப் பிடித்து பருகினான். தலை சீவுவதற்குப் பழகினான். பிறகு அலைபேசியில் தட்டச்சு செய்ய ஆரம்பித்தான். கண் இமைக்கும் நேரத்தில் எத்தனை எழுத்துகள், முப்பது நொடியில் எத்தனை எழுத்துகள் என்பதைக் கணக்கெடுத்து வைத்தான். அவனது முந்தைய நாள் சாதனைகளை அவனால் தொடமுடியவில்லை. வேறு யாரோ அவனது சாதனையைக் கடந்து சென்று கொண்டிருக்கின்றனர் என்பது அவனுக்குத் தெரிந்தது. அது அவனுக்கு வேதனையாக இருந்தது. தன்னை யாரோ கேலி செய்கிறார்கள் என்று அவனது அண்ணனிடம் சொல்லி அழுதான். விரல்கள் இடம் மாறியதால் உண்டான மனஅழுத்தமாக இருக்கலாம், நாளடைவில் இது சரியாகிவிடுமென மருத்துவர் உறங்குவதற்கான மாத்திரைகளைத் தந்தார். அவனது அண்ணனிடம் அலைபேசியை வேகவேகமாக தட்டச்சு செய்ய முடிந்தால் போதும் வேறெதுவும் தனக்கு தேவையில்லை என்று சொன்னான். வரதராஜனுக்கு அது சரியென்று தோன்றியது. தனது தம்பிக்கு, விரல்கள் இடம் மாறிய வருத்தத்தைவிட, வேகமாக செல்போனில் தட்டச்சிட முடியவில்லையென்பதுதான் பிரச்சனையாகவுள்ளது என்பதை நினைத்து வேதனையடைந்தான். அவன் நடேசனின் பெருவிரலில் ஒட்டிக்கொண்டிருந்த கட்டை விரலைப் பார்த்தான். காலணியில் குதிங்கால் பகுதி தேய்ந்திருப்பதுபோல

அவனது கட்டைவிரல் ஒரு பக்கமாகத் தேய்ந்திருப்பது தெரிந்தது. தட்டச்சு செய்து தேய்ந்த விரல்கள். ஒருமுறை அவ்விரலை இழுத்துப் பார்த்தால் வந்துவிடுமென்கிற நம்பிக்கையில் குனிந்து கட்டைவிரலை இழுத்தான். வரவில்லை. நடேசன் வாழ்நாள் முழுக்க கையில் கட்டை விரல் இல்லாமல்தான் வாழப்போகிறானா என்கிற வருத்தம் அவனை அழச்செய்தது.

கண்களைத் துடைத்துவிட்டு அவனது அறையிலிருந்து வெளியேறினான். அம்மாவும் தங்கையும் படுத்திருந்த முன்னறையைக் கடந்து அவனது அறைக்குச் செல்ல நடந்தான். அவனது தங்கை அலைபேசியில் பாடல் கேட்டபடி உறங்கியிருந்தாள். அலைபேசியை அணைத்து வைத்துவிட்டு அம்மாவைப் பார்த்தான். இரண்டு கை விரல்களை இணைத்து நெஞ்சுக்கூட்டின் மேல் வைத்து உறங்கிக்கொண்டிருந்தாள். நீலநிற விளக்கின் வெளிச்சத்தில் தாமரைச்செல்வியின் மேலிருந்தப் புடவையின் நிறமும் நீலநிறமாக தெரிந்தது. அவனது அறைக்குச் செல்லும்போது, அவனது அம்மாவின் நெஞ்சுக்கூட்டின் மேலிருந்த இணைந்திருந்த விரல்கள் தானாக விலகி, இடது கையிலிருந்த சுட்டுவிரல் பூவிலிருந்து இதழொன்று உதிர்வதுபோல உதிர்ந்து காற்றில் பறப்பதுபோல வேகவேகமாக ஊர்ந்து செல்வதைப் பார்த்தான். வரதராஜன், எங்கே செல்கிறது என்பதைக் கவனிப்பதா இல்லை பயத்தில் அலறுவதா என்று தெரியாமல் நின்றிருந்தான். ஊர்ந்து செல்லும் விரல் தாமரைச்செல்வியின் அடிவயிற்றின் பக்கமாக சென்று சேலைக்குள் மறைந்ததை அவன் பார்த்தான். விரல் மறைந்த பிறகுதான் அவனுக்கு பயம் நீங்கியது. ஒருவேளை தான் தூக்கத்தில் கனவு காண்கிறோமா என்று திரும்பவும் தாமரைச்செல்வியின் கைகளையும் விரல்களையும் பார்த்தான். இரண்டு கரங்களும் விலகி, இடது கைவிரலில் சுட்டுவிரல் இல்லாமல் அவ்விடம் காலியாக இருந்ததைப் பார்த்ததும், சத்தமிட்டு அவளை எழுப்பினான். சத்தம் கேட்டு சாரதாவும் எழுந்தாள்.

தாமரைச்செல்வி திடுக்கிட்டு எழுந்ததும் தனது மகனின்

முகத்தைப் பார்த்தாள். அவன் பயந்து வியர்த்து நின்றிருப்பதைப் பார்த்து உள்ளறைக்குள் உறங்கிக்கொண்டிருந்த நடேசனைப் பார்த்தாள். அவனது அறையில் பச்சை நிறத்திலான வெளிச்சம் பரவியிருந்தது. நடேசன் உறங்குவதைப் பார்த்து நிம்மதியானவள், தன்னுடைய சேலையை சரி செய்தாள். அவளுக்கு எதுவும் தெரியவில்லை. பிறகு அவளுக்கு தனது மகன் சத்தமிட்டு எதற்காகத் தன்னை எழுப்பியிருக்கிறான் என்பது, தனது தொடையிடுக்கில் ஏதோ உறுத்தியபோது தெரிய வந்தது. தனது இடது கரத்தில் சுண்டுவிரல் இல்லாததைப் பார்த்ததும் சேலையை உதறினாள். கரப்பான்பூச்சி சேலைக்குள் புகுந்திருக்குமென மகளும் அம்மாவுக்கு உதவிக்கு வர, மகளை தள்ளிவிட்டு குதித்தாள் தாமரைச்செல்வி. அவள் தனது இருகால்களையும் சிறிது விலக்கி வைத்து குதித்ததை குணசேகரன் பார்த்தார். தாமரைச்செல்வியைத் தனியாக அறைக்கு அழைத்துச் சென்றார்.

வரதராஜனிடம் சாரதா, "எனக்கு பயமா இருக்குண்ணே. இந்த வீட்டில பேய் பிசாசு இருக்கிற மாதிரி தோணுது" என்று அவனது கையைப் பிடித்துக் கொண்டாள். வரதன் தனது தங்கையின் கைவிரல்களையும் கால் விரல்களையும் சரிபார்த்துக் கொண்டான்.

குணசேகரன் வாழைப்பழத்தின் ஒரு பகுதித் தோல் உரிக்கப்பட்டு அதில் தொங்குவதைப்போல, தாமரைச்செல்வியின் தொடை இடுக்கில் அவளது சுட்டுவிரல் தொங்குவதைப் பார்த்துவிட்டு, பயத்துடன் வெளியே வந்தார். தன் முன்பாக நின்றிருக்கும் பிள்ளைகளின் முகத்தைப் பார்க்க அவருக்கு தைரியமில்லை. அவர்களின் முன்பாக தான் நிர்வாணத்துடன் நின்றிருப்பது போன்ற பிரம்மையில் மனமும் உடலும் குறுகியது. தாமரைச்செல்வி தனது சுட்டுவிரல் மறைவதைப் பார்த்தவன் அவ்விரல் எந்த இடத்தில் மறைந்திருக்குமென்பதையும் பார்த்திருக்கக்கூடுமென்கிற வெட்கத்தில் கூச்சமும், சொல்ல முடியாத வேதனையுமாக அவர்கள் முன்வந்து நின்றாள். பிறகு அழுகையுடன் தனது படுக்கைக்குச் சென்றாள். தாமரைச்செல்வி படுக்கையில் படுத்தவுடன் அவளருகே சென்ற அவளது மகள்,

“விரலு வேறெங்காவது இருக்காம்மா விரலு இருக்கிற இடத்தைச் சொல்லும்மா” என்று கலங்கிய குரலுடன் கேட்டதும், தாமரைச்செல்வி கதறி அழுதாள். மகளிடம் என்ன பதில் சொல்வதென தெரியாமல் தினந்தோறும் மறைப்பதை விட, யாரிடமாவது சொல்லிவிடவேண்டுமென்பதை விட, தனது தொடையிடுக்கில் தனது பிறப்புறுப்பில் தொங்கும் விரல் எதன் பொருட்டு அவ்விடத்தைத் தேர்வுசெய்துள்ளது என்பதை தெரிந்து கொள்ளவேண்டுமென்கிற ஆர்வம் அவளுக்கு அதிகமாகயிருந்தது.

இரண்டு தினங்களுக்குப் பிறகு தாமரைச்செல்வியும் அவளது மகளும் வாய்க்காப்பட்டி ஜோசியரிடம் சென்றனர். குடும்பத்திலுள்ள அனைவரின் ஜாதகத்தையும் ஜோதிடரிடம் நீட்டியபோது, முதலில் அவர் நான்காம் இடத்தையும் ஒன்பதாம் இடத்தையும் பாவகிரகங்கள் ஏதேனும் பார்க்கிறதா என்று பார்த்தார். அவர்கள் சென்ற நேரம் ஜோதிடர் மோர் அருந்தும் நேரம் என்பதால், தம்ளர் நிறைய நீர்மோர் கொண்டு வந்து தந்தாள் அவருடைய மனைவி. தம்ளரை வாங்கி மோர் குடித்தவர் தனது மனைவியைப் பார்த்து, “ஒங் கை விரலை அவங்க முன்னாடி நீட்டு” என்றார். அவளும் நீட்டினாள். “ஒரு வருஷத்துக்கு முன்னாடி, மதிய நேரம், தேங்கா வெட்றேன்று பெருவிரலை வெட்டிக்கிட்டா. டாக்டர் ஒட்ட முடியாதுன்னு சொல்லிட்டாரு. பிறக்கிறப்ப நல்லா பெறந்துட்டு இடையில இப்படின்னா, யாரை குத்தம் குறை சொல்லுறது நடக்குறதுதானே நடக்கும்” என்றவர் எல்லா சரியாகப் போய்விடுமென சொல்லி, அவர்களை அனுப்பி வைத்தார்.

அவர்கள் இருவரும் வீட்டிற்கு வந்ததும் தாமரைச்செல்வியைப் பார்த்து அவளது மகள், “அம்மா டாக்டர்கிட்டே போய் உனக்கு ஆப்ரேஷன் செஞ்சு விரலை எடுத்துருலாம்மா” என்றாள். தாமரைச்செல்வி அமைதியாக இருந்தாள். சாரதா, “நீ குளிக்கிறப்போ பார்த்துட்டேன்” என்று கண்ணீருடன் சொன்னாள். தாமரைச்செல்வி அழுதாள். அவள் சரி என்றும் சொல்லவில்லை. வேண்டாமென மறுக்கவுமில்லை.

காலையில் சாரதா மருத்துவரிடம் செல்ல வேண்டுமென சொன்னதும் அவள், “வேண்டாம். அதுக்குப் பிடிச்ச இடத்திலே இருக்கட்டும்” என்றாள். இதை தன் மகளிடம் சொல்கிறோம் என்கிற வெட்கமோ பயமோ அவளுக்கு இல்லை. எந்த கவலையுமில்லாமல் வேலைகளைச் செய்யத் தொடங்கினாள்.

அன்றிரவு நடேசன் காணாமல் போனான். நாள் முழுக்க யாருடனும் பேசாமல் அறைக்குள்ளேயே இருந்து செல்போனில் செய்திகளை அனுப்புவதும் செய்திகளை வாசிப்பதுமாக இருந்தான். ஸ்ரீமதி அவனிடம் இரண்டு முறை பேசினாள். இரவு உணவுக்கு அவனுக்காகக் காத்திருந்த அண்ணனும் அப்பாவும் பூட்டியிருந்த அறையைத் தட்டினார்கள். மூன்று உடைகளையும் சாரதாவின் கால்கொலுசையும் சீரக டப்பாவிலிருந்த புதிய ஐநூறு மற்றும் இருநூறு ரூபாய் நோட்களை எடுத்துச் சென்றிருப்பது தெரிந்தன.

தாமரைச்செல்வி தான் நினைத்ததுபோல நடந்துவிட்டது என்று தலையில் அடித்துக் கொண்டாள். அவளிடம், “அவ தான் ஏதோ செஞ்சுட்டா” என்று சாராதா அழுதபடி சொன்னதைக் கேட்டதும் வரதராஜன் கோபமாக வீட்டை விட்டு வெளியேறி ராஜபாண்டியின் வீட்டை நோக்கி ஓடினான். வாசலில் ஸ்ரீமதி தன்னுடைய மடியில் குழந்தையை வைத்து அமர்ந்திருந்தாள். ராஜபாண்டி அவளது விரல்களுக்கு மருதாணி வைத்துக் கொண்டிருந்ததை தெருவிளக்கு வெளிச்சத்தில் வரதராஜன், ஸ்ரீமதியின் இரண்டு கைகளிலும் இரண்டு கட்டைவிரல்கள் இல்லாதிருப்பதை முதன்முதலாகப் பார்த்தான்.

யஹூதா ககாமி

ராஜேஷ்குமார் தன்னுடன் படிக்கும் பிள்ளைகளிடம் அந்த வட்டமான கறுப்புக்கல்லைக் காட்டினான். அந்தக் கல்லை அவனுடைய அப்பா கொண்டு வந்து தனக்குக் கொடுத்ததாகச் சொன்னான். அந்தக் கல்லை இரண்டாகப் பிய்த்துத் திரும்பவும் ஒட்டவைக்கலாம். நான்காக மடித்து பாக்கெட்டில் வைத்துக்கொள்ளலாம் என்று சொன்னான். அவனுடன் படிக்கும் பிள்ளைகள் யஹூதா ககாமி என்ற பெயரைச் சொல்ல முடியாமல் அக்கா கக்கா என்று சொல்லி கேலி செய்தனர். ராஜேஷ்குமார் இதற்கு முன்பு இதுபோல நிறையப் பொருட்களைப் பள்ளிக்கூடத்திற்குக் கொண்டு வந்திருக்கிறான். லிட்டில் ரோஸ் பேனா, காந்தி தாத்தா கோட் அணிந்த கலர் படம், எம்.ஜி.ஆர். தொப்பியிலிருந்த வெள்ளை நூல், பேப்பர் முட்டைக்கோஸ் என்று ஏகப்பட்ட பொருட்களைக் கொண்டு வந்து தன்னுடன் படிக்கும் மாணவ மாணவிகளுக்குக் காட்டுவான். அவன் கொண்டு வந்த லிட்டில் ரோஸ் பேனாவைப் பார்த்துவிட்டு அவனுடன் படிக்கும் வரலெட்சுமி தனக்கும் அதேமாதிரி பேனா வேண்டுமென்று அழுதாள். பள்ளிக்கூடம் முடிந்து வீட்டுக்குச் சென்றவள், அதற்குப் பிறகுப் பள்ளிக்கூடத்திற்கு வரவில்லை.

லிட்டில் ரோஸ் பேனாவை வைத்து எது எழுதினாலும் என்ன கிறுக்கினாலும் ரோஜாப்பூப் படம் வரையும்படி அந்தப் பேனாவை செய்திருக்கிறார்கள். அந்தப் பேனா பம்பாயிலிருந்து கொண்டு வந்ததாக ராஜேஷ்குமார் சொன்னான். அது ஐந்து கலர் அமுக்குலெட்டு பேனா. பச்சை, கருப்பு, சிவப்பு, நீலம், ரோஸ் என்று எந்த கலரில் எழுதினாலும் ரோஜாப்பூப் படம் வரைந்துவிடும். அந்தப் பேனாவை கொண்டு வந்த அன்றே தொலைத்துவிட்டான். யார் திருடினார்கள் என்று தெரியவில்லை.

பள்ளிக்கூடம் முழுக்க தேடினான். கண்டுப்பிடிக்கவில்லை. அழுதுகொண்டே வீட்டுக்குச் சென்றான். கடைசியாக அவனிடமிருந்து பேனாவை அம்பிகா வாங்கி எழுதினாள். அதற்குப் பிறகு யாரும் வாங்கவில்லை. அவளிடமிருந்து திரும்பவும் வாங்குவதற்குள் கடைசி மணி அடித்துவிட்டார்கள். அம்பிகாவிடம் கேட்டதற்குப் பேனாவைத் தந்துவிட்டேன் என்று சொன்னாள். லிட்டில் ரோஸ் பேனாவை அம்பிகா எடுத்து வைத்திருப்பாள் என்கிற சந்தேகம் அவனுக்கு இருந்தது. அதற்குப் பிறகு நீண்ட நாட்களாகப் பள்ளிக்கூடத்திற்கு எந்தப் பொருட்களையும் அவன் கொண்டு வருவதில்லை. இப்போது யஹூதா ககாமியைக் கொண்டு வந்திருக்கிறான்.

ராஜேஷ்குமாரிடமிருந்து யஹூதா ககாமியை பால்பாண்டி வாங்கிப் பார்த்தான். ஜில்லென்றிருந்தது. கறுப்பு கலர் ஐஸ் என்று ஆசையாகக் கடித்தான். அவனுக்குப் பற்கள் கூசின. கன்னங்களில் வைத்தான். சிறிது நேரத்தில் உடம்பு குளிரால் நடுங்கியதும் பயந்துபோனான். அவனுக்குப் பக்கத்தில் அமர்ந்திருக்கும் கமலக்கண்ணனிடம் கொடுத்துவிட்டான். கமலக்கண்ணன் அவனைத் தொட்டுப் பார்த்தான்.கல்லைத் தொட்டுப் பார்த்தான். சூடாக இருந்தது.

ராஜேஷ்குமார், “ஐஸ்சுன்னு நெனச்சுக் கடிச்சா இதுமாதிரி சில்லுன்னு இருக்கும். பல்லு கூசும்.மூணு நா பல் கூச்சம் போகாது. ஒரு நாளு முழுக்க உடம்பு ஐஸ் கடையில நின்னது மாதிரி இருக்கும்” என்று சொன்னான். கமலக்கண்ணன் அவன்

சொல்வதை நம்பவில்லை. ராஜேஷ்குமார் பொய் சொல்கிறான் என்று அவனுக்குத் தெரியும். பால்பாண்டியிடமிருந்து கல்லை வாங்கியதும் கையில் தினுசாக வைத்துக்கொண்டான். எதாவது பொய் சொல்லி கல்லை வைத்து விளையாட வேண்டுமென நினைத்தான். என்ன பொய் சொன்னால் நம்புவார்கள் என்று யோசித்தான். அவனுடைய மனதில் எதுவும் தோன்றவில்லை. யோசிப்பதற்குள் அம்பிகா அவனிடமிருந்த கல்லைப் பிடுங்கினாள்.

அம்பிகா வட்டக் கல்லை இரண்டாகப் பிய்த்தாள். சிலேட் குச்சியை ஒடிப்பது போன்ற சத்தம் கேட்டது டக்கென்று. இரண்டு துண்டுகளை கையில் வைத்திருந்தவள் அவற்றை தட்டாங்கல் விளையாடுவது போல் தூக்கிப் போட்டு விளையாடத் தொடங்கினாள். அம்பிகாவுடன் பாண்டியம்மாவும் சேர்ந்து கொண்டாள். இனி அவர்களிடமிருந்து யஹதா ககாமியை வாங்க முடியாது. சிறிது நேரம் இருவரும் தன்னை அழ வைத்து பிறகு தந்துவிடுவார்கள் என்று நினைத்தான் ராஜேஷ்குமார்.

இதற்கு முன்னால் அவர்கள் இருவரும் இப்படி செய்திருக்கிறார்கள்.காந்தித் தாத்தா கோட் அணிந்திருந்த கலர் போட்டோவை அம்பிகாவும் பாண்டியம்மாவும் அவனிடமிருந்து பிடுங்கிக்கொண்டார்கள். இரண்டு மூன்று தடவை கெஞ்சினான். மதியம் உணவு வரை தராமல் அவனை அழ வைத்தப் பிறகு, "இந்தாடா" என்று கொடுத்துவிட்டார்கள். மீசை வைத்த காந்தி தாத்தா அந்தப் படத்தில் சிரிக்காமல் கோபமாக இருப்பதாக அம்பிகா சொன்னாள். அதிலிருந்து அவர்களுக்கு எதையும் அவன் காட்டுவதில்லை.

ராஜேஷ்குமார் தன்னுடைய இடத்திலிருந்து எழுந்து அம்பிகாவுக்கு எதிரே உட்கார்ந்தான். அம்பிகாவுக்குப் பள்ளிக்கூடத்தில் குளுதாளி என்று பெயர் வைத்திருந்தனர். ஆனால் தெருவில் புளிச்சத்தண்ணி என்று பெயர். அவள் வீட்டிற்குப் பின்னால் மூன்று பசுமாடுகள் இருந்தன. அங்கு பெரிய குளுதாளி இருந்தது. அந்தத் தெருவிலிருந்தவர்கள் காலையில் பழைய சோறை குளுதாளியில் கொட்டுவார்கள்.

சிறிது நேரத்தில் அந்தத் தெரு முழுக்க புளிப்புவாசனையாக இருக்கும். அவளுக்கு, இந்த கருப்புக் கல்லை வீட்டுக்கு எடுத்துக் கொண்டுபோய் குளுதாளியில் போட்டுவிடவேண்டுமென்று தோன்றியது. அப்படிப் போட்டுவிட்டால் புளிப்பு வாசனை வராது என்று நினைத்தாள். ராஜேஷ்குமாரிடமிருந்து இந்தக் கல்லை எடுத்துக் கொண்டு போய்விடவேண்டும். அதற்குப் பதிலாக வேறு எதாவது பொருளைக் கொடுத்து அவனை ஏமாற்றிவிடலாம் என தனக்கு முன்னால் அமர்ந்திருப்பவனைப் பார்த்து சிரித்தாள்.

அவள், “எங்க வீட்டிலயும் இதுமாதிரி கல்லு ஒன்னு இருந்துச்சுடா. முந்தியிருந்துச்சு. எங்க தாத்தா வெச்சிருந்தாரு. இப்ப இல்ல” என்று கன்னத்தில் கையை வைத்துக்கொண்டு வருத்தமாகச் சொன்னாள்.

ராஜேஷ்குமார் அவள் சொல்வதைக் கேட்டுக் கொண்டான். டீச்சர் வருவதற்குள் அவளிடமிருந்து வாங்கிவிட வேண்டுமென்கிற அவசரத்தில் இருந்தான். அவனுக்கு முகமெல்லாம் வியர்த்தது.முதல் மணி அடித்துவிட்டார்கள். இரண்டாவது மணி அடித்ததும் டீச்சர் வகுப்புக்குள் வந்துவிடுவார்கள்.

“இந்தக் கல்லுக்குப் பேரு என்னாடா” பாண்டியம்மா அவனிடம் கேட்டாள்.

அவன் “யஹறதா ககாமி” என்று சொன்னான். அதைக் கேட்டதும் அவனைச் சுற்றியிருந்தவர்கள் சிரித்தார்கள்.

“சிரிக்காதிங்கடா. மூணு நாளா நோட்டில எழுதி வெச்சு ஒவ்வொரு எழுத்தா மனப்பாடம் செஞ்சேன் தெரியுமா.”

“எதுக்குடா இந்தப் பேரு. இந்தப் பேருக்கு என்னாடா அர்த்தம்” என்று அம்பிகா கேட்டாள்.அவனுக்குச் சொல்லத் தெரியவில்லை.

“யாருடா உனக்குக் கொடுத்தாங்க.”

“எங்கப்பாவுக்கு சாமியாரு கொடுத்துருக்காரு. அந்தச் சாமியாரு

மரத்துக்கடியில படுத்துருந்தாராம். அப்பபாத்து இந்தக் கல்லு அந்த மரத்திலிருந்து அவரு வவுத்தில விழுந்துச்சாம். அத எங்கப்பாவுக்குக் கொடுத்துட்டாரு” என்று சொன்னான்.

“ஆமா மரத்தில தொங்குச்சாம். ஓம்மூஞ்சியில தொங்குது. போடா” என்று பாண்டியம்மா அவனை அடித்துவிடுவதுபோல் அரட்டவும் அவன் பயந்து போனான். பாண்டியம்மா இரண்டாவது தடவையாக ஆறாவது படிக்கிறாள். முதல் தடவை பாதியில் நின்றுவிட்டாள். பிறகு இந்த வருடம் பள்ளிக்கூடத்தில் சேர்ந்திருக்கிறாள். அவளுடன் படிக்கும் பிள்ளைகளைவிட உயரமாகவும் குண்டாகவும் இருந்ததால் மற்ற பிள்ளைகள் அவளைப் பார்த்து பயந்தார்கள். டீச்சர் பள்ளிக்கூடத்திற்குத் தாமதமாக வரும் பிள்ளைகளையும் வீட்டுப்பாடம் எழுதாதவர்களையும் கொடி காசு கொண்டு வராதவர்களின் தலையில் கொட்டுவதற்குப் பாண்டியம்மாவை லீடராக வைத்திருந்தார்.

ராஜேஷ்குமார், “என்னய யாரும் நம்பமாட்டீங்கன்னு தெரியும். பரவாயில்ல. அந்தக் கல்ல தா” என்று அழாத குறையாகக் கேட்டான்.

அம்பிகா அவனிடம் ஒரு கல்லை மட்டும் கொடுத்துவிட்டு “இந்தக் கல்ல நா வெச்சுக்கிறேன்டா. அதுக்குப் பதிலா உனக்கு வேற எதாச்சும் தர்றேன்டா” என்று கெஞ்சினாள்.

“அதெல்லாம் முடியாது. எனக்கு ஏங்கல்லு வேணும்” என்று அழத் தொடங்கினான். அவன் அழ ஆரம்பித்தால் நிறுத்தமாட்டான் என்று அம்பிகாவுக்குத் தெரியும். அவனை சமாதானப்படுத்துவதற்காகப் பொய் சொன்னாள்.

“ஏங்கிட்ட ரோஸ்மில்க் இருக்கு.”

“அதெல்லாம் வேணாம். எனக்கு ஏங்கல்லத்தா” என்று எழுந்து டவுசர் அவிழ்ந்துவிடுவதுபோல குதிக்க ஆரம்பித்தான்.

“சரி சரி அழாத இந்த ஓங்கல்லு” என்று பாண்டியம்மா அவனிடம் தந்தாள். கல்லை வாங்கிக் கொண்டாலும் அவனுக்கு அழுகை தீரவில்லை.

பிரேயர் மணி அடிப்பதற்கும் டீச்சர் வகுப்புக்குள் நுழைவதற்கும் சரியாக இருந்தது. பிரேயர் ஆரம்பமானது. ராஜேஷ்குமார் அழுகையை அடக்கிக்கொண்டு தமிழ்த்தாய் வாழ்த்து பாட ஆரம்பித்தான். கடைசிவரியைத் தேம்பித் தேம்பிப் பாடி முடித்தான். டீச்சர் நாற்காலியில் உட்கார்ந்து கண்ணாடியை வெல்வெட் துணியால் துடைத்தபடி வகுப்பைப் பார்வையிட்டார். வகுப்பில் அமர்ந்திருக்கும் பிள்ளைகளில் யார் யார் என்னென்ன தவறு செய்திருக்கிறார்கள். யார் யாரை அடித்து அழ வைத்திருக்கிறார்கள். வீட்டுப்பாடம் எழுதியவர்கள், எழுதாதவர்கள், பிரேயரின் போது முன்னாலிருந்தவனின் மண்டையில் அடித்தவன், சட்டையில் மை தெளித்தவன் என்று எல்லா விசயத்தையும் கண்டுப்பிடித்துவிடுவார். அந்தக் கண்ணாடிதான் டீச்சருக்கு எல்லாவற்றையும் காட்டிக் கொடுக்கிறது. இல்லையென்றால் இதெல்லாம் எப்படி டீச்சருக்குத் தெரியும் என்று பிள்ளைகளுக்குக் குழப்பமாக இருந்தது.டீச்சர் வருகை பதிவேடு புத்தகத்திலிருந்த பெயர்களை வாசிக்க ஆரம்பித்தார். பிறகு பாடம் நடத்தத் தொடங்கினார்.

அவனக்குப் பாடத்தின் மேல் கவனம் செல்லவில்லை. கடைசி வரிசையில் அமர்ந்திருந்த பிள்ளைகள் பலரும் தூங்கினார்கள். டீச்சர் பாடத்தை நடத்தியபடி ஏய் கவனி, ஏய் கவனி என்று பிரம்பை மேஜையில் தட்டிச் சொல்லும்போது அவர்கள் தூக்கத்திலிருந்து உலுக்கிவிழுந்து கண் முழித்துக்கொள்வார்கள். ராஜேஷ்குமார், ரீசஸஸ் மணிக்காகக் காத்திருந்தான்.

திடீரென டீச்சர் பாடம் நடத்துவதை நிறுத்தினார். பால்பாண்டியை எழுப்பி திருக்குறளை ஒப்பிக்கச் சொன்னார். அப்போதுதான் ராஜேஷ்குமாருக்கு டீச்சர் தமிழ் வகுப்பு எடுக்கிறார். திருக்குறள் பாடம் நடத்துகிறார் என்று தெரியவந்தது. பால்பாண்டி முதல்வரியைச் சொல்லி முடிப்பதற்குள் டீச்சர் அவனை உட்காரச் சொல்லிவிட்டு அவனுக்குப் பக்கத்திலிருந்தவனை எழுப்பி அடுத்த திருக்குறளை ஒப்பிக்கச் சொன்னார். ராஜேஷ்குமாருக்கு நெஞ்சு திடுக்திடுக்கென்று அடித்துக்கொண்டது. தனக்கு எந்தக் குறள் வருமென்று

கணக்குப் போட்டுப் பார்த்தான். ஆனால் டீச்சர் மாணவிகள் பக்கமாக நின்று வரிசையாகக் கேட்க ஆரம்பித்தார்.

முதல் வரிசையில் முதலாவதாக அமர்ந்திருந்த தேவகியை எழுப்பி குறளைச் சொல்லச் சொன்னார். அவளுக்கும் அம்பிகாவுக்கும் படிப்பில் போட்டியாக இருக்கும்.அவர்கள் இருவரும் பேசமாட்டார்கள். தேவகி குறளை நிறுத்தி நிறுத்தி அழகாக ஒப்பித்தாள். டீச்சர் கேட்காமலேயே கடகடவென்று மூன்று குறள்களை ஒப்பித்தாள். டீச்சர் அவளை முறைத்துப் பார்த்துவிட்டு, "நா உன்னய ஒரு குறளுதான ஒப்பிக்கச் சொன்னேன். நீ எதுக்கு மூணு குறளு சொல்லுற. முந்திரிக் கொட்ட" என்று திட்டியதும் அம்பிகாவுக்கு சந்தோஷமாக இருந்தது.

தேவகிக்கு அருகில் அமர்ந்திருந்த பிள்ளைகள் பயந்தபடி ஒரு குறளை மட்டும் திக்கித்திணறி ஒப்பித்தனர்.பாண்டியம்மா முறை வரும்போது அவள் குறளை ஒப்பிக்காமல் "டீச்சர் இந்த சேலை உங்களுக்கு சூப்பரா இருக்கு டீச்சர்" என்று சொன்னாள்.

டீச்சர், "சரி, சரி, உட்காந்து தொலை. அடுத்து யாரு நீ சொல்லு" என்றதும் பாண்டியம்மா உட்கார்ந்துகொண்டாள். பாண்டியம்மாவுக்கு அருகிலிருந்தவள் எழுந்தவுடன் அழ ஆரம்பித்தாள்."டீச்சர் எனக்கு வவுறு வலிக்குது டீச்சர்" என்றதும் டீச்சர், "கடைசியில போய் உட்காரு சனியனே.எருமை மாடு. அடுத்து யாரு நீ சொல்லு" என்று அம்பிகாவை எழுப்பினார். அம்பிகா கடகடவென மூன்று குறளை ஒப்பித்தாள்.டீச்சர் வெரிகுட் என்று சொல்லி நாற்காலிக்குச் சென்று அமர்ந்தார்கள். டீச்சர் அதற்குப் பிறகு பிள்ளைகள் குறளை ஒப்பிக்கச் சொல்லிக் கேட்கவில்லை. சேலையை இழுத்துக் கட்டுவதிலும் முந்தியை முன்னுக்குக் கொண்டுவந்து மடித்துச் சொருகுவதிலும் கவனமாக இருந்தார்.

தேவகி அம்பிகாவை முறைத்துப் பார்த்தாள். அவளுக்கு டீச்சரைப் பிடிக்கவில்லை. தனக்குப் பக்கத்தில் அமர்ந்திருந்த மும்தாஜ்பேகத்திடம், "ச்சே டீச்சரு இவ்வளவு மோசமானவங்களா

இருப்பாங்கன்னு நெனைக்கவே இல்லடீ. முந்தியெல்லாம் நான் ஒப்பிக்க ஆரம்பிச்சா, ‘நீ நல்லா நிறுத்தி அழகா சொல்லுற’ன்னு பக்கத்தில நின்னு கேட்டுட்டு இருப்பாங்க. இப்ப அப்படியே மாறிட்டாங்க. அம்பிகாவுக்குப் பக்கத்தில நின்னுக்குறாங்க. அவ எது சொன்னாலும் வெரிகுட்டு வெரிகுட்டுன்னு சொல்லுறாங்கடீ” என்று முனங்கினாள். டீச்சர் மேஜையில் பிரம்பை தட்டி “அமைதியா இருக்கங்க” என்று அதட்டினார். அதற்குப் பிறகு வகுப்பில் யாரும் பேசவில்லை. டீச்சர் பாடமும் நடத்தவில்லை.

ராஜேஷ்குமாருக்கு ரிசஸஸ் மணி அடித்ததும் உயிர் வந்தது. அவன் வட்டக் கல்லை பத்திரமாக வைத்திருந்தான். யார் கேட்டாலும் தரக்கூடாது என்று முடிவு செய்திருந்தான். பால்பாண்டியும் கமலக்கண்ணனும் கேட்டதற்குக் கூடத் தரவில்லை. அந்தக் கோபத்தில் கமலக்கண்ணன் அவனிடமிருந்த கல்லை பிடுங்கிக் கொண்டு வெளியே ஓடப் பார்த்தான். அவர்கள் இருவரையும் டீச்சர் பார்த்துவிட்டார். “இங்க வாங்க ரெண்டு பேரும். எருமை மாடுங்களா” என்று அரட்டவும் கமலக்கண்ணனும் ராஜேஷ்குமாரும் டீச்சர் அருகே சென்று நின்றனர். மேஜையில் பிரம்பை தட்டும் போது ராஜேஷிற்கு சிறுநீர் முட்டிக்கொண்டு வந்தது. டீச்சருக்குப் பக்கத்தில் சென்றவுடன் சிறுநீர் வந்து டவுசர் நனைந்தது. இரண்டு கால்களையும் கெட்டியாகப் பின்னிக்கொண்டு நின்றான்.

டீச்சர், “மொதல்ல நேரா நில்லு எருமை மாடு” என்று பிரம்பில் மேஜையைத் தட்டிச் சொல்லவும் பயந்து போனான். டீச்சர் நாற்காலியை விட்டு எழுந்து முன்னால் வந்து நின்றார். ராஜேஷ்குமாரின் கையிலிருந்த வட்ட கறுப்புக் கல்லைப் பார்த்ததும் டீச்சரின் கோபமான முகம் உடனே மாறியது. டீச்சர் சிரிப்பதை அன்றுதான் பார்த்தான் ராஜேஷ்குமார். டீச்சரின் பற்கள் வெள்ளையாகவும் வரிசையாகவும் இருக்கிறதைப் பார்த்தவனுக்கு ஆச்சரியமாக இருந்தது.

டீச்சர், “ஏதுடா இந்தக் கல்லு. யாருடா உனக்குக் கொடுத்தாங்க” என்று அவன் பக்கத்தில் நின்று கேட்டார். ராஜேஷ்குமார்

சொல்லி முடிப்பதற்குள் அந்தக் கல்லை வாங்கிக்கொண்டு வேகமாக நடந்தார். டீச்சர் வகுப்புக்கு வெளியே சென்று சுற்றி முற்றிலும் பார்த்தார். கல்லின் மேல் வெயில் விழுவதுமாதிரியான இடத்தில் நின்றுகொண்டார். வகுப்பின் வாசலில் நின்ற ராஜேஷ்குமாரிடம், “கல்லப் பாருடா. கல்லப்பாருடா” என்று கத்தினார். டீச்சரின் சத்தத்தைக் கேட்டு பக்கத்து வகுப்பிலிருந்த பிள்ளைகள் எட்டிப் பார்த்தார்கள். வாசலிலும் வராண்டாவிலும் நின்றிருந்த பிள்ளைகள் கல்லைப் பார்த்தார்கள். கல்லில் அவர்களது முகம் தெரிந்தது. அவர்களுக்கு ஆச்சரியம் தாங்கவில்லை. சந்தோசத்தில் ஹோவென கத்தினார்கள். அவர்கள் கத்திய சத்தத்தில் பள்ளிக்கூடத்தின் கட்டடம் மேலெழுந்து பறப்பது போலிருந்தது.

அந்தக் கல்லில் தன்னுடைய முகம் தெரிவதைப் பார்த்த ராஜேஷ்குமாருக்கு சந்தோஷம் தாங்கமுடியவில்லை. அங்கிருந்தப் பிள்ளைகள் நெருக்கியடித்துக் கொண்டு கல்லைப் பார்த்தனர். அம்பிகாவும் பாண்டியம்மாவும் ஒன்றாக நின்று கல்லைப் பார்த்தார்கள். அம்பிகா பார்த்தபோது அவளது முகம் தெரிந்தது. பாண்டியம்மாளின் முகம் தெரியவில்லை. பாண்டியம்மா கல்லைப் பார்த்தபோது அவளது முகம் தெரிந்தது. அம்பிகாவின் முகம் தெரியவில்லை. இருவரும் மாறி மாறி எட்டிப் பார்த்தார்கள்.ஒருவர் முகம் மட்டுந்தான் கல்லில் தெரிந்தது.

ரிசஸஸ் முடிந்து மணி அடித்தார்கள்.பிள்ளைகள் வகுப்புக்குள் சென்றனர். டீச்சர் அந்தக் கல்லை ராஜேஷ்குமாரிடம் கொடுத்து வெயிலில் நிற்கச் சொன்னார். அவனும் டீச்சர் சொன்ன இடத்தில் நின்றான். டீச்சர் அந்தக் கல்லைப் பார்த்தார். டீச்சரின் முகம் தெரியவில்லை. வேறொரு இடத்தில் நிற்க வைத்து முகம் பார்த்தார். அப்போதும் தெரியவில்லை. திரும்பவும் இன்னொரு இடத்தில் வெயில் நன்கு கல்லின் மேல் விழும்படி நிற்க வைத்துப் பார்த்தார். தெரியவே இல்லை. டீச்சரின் கண்களில் கண்ணீர் துளித்துளியாகத் திரண்டு கீழ் இமையடியில் நிற்பதை ராஜேஷ்குமார் பார்த்தான்.

டீச்சர் வேகமாக நடந்து வகுப்புக்குள் சென்று நாற்காலியில் அமர்ந்துகொண்டார். டீச்சருக்குப் பின்னால் வந்த ராஜேஷ்குமார் என்ன செய்வது என்று தெரியாமல் தன்னுடைய இடத்தில் அமர்ந்தான். பிள்ளைகள் அனைவரும் அவனையும் கல்லையும் மாறி மாறிப் பார்த்தார்கள். பேச்சு சத்தம் குறையாமல் கூடிக்கொண்டுப் போனது. டீச்சர் பிரம்பை எடுத்து ‘அமைதியா இருங்க’ என்று மேஜையில் தட்டாமல் இருப்பது பிள்ளைகளுக்கு ஆச்சரியத்தைத் தந்தது.

டீச்சர் கண்களைத் தன்னுடைய கைக்குட்டையால் துடைத்துக் கொண்டு ராஜேஷைப் பார்த்தார். “உங்க அப்பாவ மதியம் ஸ்கூலுக்குக் கூட்டிட்டு வா” என்று சொன்னார். “சரிங்க டீச்சர்” என்று அவன் சொன்னான். அதற்குப் பிறகு டீச்சர் பாடம் நடத்தாமல் அமர்ந்திருந்தார். நாற்காலியிலிருந்து எழுந்து வகுப்பிற்கு வெளியே செல்வதும் திரும்பி வந்து நாற்காலியில் அமர்வதுமாக இருந்தார். சத்தமாகப் பேசிய பிள்ளைகளைக்கூடத் திட்டவில்லை.

டீச்சர், ராஜேஷ்குமார் வைத்திருந்த கல்லைப் பார்ப்பதும் கண்களைத் துடைத்துக்கொள்வதுமாக இருந்தார். இன்னொரு முறை அக்கல்லை வெயிலில் வைத்துத் தன்னுடைய முகத்தைப் பார்க்க ஆசைப்பட்டார். ஆனால் டீச்சருக்கு மனதில்லை.அக்கல்லில் தன்னுடைய முகம் தெரியாது என்பது அவருக்குத் தெரியும். அந்தக் கல்லைப் பார்த்ததன் மூலமாக தன்னுடைய வாழ்வின் கஷ்டங்கள் நீங்கிவிடுமென்று நினைத்தார். அந்த வட்டக் கல்லைப் பார்த்ததும் தன்னுடைய திருமண நாளில் நடந்த நிகழ்ச்சிகள் அவருக்கு நினைவுக்கு வந்தன.இதேமாதிரியான வட்டமான கருப்பு நிறக் கல்லை சாமியார் ஒருவர் டீச்சரின் திருமணத்தின்போது பரிசாக அவரது கணவருக்குக் கொடுத்தார். அதில் அவருடைய முகம் தெரிந்தது.ஆனால் டீச்சரின் முகம் தெரியவில்லை. அந்தக் கல்லை இரவு முழுவதும் வைத்துக்கொண்டு கண்ணீர் வடித்துக் கொண்டிருந்தவர் அதிகாலை யாரிடமும் சொல்லாமல் வீட்டைத் திறந்து போட்டுவிட்டுச் சென்றார். எங்கு சென்றார் என்று இப்போதுவரை தெரியவில்லை. டீச்சருக்கு தன் கணவரை

நினைக்கவும் அடிவயிற்றிலிருந்து எழும் வலி நெஞ்சைக் கவ்விக்கொள்ளும். அழுகை வந்துவிடும். ஆனால் அந்தக் கல்லை இப்போது பார்த்ததும் தன்னுடைய வாழ்க்கையை விட்டுச் சென்ற சந்தோஷங்கள் யாவும் இனி தன்னைத் தேடி வந்தடையும் என்று நம்பினார். அந்த நம்பிக்கை டீச்சரை அலைவுறச் செய்தது.அங்குமிங்குமாக நடந்தார்.

டீச்சர் மதிய உணவு முடிந்து சீக்கிரமாகவே பள்ளிக்கூடத்திற்கு வந்துவிட்டார். வகுப்புக்குள் உட்காராமல் வாசலில் நின்றார். வழக்கமாக டீச்சர் வீட்டிற்குச் சென்று மதியம் சாப்பிட்டு விட்டு திரும்பவும் பள்ளிக்கூடத்திற்கு வரும் போது தலை சீவியிருப்பார். பவுடர் அடித்து பொட்டு வைத்திருப்பார்கள். காலையில் வைத்தப் பூ, சற்று முன்பாக பறித்துத் தொடுத்து தலையில் சூடியதுமாதிரி அழகாக இருக்கும். உதிர்ந்திருக்காது. மலர்வதற்கு நேரம் பார்த்து காத்திருக்கும். கடைசி மணியடித்ததும் டீச்சர் பிள்ளைகளைப் பார்த்து, “சரி போய்ட்டு வாங்க நாளைக்குப் பாப்போம்” என்றதும் தலையில் சூடிய பூக்கள் அதுதான் சமயம் என்று மலரத்தொடங்கும். ஜம்மென்று வாசனை வரும்.ஆனால் இப்போது அதெல்லாம் இல்லை. டீச்சர் வெறும் தலையோடு வந்திருப்பதைப் பார்த்த அம்பிகா, பாண்டியம்மாளிடம் “டீச்சருக்கு உடம்புக்கு நல்லாயில்ல. அதான் மேக்கப் இல்லாம வந்திருக்காங்க” என்று சொன்னாள்.

அதைக் கேட்ட தேவகி, “ஆமா இவ பக்கத்துல நின்னு பாத்துட்டு வந்தது கணக்கா பேசுவா” என்று மும்தாஜ்பேகத்திடம் சொன்னாள். தேவகிக்கும் டீச்சரைப் பார்க்க கஷ்டமாக இருந்தது. அவள் டீச்சரை இப்படிப் பார்த்ததில்லை.அவளுக்கு அழுகை வந்தது. அவள் பச்சைப் பாவாடையால் கண்களைத் துடைத்துக்கொண்டாள்.

வகுப்பிலிருந்த பிள்ளைகள் அனைவரும் டீச்சரைப் பார்த்தனர். “டீச்சர் எவ்வளவு அழகா வருவாங்க. இன்னைக்கு எதுக்கு இப்படி வந்திருக்காங்க. பாக்க நல்லாயில்ல. பாவமாயிருக்குது” என்று மும்தாஜ்பேகம் சொன்னாள். அவள் சொல்வது உண்மைதான் என்று தேவகிக்குத் தோன்றியது. டீச்சர் பாவந்தான்.

ராஜேஷ்குமாரின் அப்பா அவனை சைக்கிளின் பின்கேரியரில் உட்கார வைத்து வேகமாக ஓட்டிக்கொண்டு வந்தார். பள்ளிக்கூடத்தின் முன்பாக சைக்கிளை நிறுத்திப் பூட்டுப் போட்டுவிட்டு வகுப்புக்கு அவனை அழைத்துக்கொண்டு வந்தார். வகுப்புக்கு முன்பாக நின்றிருந்த டீச்சரைப் பார்த்ததும் அவர் தூக்கிக் கட்டியிருந்த வேட்டியைக் கீழே இறக்கிவிட்டார்.

டீச்சர் பரபரப்புடன் அவரிடம், “இந்தக் கல்லை யார்கிட்ட இருந்து நீங்க வாங்கினீங்க” என்று கேட்டார்.

ராஜேஷ்குமாரின் அப்பா, “சாமியாரு கொடுத்தாரு டீச்சர்” என்று குழப்பத்துடன் சொன்னார். வெறும் கல்தான். டீச்சர் எதற்காக இவ்வளவு பரபரப்பாக இருக்கிறார். பளபளப்பான அந்தக் கல்லில் முகம் தெரிவது பெரிய விஷயமா என்று நினைத்தார்.

“சாமியாரா.”

“ஆமாம் டீச்சர் சாமியார்தான் எனக்குக் கொடுத்தாரு.”

“நல்லா யோசிச்சுச் சொல்லுங்க. சாமியாரு கொடுத்தாரா, இல்ல கல்லைக் கொடுத்தவரு பக்கத்தில சாமியாரு நின்னுட்டு இருந்தாரா.”

“டீச்சர் எனக்கு நல்லா ஞாபகத்தில இருக்கு. இந்தக் கல்லை கொடுத்தது சாமியார்தான்.”

“சாமியார் பாக்குறதுக்கு எப்படி இருந்தாரு. அவரு முகம் உங்களுக்கு ஞாபகத்தில இருக்கா.”

“தாடி வெச்ச சாமியாரு. நாங்க பனாரசுக்கு ஈயப்பாத்திரம் மொத்தமா ஆர்டர் கொடுக்கப் போவோம். அப்ப காசிக்குப் போயிருந்தோம். அங்க அவரைப் பாத்தேன். நாங்க தமிழ் பேசிட்டு இருந்தோம். அவரா எங்கப் பக்கத்தில வந்து எந்த ஊரில இருந்த வர்றீங்கன்னு கேட்டாரு. நம்மூர் பேரைக் கேட்டதும் அவரு பையில வெச்சிருந்த இந்த வட்டக் கல்லை எடுத்துக் கொடுத்துட்டாரு” என்று சொன்னார்.

டீச்சர் தன் கைப்பையில் இருந்த புகைப்படத்தை எடுத்து

அவரிடம் காட்டி, “அந்த சாமியாரு இவரு மாதிரி இருந்தாரா” என்று கோபமாகக் கேட்டார். அப்போது அவருடைய கண்கள் இரண்டு சிவந்திருந்தன. கண்களில் கண்ணீர்த்துளிகள் நின்றன. டீச்சரின் கோபத்தைப் பார்த்து கீழே விழுவதற்குத் தயங்கி நிற்பதுபோல் நின்றன.

“ஆமா டீச்சர்” என்று சொன்னார் ராஜேஷ்குமாரின் அப்பா. அதைக் கேட்டதும் டீச்சர் கோபமாக அப்புகைப்படத்தைக் கிழித்து குப்பைத் தொட்டியில் போட்டார். “ராஸ்கல். அயோக்கியன்” என்று முனங்கியவர் மேற்கொண்டு பேசுவதற்குத் தன்னுடைய வாழ்க்கையில் ஒன்றுமில்லை என்று வேகமாக நடந்தார்.

“எதுக்கு டீச்சர் கேட்டீங்க” என்று ராஜேஷ்குமாரின் அப்பா கேட்டதற்குடீச்சர் பதில் சொல்லவில்லை. அவருடைய முகத்தை நிமிர்ந்து பார்க்கவுமில்லை. குனிந்த தலையோடு வகுப்புக்குள் மெதுவாக நடந்து சென்று நாற்காலியில் அமர்ந்து கொண்டார். பக்கத்து வகுப்பு டீச்சர் வந்து அவருடைய தோளைத் தொட்டு, “அழாதிங்க டீச்சர் அழாதிங்க டீச்சர்” என்று சொன்னார். அந்த டீச்சர் சொன்னவுடன் மேலும் அழுகை கூடி ஹோவென அழத்தொடங்கினார்.

“பிள்ளைகள் முன்னால அழாதிங்க டீச்சர். என்னைக்கிருந்தாலும் திரும்பவும் வந்துருவாங்க டீச்சர். கவலைப்படாம இருக்க டீச்சர்” என்று பக்கத்து வகுப்பு டீச்சர் சொன்னார். அவருக்கும் அழுகை முட்டிக்கொண்டு வந்தது.வகுப்பில் அழக்கூடாது என்று தன்னுடைய கண்களைத் துடைத்துக்கொண்டார்.

டீச்சர், “நானும் அந்தாளு மாதிரி எங்காச்சு ஓடிப்போயிருக்கணும் டீச்சர். இல்ல எங்க வீட்டிலயாச்சும் தொலைஞ்சு போகட்டுமுன்னு வேற ஒருத்தரப் பாத்து...” என்று முழுசாகச் சொல்லி முடிக்காமல் அழத் தொடங்கினார். பக்கத்து வகுப்பு டீச்சருக்குத் தாங்க முடியவில்லை. டீச்சரைக் கட்டிக்கொண்டு அழத் தொடங்கினாள்.

பிள்ளைகளுக்கு என்ன நடக்கிறது என்று எதுவும் புரியவில்லை.

ஆனால் ராஜேஷ்குமாரின் மேல் கோபமாக இருந்தார்கள். அவனால் தான் டீச்சர் அழுகிறார் என்று அவனைத் திட்டினார்கள். பாண்டியம்மா வெளியில வாடீ உன்னய என்னா செய்யூறேன்னு பாரு என்று நாக்கைத் துருத்தி அரட்டினாள்.

“இந்தக் கல்லை எதுக்கு பள்ளிக்கூடத்துக்குக் கொண்டு வந்தான். பேசாம அவுங்க வீட்டில வெச்சுத் தொலைக்க வேண்டியதுதானா.”

“டீச்சர் நம்மளயெல்லாம் திட்டிட்டு இருந்தாலும் பாக்குறதுக்கு எவ்வளவு அழகா இருப்பாங்கன்னு தெரியுமா.இன்னைக்கு அவங்க முகம் சரியில்ல” என்று பிள்ளைகள் பேசிக்கொண்டதை ராஜேஷ்குமாரின் அப்பா கேட்டார்.அவருக்கும் எதுவும் புரியவில்லை.

ராஜேஷ்குமாரின் அப்பா வேகமாக வகுப்பறையை விட்டு வெளியே நடந்தார். அவரால் அங்கிருக்க முடியவில்லை. அவருடைய கண்கள் கலங்கியிருந்தன. சைக்கிளின் அருகே நின்ற போது ராஜேஷ்குமார் அப்பா அப்பா என்று தன்னை அழைப்பது கேட்டு திரும்பிப் பார்த்தார். அவன் வேகமாக ஓடி வருது தெரிந்தது. அவன் கையில் உருண்டை கல் இருந்தது. “இந்த கல்லு நமக்கு வேண்டாம்.எங்காச்சு தூக்கிப் போட்டுருங்க” என்று அவருடைய கையில் கொடுத்துவிட்டு வகுப்பிற்கு சென்றான். ராஜேஷ்குமாரின் அப்பா அந்தக் கல்லைப் பார்த்தார். அந்தக் கல்லில் புகைப்படத்தில் டீச்சர் காட்டியவரின் முகம் தெரிந்தது.

அம்மாவைப் பார்த்தீர்களா ஸார்

சனிக்கிழமை காலை எட்டு மணிக்கு கோயிலில் கூட்டமில்லை. முன் மண்டபத்தில் வழக்கம்போல அமர்ந்து பேசிக்கொண்டிருக்கும் ஜோடிகள் யாருமில்லை. தூண்களும் காய்ந்த புற்களும் சில காகங்களும் நின்றிருந்தன. மாடுகள் இன்னமும் வரவில்லை. கற்தூண்களுக்கு வெள்ளையடிப்பு சமீபத்தில்தான் நடந்து முடிந்திருந்தது. சன்னிதியிலிருந்து வெளியே வந்து படிக்கட்டில் அமர்ந்தேன்.

தினமும் காலையில் செய்தித்தாளை இப்படிக்கட்டில் பரப்பி வைத்து சம்மனக்கால் போட்டு மெதுவாக ஒருமணிநேரத்திற்கும் குறையாமல் வாசிப்பேன். பிறகு அலுவலகத்திற்குச் செல்வேன் இது என்னுடைய வழக்கம். வேலைக்குச் சேர்ந்த புதிதில் இப்படி பத்திரிகையை வாசிக்கும் என்னை ஆச்சரியமாகப் பார்ப்பார்கள். அவர்களுக்குப் பழகிவிட்டது. இப்போது பார்ப்பதில்லை.

முதல் பக்கத்தை விரித்து வைத்துக் கண்ணாடியை அணிந்துக்கொண்டு வாசிக்கத் தொடங்கினேன். வீட்டிலிருந்து போன் வந்தது. ஒன்பது மணிக்கு மேல் வருகிற போன் எதற்காக ஒருமணி நேரத்திற்கு முன்கூட்டி வருகிறது என்கிற பதட்டத்தில் அவசரமாக எடுத்தேன். என்னுடைய கை நடுங்குவது

என்னால் பார்க்க முடிந்தது. காலை உணவு முடிந்ததா, என்ன சாப்பிட்டீர்கள், மாத்திரை விழுங்கியாயிற்றா, கோயிலுக்குப் போகவில்லையா இப்படியான கேள்விகளில் மனைவி பேச்சைத் தொடங்குவாள். நேரடியாக விசயத்திற்கு வருகிற குணத்தை என் மகளிடம் பார்க்க முடியும். ஃபோனை எடுத்தவுடன் செல்போனுக்கு ரீசார்ஜ் செய்யுங்க, வரும் போது எதுவும் வாங்கிட்டு வரவேண்டாம், இங்க வந்த பிறகு பாத்துக்கலாம் என்பதைத் தெளிவாகச் சொல்வாள். ஆனால் மனைவியானவள் அப்படியில்லை.

“உப்புத்தண்ணி மோட்டார் ரிப்பேராகியிருச்சு. ஹவுஸ் ஓனருக்கிட்ட சொன்னா யாருக்கு வந்த விதியோன்னு இருக்காரு”

நாங்கள் வாடகை வீட்டில் குடியிருக்கிறோம். சொந்த வீட்டை பளுது பார்க்க திராணியற்று புதிதாக கட்டப்பட்ட நவீன வசதிகளுடன் கூடிய வீட்டிற்கு வந்துவிட்டோம். மூன்று வருடங்களுக்கு மேலாகிவிட்டது. கோயமுத்தூரில் என்னுடைய தம்பியின் வீட்டில் தங்கியிருந்த அம்மா திடீரென புறப்பட்டு வந்ததும் பூட்டிய வீட்டைத் திறந்து குடிவைத்தோம். வீட்டுக்கும் அம்மாவுக்கும் நல்ல பாதுகாப்பு என்கிற பொய்யான சொல் எல்லோருக்கும் நிம்மதியைத் தந்தது.

பெரியதாக பிரச்சினை எதுவும் இல்லை. ஆனால் ஒன்று வந்தால் அதைத் தொடர்ந்து ஒவ்வொன்றாக வந்துகொண்டே இருக்கும்படியான அமைப்பு என்னுடையது. முதலில் மோட்டாரில் ஆரம்பித்திருக்கிறது என்று நினைத்துக்கொண்டேன்.

“ஹவுஸ் ஓனரு ரிப்போர் செலவில ஆளுக்குப் பாதின்னா சரியான்னு கேக்குறாரு. நான் தரமாட்டேன்னு சொல்லிட்டேன்” என்று சொன்னவளின் கோபத்தைப் புரிந்து கொள்ள முடிந்தது. அதற்கு அடுத்த வார்த்தை என்னவென்று எனக்குத் தெரியும்.

“எல்லாம் ஏந்தலையெழுத்து. சொந்த வீட்டை விட்டு வரணுமுன்னு எழுதியிருக்கு. எங்கப்பா அம்மா சொந்த வீடு இருக்குன்னுதானே உங்களுக்கு என்னய கட்டிக் கொடுத்தாங்க”

என்னுடைய அமைதியை அவள் நன்கு பயன்படுத்திக் கொள்வாள். அமைதியாக இருக்க இருக்க பேசிக்கொண்டே செல்வாள். அவளுடைய மனதிலிருக்கும் கஷ்டங்களை இப்படியாவது சொல்லி முடிக்கட்டும் என்று அமைதியாக இருப்பேன். அவள் வேறு யாரிடம் சொல்ல முடியும். சொன்னாலும் யார் என் போல் அமைதியாக காது கொடுத்துக் கேட்க முடியும்.

“சரி நான் ஹவுஸ் ஓனருக்கிட்டே பேசிக்கிடுறேன்.”

“நீங்க ஒண்ணும் பேசவேண்டாம். இரண்டு நாளைக்கு ஒங்க வீட்டுக்குப் போய் குளிச்சிட்டு சமைச்சுட்டு இருக்கோம். அந்தாளும் தண்ணிக்கு என்ன செய்யுறாருன்னு பாப்போம். மூஞ்சி முகரையக் கழுவுறதுக்காச்சு வேணுமில்ல” என்று நக்கலாகச் சொன்னாள்.

“சரி போயிட்டு வா.”

“இப்ப அங்கிருந்துதான் பேசுறோம்” என்றாள்.

எனக்கு ஆச்சரியமாக இருந்தது. சந்தோஷம் என்று சொல்லிவிட்டு ஃபோனை கட் செய்தேன். திரும்பவும் செய்தித்தாளை வாசிக்க ஆரம்பித்தேன். நியூஸ் பேப்பரில் என் மனைவி மகள் வீட்டிற்குச் சென்றிருப்பது செய்தியாக வரவில்லை. ஆனால் நட்சத்திரப் பலனில் எங்களது மூன்று நபர்களுக்கும் பாதாகமான பலன் இருந்தது.

அலுவலகத்திற்குப் புறப்பட வேண்டும் என்று நியூஸ் பேப்பரை மடித்து வைத்தேன். தண்ணீர் பாட்டில் வைத்திருக்கும் பையில் பேப்பரை சுருட்டி வைத்துவிட்டு படிக்கட்டிலிருந்து இறங்கும் போது அழுகைச் சத்தம் கேட்டது. திரும்பிப் பார்த்தேன். சற்றுத் தள்ளி இரண்டு தூண்களுக்கு இடையில் அமர்ந்திருந்த வயதான பெண்ணின் உருவம் வெளிச்சமாகத் தெரிந்தது. அவளுக்கு முன்பாக இரண்டு கட்டைப் பைகள். அதில் நிறைய சேலையைத் திணித்து வைத்திருப்பதுத் தெரிந்தது. தூண்களின் அருகில் சென்று முகத்தைப் பார்த்தேன். குளித்து மஞ்சள் பூசிய முகம். நெற்றியில் பொட்டு இல்லை. பட்டையாகத்

தீற்றிய விபூதியும் கழுத்தில் தொங்கி சிவப்புப் பாசி மாலையும் அந்த முகத்திற்குப் பொருந்தாமல் தனித்திருந்தது.

என்னைப் பார்த்ததும் “தம்பி செல்போன் கொடுங்க தம்பி. வீட்டை விட்டு வர்றப்ப எடுத்துட்டு வர மறந்துட்டேன்” என்று அழுத கண்ணீரைத் துடைத்துக்கொண்டு சொன்னாள். துணிகள் அடங்கிய கட்டைப்பையிலிருந்த சிறிய நோட்புக்கை எடுத்து பக்கங்களைப் புரட்டினாள். இன்னமும் அவளது கண்களிலிருந்து கண்ணீர் வடிவது தெரிந்தது. அவசர அவசரமாக மடித்து அள்ளித் திணித்துக்கொண்டு வந்த துணிகள் இரண்டு பைகளிலும் புடைத்துக்கொண்டிருந்தன. அவள் என் முகத்தைப் பார்த்தாள். ஜோப்பிலிருந்த செல்ஃபோனை எடுத்துத் தயக்கத்துடன் நீட்டினேன். அப்பெண் எண்களைச் சொன்னாள். ரிங் சென்றது. கட் ஆனது. திரும்பவும் எண்களை அழுத்தினேன். ரிங் சென்று கட் ஆனது.

அப்பெண்ணிடம், “ரிங் போகுது ஆனா எடுக்கல” என்று சொன்னேன்.

“இந்நேரம் குளிச்சிட்டு இருக்குற நேரம். கொஞ்ச பொறுங்க தம்பி அவளே திரும்பவும் கூப்பிட்டாலும் கூப்பிடுவா” என்று சொன்னாள்.

எனக்குக் காத்திருக்க நேரமில்லை. என்னுடைய அலுவலகத்தின் சாவி என்னிடமிருக்கிறது. அலுவலகத்தைக் கூட்டி மேஜைகளை சுத்தம் செய்வதற்கு தினமும் காலையில் ஒரு பெண் வருவாள். அவள் வரும் போது கதவு திறந்து ரெடியாக இருக்க வேண்டும். இல்லையென்றால் அலுவலகம் பூட்டியிருக்கிறது என்று எம். டிக்கு நேராக ஃபோன் செய்துவிட்டுச் சென்றுவிடுவாள். அதற்காகவே சீக்கிரமாக அலுவலகத்திற்குச் சென்றுவிடுவேன். ஐந்து நிமிடம் இருக்கிறது. காத்திருக்கலாம் என்று அவள் முன்பாக நின்றேன்.

அப்பெண் எதுவும் பேசவில்லை. தன்னுடைய கையில் வைத்திருந்த நோட்புக்கை புரட்டி வேறு எண்களைத் தேடிக்கொண்டிருந்தாள். பிறகு சிறிய பர்ஸின் ஜிப்பைத்

திறந்து சுருட்டி வைத்திருந்த பணத்தை எடுத்து நீவிவிட்டு எண்ணினாள். திரும்பவும் மடித்து பர்ஸ்சுக்குள் வைத்துக் கொண்டாள். எனக்கு நேரம் நெருங்கிக்கொண்டிருந்தது. நடந்து சென்றுவிடலாம் என்று நினைத்தேன்.

“நான் போறேம்மா எனக்கு ஆபிசுக்கு நேரமாச்சு” என்று சொன்னேன்.

“தம்பி தம்பி ஒரே ஒரு நிமிஷம்” என்று எழுந்து என்னுடைய கைகளைப் பிடித்துக் கொண்டாள். எனக்கு சங்கடமாக இருந்தது. தேவையில்லாமல் பிரச்சினையை செல்போன் கொடுத்து வாங்கி விட்டோமே என்று பயமாகவுமிருந்தது. அங்கிருந்துத் தப்பித்துச் செல்வதற்கு யோசித்தபோதுதான் அழைப்பு வந்தது. வயதான அம்மா என்னிடம் சொல்லிய எண். மூன்று ஐந்து ஐந்து மூன்று என்று முடியும் எண். செல்போனை அந்த அம்மாளிடம் கொடுத்தேன்.

“சுதா, நாந்தான்டி பேசுறேன்...”

“என்னோட போனை வீட்டுல வெச்சிட்டு வந்துட்டேன்டீ”

“கோயில்ல இருந்து பேசுறேன். யாருன்னு தெரியல கோயிலுக்கு வந்தவரோட போனு.”

“பஸ்ஸைப் பிடிச்சு ஊருக்கு வந்துர்றேன்டீ”

“உங்க மாமியா இருந்தா என்னா. அவங்க ஒரு மூலையில இருக்கட்டும் நா ஒருபக்கமாக இருக்கேன்.”

“திரும்பவும் அங்க போகலடீ. அவ முகத்தில இனிமேற்ப்பட்டு முழிக்கமாட்டேன். என்னய என்னமாதிரி பேசிட்டான்னு தெரியுமா”

எனக்கு அலுவலகத்திற்கு நேரமானது. அந்த அம்மா பேசிக்கொண்டிருக்கும் போது இடையில் புகுந்து எனக்கு ஆபிசுக்கு நேரமாகிறது என்று சொன்னேன். என்னை பேச்சைக் கேட்காமல் பேசிக்கொண்டிருந்தார்.

“தங்கச்சி வீட்டுக்கும் போகமுடியாதுடீ.”

“இப்பத்தான ஒரு மாசம் அவ வீட்டுல இருந்துட்டு வந்தேன். பிள்ளை பெத்த பிறகு வாம்மான்னு சொல்லியிருக்காடீ.”

“காலையில சாப்பிடல. சுகர் மாத்திரை பிரஷர் மாத்திரை எதையும் எடுத்துட்டு வரல.”

“அதெல்லாம் வரமாட்டான். போன தடவை சண்டை போட்டுட்டு கோவிச்சுட்டு உங்க வீட்டுக்கு வந்துட்டு திரும்பவும் அங்க போனப்ப பேசவே இல்ல. ஏன்டா பேசமாட்டேங்குறேன்னு கேட்டா, ஓங்கூட பேசுன ஏம்பொண்டாட்டி கோவிச்சுட்டு அவ வீட்டுக்குப் போயிருவான்னு சொல்லுறான்.”

அந்த வயதான அம்மா “இத்தன பிள்ளைகளையும் பெத்துட்டு யாருமில்லாம அனாதையா நிக்குறேன். இப்ப யாரு வீட்டுக்குடீ போறது” என்று திரும்பவும் அழத்தொடங்கினாள். கண்களைத் துடைத்துக்கொண்டு செல்போனை என்னிடம் கொடுத்தார்கள். ரொம்ப நன்றி தம்பி என்று சொன்னார்கள். செல்போனை வாங்கிக்கொண்டு வேக அலுவலகத்திற்குச் சென்றேன்.

எனக்கு ஆச்சரியமாக இருந்தது. அலுவலகத்தைக் கூட்டி சுத்தம் செய்யும் பெண் காத்திருந்தாள். “ஸார் வாங்க ஸார்” என்று சிரித்துக்கொண்டாள்.

அலுவலகத்தைத் திறந்துவைத்துவிட்டு வாசலில் வந்து நின்று கொண்டேன். சாலையில் போகும் வாகனத்தையும் ஆட்களையும் வேடிக்கை பார்க்கும்போது மனம் யாவற்றையும் மறந்துவிடும். ஒரு கவலையை மறக்க அதன் மேல் மற்றொரு கவலை வந்து விழுந்தால் முதல் கவலை மறந்துவிடும் என்பது தத்துவம். இன்னொரு கவலை வந்தால் கோயிலில் பார்த்த வயதான அம்மாவின் முகமும் அவர்கள் பேசி பேச்சும் மறந்துவிடுமென்று நினைத்தேன். இன்னொரு பிரச்சினை எதுவும் வரவில்லை. வருகிற நேரந்தான். என்னுடைய ராசிப்படி.

அலுவலகத்தைக் கூட்டிவிட்டப் பெண் மேஜைகளைத் துடைக்க ஆரம்பித்திருந்தாள். நேற்றிரவு கடைசியாக நானும் டைப்பிஸ்ட்டும் அலுவலகத்தில் இருந்தோம். எனவே ஒழுங்காக அனைத்தும் கணினிகளையும் சரிபார்த்து மேஜைகளை மூடி

வைத்திருந்தோம். பென்சில் எதுவும் தரையில் இல்லை.

என் மனைவியிடமிருந்து ஃபோன் வந்தது. “ஏங்க இவ்வளவு நேரம் யார்கிட்ட பேசிட்டு இருந்தீங்க. அவசர ஆத்திரத்துக்குக் கூப்பிட்டா பேசுங்க.”

“சரி சொல்லு.”

“உங்கம்மாவுக்கு எனக்கும் பெரிய சண்டை. பக்கத்து வீட்டுக்காரங்க வந்து விலக்கிவிட்டாங்க. உங்க அம்மாவுக்கு கொஞ்சமாச்சும் அறிவு வேண்டாமா?. வயசு பிள்ளையை வெச்சுட்டு உங்க வீட்டுக்கு விருந்தாளியாவ வந்திருக்கேன். தண்ணி விழுகல. உப்பு தண்ணி மோட்டார் ரிப்பேர். சரி செஞ்சதும் போயிடுவோம் சொல்லியிருக்கேன். மூணு மணி நேரங்கூட முழுசா முடியல அதுங்குள்ள சண்டை.”

கோயிலில் பார்த்த வயதான அம்மாவின் முகமும் அவர்கள் பேசிய பேச்சும் சிறிது நேரத்தில் மறந்துவிட்டது. என் கண் முன்பாக என்னுடைய அம்மாவும் என் மனைவியும் வந்து நின்றார்கள்.

“சரி நீ அமைதியா இரு.”

“அமைதியாத்தேன் இருக்கேன். அமைதியா இல்லாம ஆடிகிட்டா இருக்கோம்” என்று ஃபோனை வைத்துவிட்டாள்.

இன்னும் சிறிது நேரத்தில் என்னென்ன பிரச்சினைகள் உருவாகும் என்று சொல்ல முடியாது. அம்மாவும் என் மனைவியும் ஆளுக்கொரு பக்கமாக ஆட்களைத் திரட்டி என்னிடம் பேசச் செய்வார்கள். முதலில் அம்மா என்னுடைய அக்காவையும் பிறகு தம்பியையும் பேசச் செய்வார். அவர்கள் நீதிபதிகளின் தோரனையில் எனக்குத் தண்டனைகளை வழங்குவார்கள். குறைந்தபட்ச தண்டனையாக நீதிபோதனை வழங்குவார்கள். மன்னிப்பு தருவதற்கு யோசிப்பதாகச் சொல்வார்கள். இதனால் யாருடைய செல்போன் அழைப்பையும் இந்த மாதிரியான நேரத்தில் எடுப்பதில்லை. சிறிது நாட்கள் விட்டுவைத்திருந்தால் அணைந்துவிடும்.

ஃபோனை பாக்கெட்டில் வைத்துவிட்டு என்னுடைய மேஜைக்குச் சென்றேன். நாற்காலியில் அமர்ந்து கொண்டேன். அலுவலகத்தைக் கூட்டும் பெண் என்னிடம் வந்து, “ஸார் இன்னமும் சாப்பிடல நூறு ரூபாய் கொடுங்க ஸார்” என்று அருகில் வந்து நின்றாள்.

“நாலு இட்டிலிக்கு இருபது ரூபாய் போதும். எதுக்கு நூறு ரூபாய்”

“எங்க நாத்தனாகாரி அவுங்க வீட்டுல சண்ட போட்டுக்கிட்டு வந்துருக்கா ஸார் மூணு நாள் இருப்பா. எதாச்சும் கறிபுளி எடுத்துப் போட்டு அனுப்பனும் ஸார். வவுத்து பிள்ளைக்காரி” என்றாள். அவளுக்கு நூறு ரூபாய் கொடுத்தேன்.

“மேனேஜருக்கிட்டே சொல்லாதிங்க ஸார். சம்பளத்தில கழிச்சுக்குருவாங்க. நான் தனியா உங்களுக்குத் தர்றேன்” என்று சொன்னவள் வேகமாக அலுவலகத்தை விட்டுச் சென்றாள். அலுவலகத்தில் நடக்கும் மாதாந்திர இரவு நிகழ்ச்சிகளுக்கு அவளுடைய வீட்டிலிருந்துதான் மீன் குழம்பும் இட்டிலியும் வரும். வாரக்கணக்கில் அலுவலகம் முழுக்க மணந்துகிடக்கும்.

அலுவலகத்திற்கு முதலில் வந்தது ரமேஷ்குமார். கையெழுத்திட்டு விட்டு நாற்காலியில் அமர்ந்துகொண்டார். வீட்டில் காலை உணவு உண்பதில்லை. தினமும் ஏசியில் அமர்ந்து காலை உணவு சாப்பிட வேண்டுமென்பதுதான் அவருடைய விருப்பமாகும். அப்படியே செய்வார். ஒவ்வொருவராக வந்து சேர்ந்தார்கள்.

பாட்டுச்சத்தம், செல்போன் அழைப்பு, கடுமையான வாதங்கள், சிரிப்பு, தேநீர் இடைவெளியின் போது ஒருவரையொருவர் புகழ்ந்து பேசிக்கொள்வது, தன் முன்பாக நின்றிருப்பவர் சென்றதும் அவருக்கு முதுகில் கத்தி வைப்பது என்கிற சம்பிரதாயமான நடவடிக்கை தொடர்ந்தது.

பிற்பகல் ஒரு மணியை நெருங்கிக்கொண்டிருந்த நேரம். எனக்கு ஃபோன் வந்தது. மூன்று ஐந்து ஐந்து மூன்று என்று முடியும் எண். அழைப்பை எடுக்க யோசித்தேன். பேச்சைத் தொடர வேண்டுமா என்பதுதான் யோசனை. திரும்பத் திரும்ப அழைப்பு

வந்தபடி இருந்தது. என்னையும் என்னுடைய அலைபேசியையும் அமைதிப்படுத்திக் கொள்வதைத் தவிர வேறு வழியில்லை.

ஆனால் அந்த எண்ணிலிருந்து அழைப்பு விடாமல் வந்தபடி இருந்தது. ஒரே ஒரு முறை எடுத்து பேசிவிட்டால் போதும் என்கிற மனநிலைக்கு வந்தேன்.

ஹலோ என்று சொல்வதற்கு முன்பாக "ஸார் எங்க அம்மா வீட்டுக்கு இன்னும் போகல ஸார். கோபத்தில அங்கயே இருக்காங்க. கொஞ்ச நீங்க போய் சமாதானம் செய்ய முடியுமா ஸார்" என்று அப்பெண் என்னிடம் கெஞ்சினாள்.

என்னுடைய அலுவலக பிரச்சினைகளைச் சொல்லி வெளியூரிலிருந்து வந்து வேலை பார்க்கிறேன் என்பதனை விளக்கி மன்னித்துவிடும்படியாகச் சொன்னேன். அப்பெண் கெஞ்சினாள்.

"ஸார், சூசைட் செஞ்சிட்டாங்கன்னா பெரிய பிரச்சினை ஸார். தயவு செய்து போய் பாத்து பேசுங்க ஸார்."

எனக்குக் கோபம் வந்தது. அதேநேரம் பயமாகவுமிருந்தது. அந்த வயதானப் பெண் பேசியதிலிருந்து தற்கொலை செய்துகொள்கிற எண்ணம் எதுவுமில்லையென்றுதான் தோன்றியது. ஆனால் ஒருவேளை தற்கொலை செய்துகொண்டால், தற்கொலை செய்து கொள்ளாமலிருக்க என்னால் என்ன செய்ய முடியும் என்று யோசித்தேன். அலுவலகத்தில் எம்.டி. இன்னமும் வரவில்லை. மானேஜரிடம் அனுமதி வாங்கிக்கொண்டு கோயிலுக்குச் சென்றேன். அந்த வயதான அம்மா அமர்ந்திருந்த இடத்திற்குச் சென்று பார்த்தேன். அங்கு யாருமில்லை. கோயில் முழுக்கத் தேடினேன். இல்லை.

போன் செய்து அந்தப் பெண்ணிடம் சொன்னேன். "உங்கம்மா இல்லம்மா. கோயில் முழுக்கத் தேடிட்டேன். நீங்க வேற யாருக்காச்சும் போன் போட்டுத் தேடிப் பார்க்கச் சொல்லுங்க" என்றேன்.

அவள் பதில் எதுவும் பேசவில்லை. அழுவது மாதிரி கேட்டது. நான் போனை துண்டித்துக்கொண்டேன். மதிய சாப்பாட்டிற்குப்

பிறகு சிறிது நேரம் ஓய்வறைக்குச் சென்று தொலைக்காட்சி பார்த்தேன். நியூஸ் சேனல்களை திரும்பத் திரும்பப் பார்த்து தேநீர் குடிக்கும் நேரத்திற்கு வெளியே வந்தேன்.

என் மகளிடமிருந்து போன் வந்தது. வீட்டில் நடந்த சண்டையால் சமையல் செய்யவில்லை என்று வருத்தமாகச் சொன்னாள். பள்ளிக்கூடத்திற்கு வெறும் டிபன் பாக்ஸை கொண்டுசென்று பிஸ்கட்டும் மிட்டாயுமாகத் தின்று வந்திருக்கிறாள். போனை அம்மாவிடம் கொடுக்கச் சொன்னேன். அவள் சமைக்கவில்லையென்பதைப் பற்றி எதுவும் கேட்கக்கூடாது என்று சத்தியம் வாங்கிக் கொண்டு போனை கொடுத்தாள்.

ஹவுஸ் ஓனரிடம் பேசி சமாதானம் செய்கிறேன். இரண்டு மூன்று நாட்களில் தண்ணீர் பிரச்சினை சரியாகிவிடும். பட்டினி கிடக்காமல் சமைத்துச் சாப்பிடுங்கள் என்று சொன்னேன். “சரி சரி சமைச்சு கொட்டுறேன்” என்று வெடுக்கென்று பேசி துண்டித்தாள்.

தேநீர் கப்பை வாங்கிக்கொண்டு பால்கனிக்குச் சென்றேன். ஏற்கனவே ரமேஷ்குமாரும் சில பணியாளர்களும் நின்றிருந்தனர். சினிமா பேச்சு ஓடிக்கொண்டிருந்தது. நயன்தாரா பொங்கல் வைக்கும் காட்சியை செல்ஃபோனில் பார்த்துக் கொண்டிருந்தார்கள். தெருவில் ஆட்கள் சிலர் பரபரப்பாக ஓடிச் செல்வதைப் பார்த்தேன். செக்யூரிட்டியிடம் விசாரிக்கச் சொன்னேன்.

செக்யூரிட்டி விசாரித்துவிட்டு, கோயில் குளத்தில் யாரோ பெண் விழுந்துவிட்டதாகச் சொன்னார். அப்பெண்ணை காப்பாற்றுவதற்காக தீயணைப்பு ஆட்கள் வந்திருக்கிறார்கள் என்று தகவல் கொடுத்தார். மாடியிலிருந்து கீழே இறங்கும்போது திரும்பவும் அந்த எண்ணிலிருந்து போன் வந்தது. எடுக்கவே இல்லை. மெயின்ரோட்டுக்குச் சென்று குளத்திற்கு ஓடினேன். ஓடும்போதுதான் தெரிந்தது கால்களில் செருப்பு அணியவில்லை என்பதை. குளத்தின் கரையில் நின்றிருந்தவர்களை ஒதுக்கிவிட்டு எட்டிப் பார்த்தேன். தீயணைப்புத் துறை வீரர்கள் நின்றிருந்தனர்.

திரும்பவும் போன் வந்தது. உடம்பு முழுக்க நடுங்கியது. வியர்த்தது. என்னையறியாமல் போனை பாக்கெட்டிலிருந்து எடுத்து பேசினேன்.

“ஹலோ”

“ஸார் அம்மா எங்க வீட்டுக்கு வந்துட்டாங்க ஸார். தகவல் சொல்லுறதுக்காகத்தான் கூப்பிட்டேன்” என்றாள் அந்தப் பெண்.

நான் எதுவும் பேசவில்லை. போனைத் துண்டித்துவிட்டு குளத்தின் படிக்கட்டில் நடந்தேன். கரையின் ஒருபுறத்தில் ஆம்புலன்ஸ் நின்றிருந்தது. தீயணைப்பு பணியாளர்கள் அப்பெண்ணைக் காப்பாற்றிக்கொண்டு வருவதற்கு முயற்சித்துக் கொண்டிருந்தனர்.

“தவறி விழுந்துட்டாங்களா” என்று கரையில் நின்றிருந்தவரிடம் கேட்டேன்.

“இல்ல ஸார் பிள்ளைகளோட பேசிட்டு இருந்தாங்க. திடீருன்னு குளத்தில குழந்தைகளோட விழுந்துட்டாங்க. குழந்தைகள இங்கிருந்தவங்க எல்லாம் சேந்து தூக்கிட்டாங்க. அந்தம்மாவை விட்டுட்டாங்க.”

“குழந்தைங்க பொழைச்சுக்கிச்சா?”

“ம் இரண்டு குழந்தைக்கும் மூக்கிலயும் வாயிலயும் தண்ணி போயிருச்சு. காப்பாத்திட்டாங்க”

“அந்தம்மா பொழைச்சுவாங்களா” என்று கேட்டேன். அவர் என்னை பார்க்காமல் குளத்தைப் பார்த்தார். படிக்கட்டில் இரண்டு கட்டைப் பைகள் தனியாகக் கிடந்தன. அதில் மடித்தும் மடிக்காமலும் சுருட்டித் திணிக்கப்பட்ட சேலைகள் குழந்தைகளின் பள்ளிக்கூடச் சீருடைகள் இருந்தன. நான் வேகமாக அந்தப் பைகளின் அருகே சென்றேன். அந்தப் பையிலிருந்து செல்போனின் சத்தம் மெதுவாகக் கேட்டுக் கொண்டிருந்தது.

நதி மகள்

மருதா நதி அதன் கரையோரம் காத்திருக்கும் காதலி. காதலன் இன்னமும் வரவில்லை. பறவைகள் அவளை கடந்து போகிறது. நதி ஓடுகிறது. இலைகள் உதிர்கிறது. பூக்கள் பூக்கின்றன. காற்று மழை வெயில் பனி என காலங்கள் நதிமேல் விழுந்து ஓடுகின்றன. ஆனால் காதலன் வரவில்லை. காதலன் எங்கிருக்கிறான் என்று அவளுக்குத் தெரியாது. ஆனால், காதலனுக்காகக் காத்திருக்கிறாள்.

❍

பிற்பகல் வேளை, வீட்டில் யாருமில்லை. மதியான வெயில் வீட்டின் முன், வீட்டினுள், ஜன்னல் கம்பிகளின் மேல், கதவுக்குப்பின், பூனையின் முதுகில், தரையில் கிடக்கும் வார இதழின் அட்டைப்படத்தின் மேல், அவளது முகத்தில் அவளது உடலில் விழுந்து எரிக்கிறது. எரிந்தடங்கிய பின் அவள் பூக்கிறாள். பூத்ததும் வாசற்கதவுக்குப் பின் காத்திருக்கத் தொடங்குகிறாள். காதலன் வரவில்லை. நெடுநேரமாக காத்திருக்கிறாள். வெயில் மறைந்து நிலவின் வெளிச்சம் விழுகிறது. காதலன் வரவில்லை. பூனை கேட்கிறது, வார இதழின் அட்டைப்படத்திலிருக்கும் பெண்ணொருத்தி கேட்கிறாள், கதவு, ஜன்னல், வாசல், தெரு

என யாவும் கேட்கிறது உன் காதலன் வருவனா? அவள் வந்தால் சொல்கிறேன் என்கிறாள்.

❍

இரவு கட்டிலின் மேல் விழுந்துகிடக்கிறாள். பசிக்கவில்லை. தொலைக்காட்சி ஓடுகிறது. விளக்குகள் எரிகிறது. அம்மா சுடும் தோசையின் வாசம், சாப்பிட அழைக்கும் அழைப்பு என எதுவும் கேட்கவில்லை. படுக்கையிலிருந்தபடி மேலே பார்க்கிறாள். மின்விசிறி ஓடுகிறது. யாருக்கும் தெரியாமல் ஒளித்து வைத்திருக்கும் லெட்டரைப் பிரித்துப் படிக்கிறாள். யார் எழுதியது தெரியவில்லை. ஆனால் அவளிடமிருந்தது. காதல் கடிதம். அவளுக்கு வந்த முதல் காதல் கடிதம். ஆசையாக அதற்கு முத்தம் தருகிறாள். மார்பின் மேல் வைத்துக் கொள்கிறாள். முகத்தோடு உரசுகிறாள். கொஞ்சுகிறாள். யார் என்று தெரியவில்லை. ஆனால் காதல் கடிதம். அவளிடமிருக்கிறது.

❍

அதிகாலை. வாசல் தெளிக்கும் சத்தம் கேட்கிறது. பால்காரர்களின் மணியோசையும் கேட்கிறது. மாடுகள், ஆடுகள் மேய்ச்சலுக்கு அடிவாரத்தை நோக்கிப் போகும் மணியோசை. அவளது பெயரைச் சொல்லி யாரோ அழைக்கும் குரல் கேட்கிறது. படுக்கையிலிருந்து வேகமாக எழுந்து வாசலுக்கு வந்து நிற்கிறாள். யாரென்று தெரிவில்லை. அவளது பெயர் மெதுவாகக் கேட்கிறது. எங்கிருந்து எங்கிருந்து என்று தேடுகிறாள். வயலின் ஊடே கொக்குகள் நிற்பதையும் மரத்தின் மேலே கிளிகள் அமர்ந்திருப்பதையும் பார்த்து யாரென்று கேட்கிறாள். கொக்கு உன் காதலன் என்கிறது. கிளி உன் காதலன் என்று சொல்ல அவள் வெட்கத்துடன் படுக்கைக்கு ஓடுகிறாள் உறக்கத்திலிருக்கும் தன்னைப் பார்க்க.

❍

பிற்பகல் வேளை, வீட்டில் யாருமில்லை. மதியான வெயில், தபால்காரருக்காகக் காத்திருக்கிறாள். தபால்காரர் கொண்டு வரும் காதலன். தபால்காரருக்கு மட்டுந்தான் தெரியும். பூனை

மடியிலிருந்து துள்ளிக் குதித்து ஓடுகிறது. வெயிலை சுமந்து தாவித் தாவி ஓடுகிறது. வெயிலை சுமந்து சைக்கிளிலில் வரும் தபால்காரர் இன்னமும் வரவில்லை. தபால்காரர் கொண்டு வரும் காதலனும் இன்னமும் வரவில்லை. பூனை வெயிலின் குறுக்கே ஓடுகிறது. வெள்ளை நிலவைப் பிடித்து மடியில் நிறுத்துகிறாள். தபால்காரர் வந்து நிற்கிறார் வாசலில்.

❍

ஐந்து கவிதைகள் எழுதிக் கொடுத்தால் நதிமகள் ஆயிரம் ரூபாய் தருவாள். நதிமகளின் உண்மையான பெயரைச் சொன்னால் அவள் தருகிற ஆயிரம் ரூபாயில் நான் வாங்கிச் செல்லும் இனிப்பு பண்டங்கள் கசந்துவிடும். நான் வாங்கிப் போகிற அரிசியும் பருப்பும் பசிக்கு உதவாது. என் மகள் உண்டு முடித்து அழக்கூடும். என் மனைவி பண்டங்களைத் தூக்கி எறிவாள். சோறாக்காமல் என்னுடன் சண்டையிடுவாள். நதிமகள் யாராக வேண்டுமென்றாலும் இருக்கும். அவள் இந்த ஐந்து கவிதைகளை வாசிக்கிறாள். ஒவ்வொரு கவிதைக்கும் கீழே தன்னுடைய பெயரை மனதளவில் எழுதி எழுதிப் பார்த்து நிம்மதியடைகிறாள். அவளது நிம்மதியைப் பார்த்து நானும் நிம்மதியடைகிறேன். ஆயிரம் ரூபாய் போதாது. இன்னமும் சிறிது அதிகமாகத் தாருங்கள் என்று கேட்க வெட்கமாக இருக்கிறது. கேட்டால் தருவாள். ஆனால் மேலும் இரண்டு கவிதைகள் எழுத வேண்டும். காதல் கவிதைதான். கவிதையில் காதலிக்கலாம். கவிதையில் காதலனுக்காகக் காத்திருக்கலாம். பேசலாம். பழகலாம். எல்லாம் கவிதையில் மட்டுந்தான்.

நதி மகள் படித்து முடித்துவிட்டாள். என்னருகே வந்து அமர்ந்து, "இன்னும் கொஞ்சம் பெரிய பெரிய கவிதையாக எழுதுங்கள்" என்று கேட்டதும் நான் "நீள் கவிதையா" என்று கேட்கிறேன். அவள் ஆமாம் என்று சொல்கிறாள். இப்போதைக்கு நீள் கவிதை வேண்டாம். உங்களை சந்தேகம் கொள்வார்கள். சிறிது நாட்கள் போகட்டும் என்று சொல்லி சமாளிக்கிறேன். முடியவில்லை. டீ வருகிறது. இன்னும் சிறிது நேரத்தில் மதிய உணவுக்குப் போக வேண்டும். சமையலறையிலிருக்கு அக்கா

வந்து சாப்பாடு ரெடி என்று சொன்னதும் போகவேண்டும்.

அவ்வளவு பசி. டீ வயிற்றுக்குள் சென்றதும் எரிகிறது. பசியை அடக்க முடியவில்லை. காலையில் எதுவும் சாப்பிட முடியவில்லை. ஒரு கப் மாவு வாங்கிக் கொடுக்க முடியவில்லை. பிஸ்கட் பாக்கெட் வாங்கித் தர முடியவில்லை. பால்காரர் கடனுக்கு பால் ஊற்றிச் சென்றுவிடுகிறார். அரிசி இருக்கிறதா என்று தெரியவில்லை. பாப்பா தூக்கிக் கொண்டிருக்கும் போதே எழுந்து பஸ்ஸேறி வந்துவிட்டேன். அழுவதைப் பார்க்கக்கூடாது என்று ஓடி வந்துவிட்டேன். அவள் பாத்திரங்களை உருட்டுகிறாள். தரையில் வீசிகிறாள். இரவு ஆயிரம் ரூபாயைக் கொடுத்தால் இரண்டு மூன்று நாட்கள் நிம்மதியாக இருக்கும். எதாவது வாங்கி சாப்பிடலாம். ஆனால் திரும்பவும் புகையும். எங்கிருந்து என்று தெரியவில்லை.

நதிமகள் மதிய உணவுக்குப் பின் பணத்தைக் கொடுத்து அனுப்பமாட்டாள். எனக்குத் தெரியும். மாலை ஐந்து மணி வரை உட்கார வைத்து மேலும் சில கவிதைகள் எழுதச் சொல்வாள். அவளது திட்டம் பூவைத் தொடுவது மாதிரி இருக்கும். பூவைச் செடியிலிருந்து கிள்ளி தன் தலையில் வைத்துக் கொள்ளும் வரை யாருக்கும் தெரியாது. என்னிடம் கேட்கிறாளா இல்லை சொல்கிறாளா அதுவுமில்லையென்றால் கெஞ்சுகிறாளா எதுவும் தெரியவில்லை. அவளிடமிருந்து ஆயிரம் ரூபாயை வாங்கிச் செல்வது அவ்வளவு எளிதான காரியமில்லை. அந்த ஆயிரம் ரூபாயில் பேருந்துச் செலவுக்கு நூறு ரூபாய் போக மீதிப் பணத்தைத் தரும் போது என் மனைவி பார்க்கிற பார்வையை நான் என்றும் மறக்க முடியாது.

அவள் ஒருமுறை என்னுடனான சண்டையில் சொல்கிறாள் பிச்சைக்காரனை விட கேவலமா இருக்கே என்று. அப்படியே தலைகுனிந்து வீட்டை வெளியேறி ரயில்வே ஸ்டேஷனுக்குச் சென்று அமர்ந்துவிட்டேன். காலையிலிருந்து ராத்திரிவரை. தேடிவருவதற்கு யாருமில்லை. பாப்பா தூங்கிக்கொண்டிருக்கும் போது வந்துவிட்டது நல்லதுதான். இல்லையென்றால் அவளுக்கு அடிவிழும்.

இந்நேரம் அவள் என்ன செய்து கொண்டிருப்பாள். துணி துவைத்து முடித்திருப்பாள். காயப் போடுவதற்கான மும்முரத்தில் இருக்க வேண்டும். கிளிப் டப்பாவை எடுப்பதற்கு ஒருதடவையும் துணி நிறைந்த வாளியை எடுத்துக்கொண்டு ஒருதடவை மாடியேறிச் செல்வாள். வீட்டிலிருக்கும் போது அவளுக்குப் பின்னால் கிளிப் டப்பாவை எடுத்துக்கொண்டு செல்வேன். ஆனால் அதை அனுமதிக்கமாட்டாள். என் வேலையில எதுக்கு தலையிடுறீங்க. உங்க வேலையைப் பாருங்க என்று கத்துவாள். மாடியிலிருக்கும் அனைவரும் பார்ப்பார்கள். மாடியின் கதவை ஓங்கி அறைந்து சாத்தும் போது வீட்டின் சுவர்கள் அதிர்ந்து அடங்கும். வீடுகளின் சுவர்களின் இறந்த முன்னோர்கள் வாசம் புரிவதாக படித்த ஞாபகம். அவர்களின் ஆசி எனக்கு இல்லை. அவர்கள் சுவர்களிலிருந்து வெளியேறி வேறெங்காவது போய்த் தொலையட்டும் என்று மனதார நினைத்துக்கொள்வேன்.

கதவு சாத்திய சத்தம் நானில்லாத நேரத்தில் பலமாக கேட்குமா என்று எனக்குத் தெரியாது. அமைதியாகக் கூட இருக்கலாம். முன்னோர்கள் சுவர்களில் அதிராமல் நிம்மதியாக இருப்பார்கள் என்று நம்பித்தான் ஆக வேண்டும்.

பாப்பா என் அறைக்கு வந்து எட்டிப் பார்த்துவிட்டுச் சென்று விடுவாள். அவளிடம் கேட்கமாட்டாள் என்று எனக்குத் தெரியும்.

“நாளைக்கு நதிமகள் வீட்டுக்குப் போவீயா”

“இல்ல மாசத்துல ஒருநா தான் கூப்புடுவாங்க அந்த மேடம்”

“தினமும் போனா ரூபாய் வரும்” என்று கவலையாக பாப்பா கேட்டதும் எனக்கு அழுகையாக வந்தது. கவிதை எழுதக் கற்றுக் கொண்டோமா என்று எனக்குத் தெரியாது. செருப்பு தைத்துப் பழகியிருக்கலாம். சைக்கிள் ரிப்போர் செய்து பழகியிருக்கலாம் என்று தலையில் அடித்து அழுவேன். முகம் பொத்திய போர்வைக்கு என்னுடைய அழுகையை யாரும் பார்த்திருக்கமாட்டார்கள். பார்த்துத்தான் என்ன ஆகப்போகிறது. சுவரிலிருக்கும் முன்னோர்கள். அவர்கள்

நாசமாகப் போக. சுவரை இடித்துத் தரைமட்டமாக்க வேண்டும். வீட்டின் எல்லா சுவர்களையும் எல்லா முன்னோர்களையும்.

பசிக்கு உதவாது சோறும் தாகத்திற்கு வராத நீரும் என்றென்றும் பாழ்.

இன்னொரு கவிதை எழுத வேண்டும். மதிய உணவுக்குப் பிறகு எழுதினால் போதும். எதை வைத்து எழுதுவது. பிற்பகலா, மாலையா, காலையா, ராத்திரியா, எந்த நேரம் கவிதையின் நேரம். எந்த இடம். யார் யாரெல்லாம் வருகிறார்கள் எதையும் யோசிக்க முடியவில்லை. பசி பசி. நிமிர்ந்து அமர்ந்து கொள்ள முடியவில்லை. யோசிக்க முடியவில்லை. சாப்பிடலாம் வாங்க என்று சமையலறையிலிருந்து இன்னமும் அழைப்பு குரல் கேட்கவில்லை. நதிமகளுக்கு இன்னமும் பசிக்கவில்லை. எனக்கு பசிக்கிறது. நேற்று இரவிலிருந்து பசி. நேற்று பிற்பகல் உண்டது. ராத்திரி சண்டை. சாப்பிடவில்லை. காலையில் பேருந்துக்கு அவளிடம் பணம் கேட்டதற்கு காறித்துப்பாத குறையாகத் தந்தாள். எதுவும் பேசவில்லை. ஆனால் பிச்சைக்காரன விட கேவலமாக இருக்கே என்று சொல்வது சுவரின் முன்னோர்களுக்குக் கேட்டு வீடு முழுக்க எதிரொலித்தது. பணத்தை வாங்கிக் கொண்டு பேருந்து ஏறி வந்துவிட்டேன். நதிமகள் டிபன் சாப்பிடுறீங்களா என்று கேட்டதற்கு வேண்டாம் என்று கவிஞனாக பதில் சொல்ல வேண்டியதாக இருந்தது. மனிதாக பதில் சொல்ல இன்னமும் நிறைய நாட்கள் ஆகும்.

நல்ல வசதி இது. முகமூடி. உடை. வேறொரு ஆள். கவிதை எழுதுகிறவன். புத்தகம் படிக்கிறேன் என்று வசதியானதுதான். தப்பிக்கொள்வது, விலகியிருப்பது, ஒதுங்கிக் கொள்வது என்று நிம்மதிதான். ஆனால் மாட்டிக்கொண்டால் சர்க்கஸ் யானைதான். கவிஞர் ஒருவர் பலசரக்குக் கடையில் கணக்கு எழுதிக் கொண்டிருக்கிறார். இன்னொரு கவிஞர் வீட்டை விட்டு ஓடிப்போய்விட்டார். ஆயிரம் ரூபாயிக்கு ஐந்து கவிதைகள் என்று வீட்டின் முன்பாக பலகை வைக்கவில்லை.

நதி மகளுக்கு எத்தனை ஐந்து கவிதைகள் எழுதியிருக்கிறோம் என்று கணக்குப் பார்த்தேன். மூன்று தொகுப்பு நூல்கள்

வெளிவந்துவிட்டது. ஒரே பதிப்பகம். காசு கொடுத்து வெளியானதா ஒருவேளை இருக்கலாம். இல்லாமலும் இருக்கலாம். எனக்கும் ஒரு நூல் கிடைத்தது. ஐந்து வருடங்களுக்கு எதுவும் எழுதக்கூடாது என்கிற அமைதியில் இருந்தேன். நல்ல வேலைக்குப் போகவேண்டும். இல்லையென்றால் சிறிது கையில் காசிருக்க வேண்டும். இல்லையென்றால் தூக்கு மாட்டி, மாத்திரை உண்டு, விஷம் குடித்து சாகவேண்டும் என்று நினைத்திருக்கிறேன். எழுதி ஒன்றும் நடக்கப்போவதில்லை. எழுதிய முதல் நாவல், வெளியான சிறுகதைத்தொகுப்பு, வந்து கவிதை நூல்கள் எல்லாம் என்னவாகப் போகிறது. எதைப் பற்றியும் கவலை இல்லை.

டீ குடித்து முடித்தவுடன் தம்ளர் வெறுமையாக இருப்பது போல் மனம் வெறுமையானது. என் முன்பாக நதி மகள் அமர்ந்திருந்தாள். அவளைச் சுற்றிலும் நிறைய நூல்கள். ஊருக்குப் புறப்படும்போது இரண்டு நாவல்கள் எடுத்துக்கொண்டுப் போகவேண்டும் என்று நதிமகளின் நூலகத்திற்கு நுழைந்தவுடனே பார்த்து வைத்துவிட்டேன். போகும்போதுதான் கையில் எடுக்க வேண்டும். அதற்கு முன்னால் தொட்டால் பார்த்தால் துப்பறிந்து அதனை எடுத்து மறைத்து வைத்துவிடுவாள் என்று எனக்குத் தெரியும். சிறிது நேரத்திற்குப் பசிக்காது. சிறிது நேர ஆறுதல். எழுந்து அந்த அறையின் வாசலில் சிறிது நேரம் நின்றேன். சமையல் வாசம் எதுவும் வரவில்லை. நான் மது அருந்தமாட்டேன். மாமிசம் உண்ணமாட்டேன் என்று அவளுக்குத் தெரியும். சிறிது நேரம் நின்றேன். நடந்தேன். கழிப்பறைக்குச் சென்று சிறுநீர் கழித்துவிட்டு மறுபடியும் அமர்ந்துகொண்டேன்.

நதி மகள் ஏற்கனவே எழுதி வைத்திருந்த, முடிக்காத, முடிக்கத் தெரியாத இரண்டு வரி, மூன்று வரி கவிதைகளை என்னிடம் காட்டினாள். வெட்கத்தை விட்டுச் சொல்லிவிடலாமா என்று யோசித்தேன். சாப்பிட்டுவிட்டு எழுதலாமா. வயிற்றின் பசியோடு எழுந்த குரல் அப்படியே உதட்டின் உள்ளே அடங்கி நின்றது.

கவிதைகள் வாசிப்பது போன்ற பாவனை. பாவனை. பாவனை.

ஆனால் படிக்க முடியவில்லை. நெற்றியில் கை வைத்து, விரலை சொடுக்கி. என்ன சொல்ல வேண்டும். யோசிக்கிறேன். எழுதச் சொன்னால் வரிகள் கிடைத்துவிடும். பேசச்சொன்னால் தெரியாது. என் மனைவியும் சில நேரங்களில் கேட்பாள். எதாவது பேசுங்க என்று. பேச முடியாது. முடியவே முடியாது. கதை ஒன்றைப் படித்து முடித்து அமைதியான நிலையில் இருப்பது போல் அவள் முன்பாக அமர்ந்திருப்பேன். வேறொன்றும் செய்ய இயலாது. தெரியாது.

நதிமகளிடம் அப்படித்தான் அமர்ந்திருக்கிறேன். எழுத ஆரம்பித்தால் எழுதிக்கொண்டே இருக்க வேண்டும். வேட்டை நாய் துரத்திச் செல்வது மாதிரி போகும். எதைத் துரத்திச் செல்கிறது. எதற்காகத் துரத்திச்செல்கிறது என்று தெரியாது. ஆனால் ஓட வேண்டும். ஓடிக்கொண்டே இருக்க வேண்டும். நின்றால் என்னாகும் என்று அதற்குத் தெரியாத பயந்தான் ஓடச் செய்கிறதா?

சமையலறையிலிருந்து குரல் வந்தது. வேட்டை நாயைப் பிடித்து இழுத்து நிறுத்துகிறார்கள். நல்ல வேளை. மூச்சுவாங்க நின்றேன். எழுந்து கையைக் கழுவி முகத்தை கழுவி அவள் முன்பாக அமர்ந்தேன். பீங்கான் தட்டு. வெள்ளை நிறத்தில் சோறு இருந்தது. அதன் வாசத்தை நுகர்ந்ததும் பாப்பாவின் ஞாபகமும் மனைவியின் ஞாபகம் வந்தது. உண்மையிலே அவர்களை நினைத்துக்கொண்டேன். அவர்கள் உணவு உண்டு முடித்திருப்பார்களா. அவள் சமையல் எதாவது செய்திருப்பாளா என்று யோசிக்க விரல்கள் நடுங்குகின்றன. உதடு திறக்கவில்லை. பிசைந்து பிசைந்து நேரத்தைப் போக்குகிறேன். சாப்பிட முடியவில்லை. பசி எங்கிருக்கிறது. வயிற்றுக்குள்ளா. மனம் முழுக்க மனைவியும் மகளும் நிறைந்திருக்கும்போது எதற்கு வயிற்றுக்குள் பசி வருகிறது. பீங்கான் தட்டு நல்ல குறியீடு என்று நினைக்கத் தோன்றுகிறது. நான் எதனுடைய குறியீடு. எதை இந்த உலகம் குறித்துக்கொள்ள என்னை வெளிப்படுத்தியிருக்கிறது என்று தெரியவில்லை. பீங்கான் தட்டு நல்ல குறியீடு; ஆனால் எதற்கு என்று தெரியவில்லை. கைப்பிடியளவு சோறை பிசைந்து

வயிற்றுக்குள் விழுங்கியபோது என் வீட்டின் சுவர்களிலிருக்கும் முன்னோர்கள் அலறுகிறார்கள். கதறுகிறார்கள். என் மகள் கை கால்களை உதறிக் கத்துகிறாள். பசி பசி. பசி. பசி.

உலகமே பசியால் கதறுகிறது. நான் மட்டும் என்ன. கவிதை எழுதினால், கவிதை படித்தால், பசி போய்விடுமா. ஆனால் ஐந்து கவிதைகள் நதிமகளுக்கு எழுதிக் கொடுத்தால் ரூபாய் ஆயிரம் தருவாள். அதை வாங்கிக்கொண்டு வீட்டிற்குச் சென்றால் எதாவது வாங்கிக் கொடுத்து பசியைப் போக்கலாம். சிறிது நாட்கள் மனைவிக்கும் மகளுக்கு நல்லவன், நல்ல கவிஞன் என்று பெயர் பெற்று நிம்மதியாக புத்தகம் வாசிக்கலாம்.

கைகளைக் கழுவிக்கொண்டு திரும்பவும் நதியின் அறைக்கு வந்தேன்.

“நீங்க எப்பவும் இப்படித்தான் சாப்பிடுவீங்க. ரொம்ப ரொம்ப கம்மியா இருக்கே. சர்க்கரை எதாச்சு இருக்கா” என்று கேட்டாள்.

“பசிக்கல” கவிஞனின் பதில் அதுவாகத்தான் இருக்கவேண்டும். சொன்னேன்.

காகிதங்களை எடுத்து மடியில் வைத்துக்கொண்டேன். ஆயிரம் ரூபாய் ஆயிரம் ரூபாய் என்று கத்தினேன். கதறுகிறேன். சத்தம் கேட்காது. ஆனால் கத்துகிறேன். கதறுகிறேன். யாரிடம் கத்துவது, கதறுவது. ஆயிரம் ரூபாயிடந்தான். சீக்கிரம் வந்துவிடு. உன்னை வாங்கிக்கொண்டு நான் என் மகளையும் மனைவியையும் பார்க்க ஊருக்குப் புறப்பட வேண்டும். என் மனைவி என்னை கேவலமாகப் பேசினாலும் பரவாயில்லை. சோறு போடவில்லையென்றாலும் பரவாயில்லை. அவளினருகே இருக்க வேண்டும். என் மகளின் அருகே இருக்க வேண்டும். அவர்கள் பேசுவதையும் நடப்பதையும் சாப்பிடுவதையும் வேடிக்கை பார்த்துக்கொண்டிருந்தால் போதும். ஆயிரம் ரூபாய் சீக்கிரம் வா.

ஆறாவது கவிதையை எழுத முடியவில்லை. ஆயிரம் ரூபாயின் ஞாபகந்தான். ஆயிரம் தடவை என்று எழுதி வேண்டுமென்றே அடிக்கிறேன். வேறொரு வார்த்தை வருகிறது. அதையும் எழுதி

அடிக்கிறேன். நதி மகள் காத்திருக்கிறாள். அவள் என்னை விடுவதாக இல்லை. பத்து கவிதைகள் எழுதி வாங்கிக்கொள்ள வேண்டுமென்கிற ஆவலில் இருந்தாள். ஒரே நாளில் ஐம்பது கவிதைகள் எழுதி மறுநாளில் தொகுப்பாகக் கொண்டு வந்தாலும் அவளுக்கு ஆசை அடங்காது. திரும்பத் திரும்பக் காதலிக்க வேண்டும். ஆனால் காதலன் யாரென்று தெரியக்கூடாது. அவனுக்காகக் காத்திருக்க வேண்டும். மலையில் காத்திருக்கிறாள். ஆற்றங்கரையில் காத்திருக்கிறாள். வயல்களில் காத்திருக்கிறாள். வீட்டின் மொட்டை மாடியில் காத்திருக்கிறாள். ஆனால் அவன் வரக்கூடாது. வாழ்நாளெல்லாம் காத்திருக்கிறாள் என்று கவிதை எழுத வேண்டும். அதுதான் அவளது தீராத ஆசையாக இருந்தது. அவளது ஆசை நிறைவேறுமா என்று தெரியாது. ஆனால் கவிதையாக எழுதி எழுதி அவளது காத்திருப்பில் மேலும் எண்ணெய் ஊற்றி வளர்க்கும் கவினாகிறேன். அவள் யாரையும் காதலிக்கவில்லை. காதலிக்கவும் நேரமில்லை.

“நாளைக்கு வர முடியுமா” என்று கேட்கிறாள். எதற்கெனத் தெரியவில்லை. நாளைக்கு வந்தால் இன்னொரு ஆயிரம் ரூபாய் கிடைக்குமா. இல்லை இப்பொழுது கொடுக்கும் ஆயிரம் ரூபாயோடு முடிந்துவிட்டதா. தெரியவில்லை. வருகிறேன் என்று சொல்வதா, வேலை இருக்கிறது என்று சொல்வதா.

“உங்களுக்கு வேற எதாச்சும் வேலை இருக்கா” திரும்பவும் கேட்கிறாள்.

பதில் பதில் பதில். ஆயிரம் ரூபாய் தர்வீங்களா என்று கேட்க முடியவில்லை. கேளு கேளு என்று எனக்குப் பின்னாலிருக்கும் பால்காரன் அரிசிக்கடைக்காரன் பிஸ்கட் கடைக்காரன் மருந்து கடைக்காரன் என்று அத்தனை பேரும் முதுகைக் குத்தித் தள்ளுகிறார்கள். தரையில் குப்புற விழவில்லை. நிமிர்ந்து அமர முடியவில்லை. திரும்பவும் பசிக்கிறது.

வருகிறேன் என்று சொல்லிவிட்டேன். சரி என்று அவள் எழுந்துகொண்டாள். பர்ஸிலிருந்து ஆயிரம் ரூபாயை எடுத்துக் கொடுத்தாள். நான் பார்த்து வைத்திருந்த இரண்டு நாவல்களைக் காணவில்லை. அதற்குள் எங்கு மறைந்துவிட்டது. என்னுடைய

ஏமாற்றத்தை வெளிக்காட்டிக் கொள்ளவில்லை. பணத்தை வாங்கி மேல்பாக்கெட்டில் வைத்துக்கொண்டு வெளியேறினேன்.

சமையலறையிலிருந்து அக்கா வந்தாள். டீ சாப்பிட்டுப் போறீங்களா என்று கேட்டாள். இன்னொரு டீ சாப்பிடலாம். சிறுநீர் டீயாக வெளியேறும். பரவாயில்லையா என்று என்னை நானே கேட்டுக் கொண்டேன். பேருந்து நிலையத்திற்குச் சென்று டீக்கடையிலிருந்த நாற்காலியில் அமர்ந்துகொண்டேன். நாளைக்கு வர வேண்டும். இந்த ஆயிரம் ரூபாயைக் கொடுத்துவிட்டு இன்னொரு நூறு ரூபாயைக் கேட்டால் பிச்சைக்காரனை விட கேவலமா இருக்கே என்று கேட்பது போலிருக்கும்.

சிறுநீர் வந்தது. பேருந்து நிலையத்தின் கடைசியிலிருந்த மரத்தடியில் மறைந்து நின்று சிறுநீர் கழித்தேன். இன்னமும் பேருந்து வரவில்லை. என் மகளுக்கு எதாவது வாங்கலாமா என்று கடைகளைப் பார்த்தேன். ஆயிரம் ரூபாயை முழுசாகக் கொடுத்தால் நல்லது என்று தோன்றியது. அதுதான் சுவர்களினுள் மறைந்திருக்கும் முன்னோர்களுக்குச் செய்யும் நன்மை என்று பேசாமல் நின்றேன்.

பேருந்து வந்ததும் ஏறி அமர்ந்துகொண்டேன். கண்களை மூடிக்கொண்டு ஒலிக்கும் பாடல்களைக் கேட்டேன். தூக்கம் வரவில்லை. ஆனால் அசதியாக இருந்தது. ஆயிரம் ரூபாய் இருக்கும் பாக்கெட்டைத் தொட்டுப் பார்த்துக்கொண்டேன். ரூபாய் இருந்தது. நாளைக்கு வந்தால் நதிக்கு என்ன கவிதை எழுதுவது என்ன கவிதையை எழுத வேண்டும் என்று யோசனையாக இருந்தது.

வாழ்நாளெல்லாம் இப்படியாகத்தான் கழிக்க வேண்டுமா. எனக்கு என்ன வேண்டுமென்று என்னால் யோசிக்க முடியாது. யோசிப்பதற்கு யாருமில்லையா என்று கண்களை மேலும் இறுக்கமாக மூடிக்கொண்டேன். பேருந்து ஓடுகிறது. எண்ணங்கள் எங்கெங்கு அலைந்து அலைந்து நகர்கிறது. வீட்டிற்குச் சென்றவுடன் சாப்பிடலாம். மகளும் மனைவியும் பக்கத்தில் அமர்ந்திருப்பார்கள் என்று எனக்குத் தோன்றியது.

வீட்டிற்குச் சீக்கிரமாகப் போக வேண்டும் என்று கத்த வேண்டுமென்று தோன்றியது.

பேருந்தை விட்டு இறங்கி ரோட்டில் நடக்கிறேன். ஆயிரம் பாக்கெட்டில் இருப்பது சிறிது முகத்தை நிமிர்த்தி நடப்பதற்கு உதவியாக இருக்கிறது. வேறொன்று அதை வைத்து என்னால் ஒன்று செய்ய இயலாது என்று தெரியும். திரும்பவும் பாக்கெட்டைத் தொட்டுப் பார்த்துக்கொண்டேன். ஆயிரம் ரூபாய் இருக்கிறது. தொலையவில்லை. மனிதர்களிடமிருக்கும் கவிஞன் தொலைகிறான். கவிஞனிடமிருக்கும் மனிதன் தொலைகிறான். ஆனால் ஆயிரம் ரூபாய் மட்டும் தொலையவேக் கூடாது என்று வேகமாக நடக்கிறேன்.

வீட்டின் வாசலுக்கு வந்து நின்றதும் நிம்மதியாக இருந்தது. அப்பாடா ஆயிரம் ரூபாயோடு வந்து சேர்ந்துவிட்டோம். பூட்டிய கதவைத் தட்டினேன். திறக்கவில்லை. விளக்கு எரியவில்லை. சந்தேகமாக இருந்தது. திரும்பவும் தட்டினேன். எதிர் வீட்டிலிருந்த பெண் கதவைத் திறந்து “அண்ணே அக்கா சாவியக்கொடுக்கச் சொன்னாங்க” என்று வீட்டின் சாவியைத் தந்தாள். எங்க சென்றிருக்கிறார்கள் என்று கேட்கவுமில்லை. அவள் சொல்லவுமில்லை. வாசலில் சாவியோடு அமர்ந்துகொண்டேன்.

நீவல்

கறுப்புக் குடை வான் நோக்கி உயர்ந்து விரிந்தது. அதன் சத்தம் பலூன் வெடித்தது போலிருந்தது. சௌந்தர் தன் உடலை குடைக்குள் நுழைத்துக் கொண்டவன், திரும்பிப் பார்த்தான். கதவைப் பூட்டி வீட்டிற்குள் சென்றிருந்தாள் செந்தாமரை. இரும்பலான ஸ்பிரிங் கேட்டில் இன்னமும் செய்தித்தாள் சொருவியிருந்தது. ஒரு காது இறுக்கமாகக் கட்டப்பட்டுத் தொங்கிக்கொண்டிருந்த மஞ்சள் நிறப் பைக்குள் பால் பாக்கெட் இருந்தது. மேல் வீட்டுக்காரர்கள் எடுத்துக்கொண்டு போகவில்லை. மழை என்பதால் வராமலிருக்கலாம் என்று நினைத்தான். ஞாயிற்றுக்கிழமை அலுப்பும் சலிப்பும் அனைவருக்கும் பொதுவானது. ஆனால் தனக்கு மட்டும் எந்த அலுப்பும் சலிப்பும் இல்லை. அதேவேலை, அதே ஞாயிற்றுக்கிழமை என்று நினைத்துக்கொண்டு வாசற்படியிலிருந்து இறங்கினான்.

செந்தாமரை வாசல் படியிலிருந்து இறங்கி ரோட்டிற்குச் செல்வதுவரை நின்றிருப்பாள் என்று நினைத்தான். அவளுக்கு ஞாயிற்றுக்கிழமை பிற்பகல் வரை உறங்கவேண்டும், இல்லையென்றால் அன்று ஞாயிற்றுக்கிழமை ஞாயிற்றுக் கிழமையாக இருக்காது. புதன்கிழமையாக, வியாழக்கிழமையாக

இருக்கும். ஏதாவது சண்டை சச்சரவு உண்டாகும். ஐந்து மணிக்கு எழுந்து குடிப்பதற்குத் தண்ணீர் பிடிக்க ஆரம்பிப்பதிலிருந்து தொடங்கும் அவளது வேலை, பாண்டியன் எக்ஸ்பிரஸ் ரயிலின் வேகமாக இருக்கும். இடையில் எந்த இடைஞ்சலும் இருக்கக்கூடாது. அவளுடைய நிறுத்தம் ஒன்று வரும். எங்கே நிறுத்தி மூச்சுவாங்க வேண்டும் என்று அவளுக்குத் தெரியும். அப்போது நிற்பாள். சிறிது மூச்சுவாங்கலுக்குப் பின் அங்கிருந்து ஓடத்தொடங்குவாள். முழுமையாக ஓடி முடிந்ததும் உறக்கத்திற்குச் சென்றுவிடுவாள்.

செந்தாமரை உறக்கத்தை நேசிக்கும் பிறவி என்று நினைத்துக் கொண்டான். அவளைப் போல் தனக்கு ஏன் உறக்கம் வருவதில்லை என்று அவன் பலமுறை நினைத்திருக்கிறான். அலுவலகத்தில் மதிய உணவுக்குப் பின் நாற்காலிகளை ஒதுக்கிவிட்டு, அமர்ந்து வேலை செய்யும் இடத்திலேயே பழைய செய்தித்தாளை விரித்து கால்களை நீட்டிப் படுத்துக்கொள்வதை வாடிக்கையாக வைத்திருந்தான். அவனைப் போல மனோகரன், சாவித்திரி, சரஸ்வதி, நாகலெட்சுமி, கவிதா, வெங்கட்ராமன் ஆகியோர் தாங்கள் வீடுகளிலிருந்து இதற்கென கொண்டு வந்திருந்த துண்டை விரித்து ஒருக்களித்துவிடுவார்கள். சௌந்தர் உறங்குவதற்காக இல்லை, கால்களை நீட்டி முதுகை சிறிது நேரம் ஆசுவாசப்படுத்திக்கொள்ள வேண்டுமென்பதற்காக மட்டும் படுத்துக் கொள்பவன். மற்ற அலுவலகர்களுக்கு உறக்கம் வந்து உறங்குவார்கள். சிலர் அமர்ந்த நிலையிலேயே கால்களை நீட்டி உறங்குவது ஆச்சரியமான விஷயமாக இருக்கும். மனோகர் லெஜ்கர்களை தலைக்கு வைத்து உறங்குவதைப் பார்க்கும் போது அவருடைய கழுத்து எலும்புகள் கண்ணீர் வடிவதைக் காணமுடியும்.

காலையில் எழுந்தவுடன் இன்று ஞாயிற்றுக்கிழமை. வேலைக்குப் போக வேண்டுமென்கிற சோம்பேறித்தனம் உடம்புக்குள் ஒட்டிக்கொண்டது அவனுக்கு. பிற்பகலுக்குப் பிறகு விடுமுறை. மதியம் சாப்பாட்டிற்கு வீட்டிற்கு வந்துவிடலாம் என்கிற ஆசை, அந்த சோம்பேறித்தனம் வராமலிருப்பதற்காகத் தன்னைத் தானே ஏமாற்றிக்கொள்வது என்று நினைத்தான்.

உண்மையில் ஞாயிற்றுக்கிழமை பிற்பகலுக்குப் பிறகு பண்டாஃபிஸ் அலுவலகத்திற்கு விடுமுறைதான். ஆனால் பண்டாஃபிஸிலிருந்து வீடு வந்து சேர்வதற்கு மூன்று மணியாகிவிடும். நாகமலை புதுக்கோட்டைக்கு டெப்டேஷன் சென்றால் சில நேரங்களில் மாலை ஐந்து மணிகூட ஆகும். மதுரை டவுனுக்குள் குடியிருப்பதில் சௌகரியம் என்னவென்றால் எப்போது வேண்டுமென்றாலும் எங்கும் போய் வரலாம். குறிப்பாக மீனாட்சி அம்மன் கோயிலுக்குப் போகலாம். மாலை நேரத்தில் ஆடி வீதியைச் சுற்றிவிட்டு சுண்டல் கடலைப்பொரி, பாப்கான் வாங்கி சாப்பிட்டுவிட்டு, பொது ஜனங்களே நானும் ஞாயிற்றுக்கிழமையில் இங்கு வந்திருக்கிறேன் பார்த்துக் கொள்ளுங்கள் என்று அடையாளப்படுத்தி விட்டுச் செல்லலாம் என்று அவனுக்குத் தோன்றியது.

மழை அவனை வேகமாக நடக்கச் செய்தது. வழக்கமான நேரந்தான். வார நாட்களைப்போல் 8.10க்கு புதூருக்குச் செல்லும் பேருந்தைப் பிடித்துவிடவேண்டுமென்கிற வேகம் எதுவுமில்லை. ஓடும் பேருந்தைத் துரத்திப் பிடிக்க வேண்டுமென்கிற பதற்றமுமில்லை. செந்தாமரை, மதிய சாப்பாடு செய்து தர வில்லையென்பதால் பத்து, இருபது நிமிடங்கள் முன்கூட்டியே புறப்பட முடிந்தது அவனால். உண்மையில் வேலைக்குச் சேர்ந்து ஐந்து வருடங்கள் முடிந்து இது ஆறாவது வருடம். ஐந்து வருடங்களாகச் செல்கிற பழக்கம் அவனுக்கு நிதானத்தைத் தந்திருந்தது.

அவன் யோசனையாக நடந்தான். காலையில் எழுந்தவுடன் சூடான தேநீருக்காகக் காத்திருப்பதில் தொடங்கி மாலை வேலை முடிந்து வீட்டிற்கு வரும் போது தம்ளரில் எடுத்து வைக்கப்பட்டிருக்கும் ஆறிப்போன தேநீரை சூடுப்படுத்தி குடிப்பதுவரை மந்தத்தன்மை உடல் முழுவதும் குடியிருக்கும். நாள் முழுக்க, மாட்டுவண்டியில் கட்டப்பட்ட மாடுகளைப்போல பயணிக்க வேண்டும். ஏதோ குரலுக்குச் செவிசாய்த்து நடக்க வேண்டும். தடித்த குரலுக்கு ஒதுங்க வேண்டும். அரட்டலுக்கும் மிரட்டலுக்குப் பயந்து நிற்க வேண்டும். அழைப்பவர்கள்

அனைவரின் முன்பாகவும் ஆஜர் ஆகவேண்டும். மூத்த அதிகாரிகள், வயதில் மூத்தவர்கள், பெண் அலுவலர்கள், வாடிக்கையாளர்கள், வாட்ச்மேன் என்று பலரும் ஏவலாகச் சொல்லும் வேலைகள். சமயங்களில் சகிக்க முடியாத அரசியல் கருத்துகளை, கேட்கவே முடியாத சினிமா விமர்சனங்களை எல்லாம் கேட்டுக் கேட்டு மரத்துப்போன காதுகளுடன் அமர்ந்திருக்க வேண்டும். அவர்கள் பேசுவதைக் கேட்காமலும் இருக்கலாம். பதில் சொல்லக் கூடாது. எதிர் கருத்துச் சொல்லக் கூடாது. விவாதிக்கக் கூடாது. அவர்கள் சொல்வதற்கு உடனே சரி என்றும் தலையை ஆட்டக்கூடாது. யோசிப்பதுபோல் நடிக்க வேண்டும். நடிப்பது வெளியே தெரியக்கூடாது. ‘ஆமாம், நீங்க சொல்லுறது சரிதான்’ என்பதை உண்மையாகச் சொல்வதுபோல் நம்ப வைக்கவேண்டும். முக்கியமாக பெண் அதிகாரிகளை நம்ப வைக்க வேண்டும். அவர்கள் சொல்கிற புகார்களை குற்றச்சாட்டுகளை கால் வலிக்க, இடுப்பு வலிக்க நின்று கேட்க வேண்டும். கேட்டுவிட்டு அவர்கள் மீது பரிதாபப்படுமளவுக்கு வார்த்தைகளை அதுவும் ஒரே சொல்லில் சொல்லிவிட்டு அங்கிருந்து நகர வேண்டும். நீண்ட நேரம் பேசிக்கொண்டிருந்தால் பிற பெண் பணியாளர்கள் கோபித்துக் கொள்வார்கள். சௌந்தர் மூன்று வேளை உண்ணும் உணவுக்கு அவர்கள் பேசுவதைக் கேட்பதுதான் தனக்கு இறைவன் தந்திருக்கும் மிகப்பெரிய தண்டனை என்று நினைத்துக்கொள்வான்.

இன்னும் பத்து வருடங்கள் வேலை செய்தால் போதும். கையில் சிறிது பணம் நிற்கும். மகளின் திருமணத்திற்கு சிறிது பணத்தை சேகரித்து வைத்திருக்கலாம் என்கிற நட்பாசையில் தினமும் காலையில் சூடாக டீக்குக் காத்திருப்பான். மாலை நேரத்தில் வீட்டிற்கு வந்து ஆறிப்போன டீயைச் சூடுபடுத்தி குடிக்கும்போது இன்று வருடத்தில் ஒருநாள் கழிந்துவிட்டது, அப்பாடா என்று நிம்மதி வரும். அந்த நிம்மதிக்காகவே வேலைக்குச் சென்று வரலாமென்கிற பைத்தியக்காரத்தனம் மனதில் குடியிருந்தது அவனிடம்.

மழை சிறிது வலுத்தது. காற்றும் வீசியது. மேற்குப் பக்கமிருந்து கிழக்குப் பக்கமாக சாரல் விழுந்தது. இடதுபுற தோள்பட்டை நனைந்தது. முதுகு நனைந்தது. குடையை மாற்றி வைத்துப் பார்த்தான். முகத்தில் சாரல் விழுந்தது. கைகள் நனைந்தன. குடையை பின்பக்கமாக சாய்த்து வைத்துப் பார்த்தான். வலதுபுற தோள்பட்டை நனைந்தது. முன்போல் குடையைப் பிடித்துக் கொண்டு நடந்தான்.

இன்று அலுவலகத்தில் என்ன வேலை, எந்த அதிகாரியிடம் கையெழுத்து வாங்க நிற்க வேண்டும். யார் தன்னைப் பழிவாங்க வேண்டுமென்று வேலைகளை நகர்த்துவார்கள், என்னென்ன திட்டமிடுவார்கள் என்று யோசித்தபடி நடந்தான். பெரியாரில் 8.10 புதூர் பேருந்து நின்றிருந்து. இருக்கைகள் முழுவதும் மழைநீர். ஜன்னல் கதவை இழுத்துப் பார்த்தான். அசையவில்லை. மூடும் கதவு கொண்ட இருக்கையில் அமர்ந்து கொண்டான். தல்லாகுளம் செல்வது வரை மழையைப் பற்றிக் கவலை இல்லை.

தல்லாகுளத்துக்கு மாற்றலாகி வரும்போது இதேபோல் மழைக்காலம். தினமும் மழை. தாமதமாக வருவது, வாடிக்கையாளர்களுக்கு ரசீது எழுதித் தருவதில் தாமதப்படுத்துவது, லோன் கேட்டு வருபவர்களிடம் கோபமாக பேசுவது, வேண்டுமென்றே வேலைகளைத் தாமதப்படுத்துவது போன்ற குற்றங்களை தல்லாகுளம் கிளை மேலாளர் சௌந்தரின் மேல் சுமத்தினார். தலைமை அலுவலகத்திற்குப் புகார் தர வேண்டுமென்றும் தங்களுடைய கிளையின் வேகத்திற்கு ஒத்துவரமாட்டான் என்றும் மதிய உணவு இடைவேளையில் இவனைப் பற்றிப் பேசிக்கொண்டதைக் கேட்டிருக்கிறான். யாருடனும் ஒத்துப்போகாமல் இருப்பது, முக்கியமாக பேசாமல் இருப்பது, வாரத்தில் ஒருநாளாவது சக பணியாளர்களுக்கு டீ, வடை வாங்கித்தராமல் இருப்பது, பிறர் வாங்கித் தரும் டீயைக் குடிக்காமல் இருப்பது அக்கிளையில் கொலை செய்த குற்றமாகக் கருதப்பட்டது. அக்கிளையில் பெண்களுக்கு நாப்கின், முகப்பவுடர், அறுந்த செருப்பை தைத்துத் தருவது, கோதுமை மாவு அரைத்து தருவது, அரிசி வாங்கி வருவது,

டிபன் வாங்கித் தருவது (அதற்குச் சொந்த காசை செலவு செய்பவன் ரொம்பவும் நல்லவன். காசை வாங்கிக்கொண்டு செல்பவன். சுமாரான நல்லவன். காசு போட்டு வாங்கிக் கொடுத்து காசைத் திரும்பக் கேட்டால் அவனை மாதிரி மோசமானவன் யாருமில்லை என்று சொல்வார்கள்.) உள்ளிட்ட வேலைகளை வயது வித்தியாசமில்லாமல் ஆண்கள் செய்து வந்தனர். முக்கியமாக வெங்கட்ராமன்.

வெங்கட்ராமன், கதவிலிருக்கும் துருப்பிடித்த நீளமான ஆணி ஒன்றின் உருவத்தைக் கொண்டவர் என்பது அவனது மதிப்பாக இருந்தது. எப்போது வேண்டுமென்றாலும் கீழே விழுந்துவிடலாம். அல்லது பளுது பார்க்கும் போது மாற்றுவதற்கு வாய்ப்புள்ளது. ஆனால் தொடர்ந்து வெங்கட்ராமன் தன்னுடைய அதிகாரத்தைப் பயன்படுத்தி பத்து வருடங்களுக்கும் மேலாக அக்கிளையில் பணியாற்றி வருவது மிகப்பெரிய சாதனையாகக் கருதப்பட்டது. கிளையில் பணியாற்றி வருவதென்றால் கிளையில் பணியாற்றும் பெண் பணியாளர்களுக்கு என்று பொருள்.

பேருந்தில் ஆட்கள் யாருமில்லாதது அவனுக்குப் பயத்தைக் கொடுத்தது. பேருந்து புறப்படுவது குறித்து யாரிடம் கேட்பது என்று தெரியவில்லை. ஓட்டுநர், நடத்துனர் என்று யாருமில்லை. பக்கத்திலிருந்த பிளாட்பாரத்தில் நின்றிருந்த பயணிகளிடம் கேட்டான். அவர்களுக்கு இவனது பாஷை புரியவில்லைபோல. அமைதியாக முகத்தைத் திருப்பிக் கொண்டார்கள். தினமும் வழக்கமாக இந்நேரத்திற்குப் புறப்படும் பேருந்துதான். ஆனால் இன்று ஏன் ஓட்டுநர் வராமலிருக்கிறார் என்கிற சந்தேகம் எழுந்து முன் கண்ணாடி வழியாக எட்டிப் பார்த்தான். மழை வலுவாக பெய்தது. ஓட்டுநர் பாதி நனைந்திருந்தார். ஆனால் தலையில் தொப்பி மாட்டியிருந்தார். கையில் சிகரெட் இருந்தது. அவருக்குப் பின்னால் நடத்துனர் நின்றிருப்பது தெரிந்தது.

அவன் பேருந்து புறப்படுவதற்கு நேரமாகுமா என்று கேட்டான். அவர்கள் இருவரும் அவனது முகத்தைப் பார்த்துவிட்டு பதில் பேசாமல் பேருந்தில் ஏறினார்கள். நடத்துனர் ஒரு

இருக்கையிலும் ஓட்டுநர் அவருடைய இருக்கையிலும் அமர்ந்து கொண்டார். ஓட்டுநர் மிகத் தீவிரமாக சிகரெட்டைப் புகைத்தார். அவருடைய முகத்தில் குழப்பமும் கோபமும் தெரிந்தது. யாருக்காகவோ காத்திருப்பது போன்று பேருந்து நிலையத்தைச் சுற்றிப் பார்த்துக் கொண்டார். பிறகு என்ன நினைத்தாரோ திடீரென பேருந்தை வேகமாக இயக்கத் தொடங்கினார். பேருந்து நிலையத்தை விட்டு வெளியேறி ரயில்வே ஸ்டேஷனை நோக்கி அசுரவேகத்தில் அவர் சென்றது அவனுக்குப் பயத்தை உருவாக்கியது. சாலையில் தேங்கியிருந்த மழை நீர் பேருந்தின் இருபுறமும் இறக்கை மாதிரி விரிந்தது. பேருந்தை வேகமாக இயக்க சாலையில் யாருமில்லாதது ஒரு காரணமாகக் கூட இருக்கலாம். மற்றொன்றாக ஓட்டுநர் எதிர்பார்த்திருந்த நபர் இன்னமும் வரவில்லை என்பதாகக் கூட இருக்கலாம் என்று அவன் நினைத்தான். திரும்பிப் பார்த்தான். பேருந்தின் கடைசி இருக்கையில் இரண்டு பேர் அமர்ந்திருந்தனர். பேருந்தில் வேறு யாருமில்லை.

ரயில்வே ஸ்டேஷனிலிருந்து பேருந்து புறப்பட்டு குட்ஷெட் தெருவைக் கடந்து சேதுபதி ஹைஸ்கூல் சிக்னலில் நின்றது. அங்கு நின்றிருந்தவர்கள் மடமடவென பேருந்துக்குள் ஏறி அமர்ந்தனர். நடத்துனரும் ஓட்டுநரும் எவ்வித மறுப்புமின்றி பயணிகளை ஏற்றிக் கொண்டது ஆச்சரியமளித்தது. பேருந்துக்குப் பின்னால் நின்றிருந்த ஆட்டோவும் லாரியும் ஹாரன் அடித்தனர். ஓட்டுநர் இயல்புக்குத் திரும்பியிருந்தார். பேருந்தை மெதுவாக இயக்கினார். அவருடைய முகம் மலர்ந்திருந்ததை சௌந்தர் பார்த்தான். அவருடைய சிரிப்பும் ஸ்டைலாக பேருந்தை இயக்குவதும் விசித்திரமாக இருந்தது. முன்னால் அமர்ந்திருந்த பெண் அவரைப் பார்த்து சிரிப்பதைத் தற்செயலாகப் பார்த்தான். அவள் ஓட்டுநரை எதோ சொல்லிச் சிரித்தாள். அதனை ரசித்தவராக மேலும் ஸ்டைலாக பேருந்தின் ஸ்டேரிங்கை தடவிக்கொடுத்தார். அவருடைய சிரிப்பு உதட்டிலிருந்து வடிந்து உடம்பு முழுக்க வடிந்தது. அவ்வளவு துள்ளலாக இருந்தார்.

“பஸ் ஸ்டாண்டுக்கு வராம எதுக்கு சிக்னல்ல நிக்குற” என்று ஓட்டுநர் அப்பெண்ணிடம் கேட்டதற்கு அவள் பதில்

சொல்லாமல் சிரித்தாள். நடத்துனர் பயணிகளுக்கு டிக்கெட் தந்துவிட்டு அவளினருகே நின்றுகொண்டார். அவளது இருக்கையின் மேல் சாய்ந்துகொண்டவர், தன்னுடைய உள்ளங்கையைக் கொண்டு அவளது முதுகைத் தேய்த்ததை சௌந்தர் பார்த்தான். அவள் அதற்கு ஒன்றும் மறுப்பு சொல்லவில்லை. இன்னும் கொஞ்சம் தேய்த்துக்கோ என்பது போல் தனது முதுகைக் காட்டினாள்.

சௌந்தர் தல்லாகுளத்தில் இறங்கி அலுவலகத்திற்குச் சென்றான். குமரன் காப்பிக் கடையிலிருந்து வாங்கிய சாம்பார் வடையின் மணம் அலுவலகம் முழுக்கப் பரவியிருந்தது. இந்நேரத்தில் யார் சாம்பார் வடை சாப்பிட்டிருக்கிறார்கள் என்று தெரியவில்லை. சௌந்தர் அவனது இருக்கைக்குச் சென்று அமர்ந்துகொண்டான். பழைய துணியை எடுத்து சுத்தம் செய்தான். இன்னமும் தல்லாகுளம் கிளைக்கு கணினி வரவில்லை. ஒவ்வொரு கிளையாக கணினி பொருத்திக் கொண்டு வருகிறார்கள்.

இளநிலை கணக்கர் தாரா, கம்ப்யூட்டர் வந்தால் தன் வாழ்நாளை அதற்காக அர்ப்பணித்து விடுவதாகச் சொன்னாள். எதற்கென்று தெரியவில்லை. அவளது விரல்கள் இப்போது டைப் செய்வது போல் ஆடிக்கொண்டிருந்தன. தாராவுக்குத்தான் சாம்பார் வடை பிடிக்கும். அவளது இருக்கையைப் பார்த்தான். ஆளில்லை. ஆனால் அவளுடைய தோள் பை இருந்தது. செல்போன் மேஜையின் மேல் இருந்தது. கழிப்பறையிலிருப்பாள் என்று பேரேட்டை எடுத்து நேற்றைய நடவடிக்கைகளுக்கான சலான்களை எடுத்து பதிவிட்டான். வளையல்கள் குலுங்கும் சத்தமும் அதைத் தொடர்ந்து கால் கொலுசின் ஓசையும் மாறி மாறிக் கேட்டன. அவன் நிமிர்ந்து பார்த்தான். தாரா இன்னமும் கழிப்பறையில்தான் இருக்கிறாள். அவசரப்பட்டு கழிப்பறைக்குச் செல்லக்கூடாது.

சௌந்தர், தல்லாகுளத்திற்கு வந்த புதிதில் தாரா கழிப்பறையிலிருப்பதைக் கவனிக்காமல் உள்ளே சென்றான். வேண்டுமென்றே வந்து எட்டிப் பார்த்ததாகக் குற்றம்

சுமத்தினாள். அன்றைய தேதியில் டெபுடேசனாக வந்திருந்த மூர்த்தி, “வாரம் வாரம் சாம்பார் வடை வாங்கிக் கொடுத்து கரெக்ட் செய். இல்லைன்னா வேலை செய்ய விடமாட்டா” என்று பயமுறுத்திவிட்டுச் சென்றான்.

தாராவின் கணவர் விற்கும் எண்ணெய் பாக்கெட்டை மாதத்திற்கு ஒருமுறை வாங்கிக் கொண்டால் சிறிது அவளது தாக்கத்திலிருந்துத் தப்பித்துக் கொள்ளலாமென்று ஒருமுறை வாங்கினான்.

“இதெல்லாம் உங்கள யாரு வாங்கிட்டு வரச்சொன்னா. பேசாம போயிட்டு பேசாம வரவேண்டியதுதான. தாரா என்ன பெரிய இவளா. அவ கிட்ட வாங்கலன்னா என்ன செய்வா. கொடுத்துட்டு காச வாங்கிட்டு வாங்க” என்று செந்தாமரை சாமி வந்து ஆடினாள். செந்தாமரையைச் சமாதானப்படுத்துவதற்கு பெரிய போராட்டமாக இருந்தது. கோயில் கோயிலாகப் போய் விளக்குப் போட்டாலும் தன்னுடைய பாவம் போகாது என்று நினைத்துக்கொண்டான்.

இன்னமும் வளையல் சத்தமும் கொலுசுச் சத்தமும் தீவிரமாகக் கேட்டது. அதன் ஓசை சற்று வித்தியாசமாக இருந்தது அவனை பயமுறுத்துவது போலிருந்தது. எதோ வேண்டுமென்றே ஓசை எழுப்புவது மாதிரியாக இருந்தது. என்ன நடந்தாலும் இன்னமும் சிறிது நேரத்தில் மானேஜர் வந்துவிடுவார் அதுவரை இந்த இடத்தை விட்டு நகரக்கூடாது என்று அமைதியாகத் தலையை கவிழ்த்திக் கொண்டான். கணக்குகளுக்குள் மனம் நுழையவில்லை. கழிப்பறையிலிருந்து வரும் ஓசை காதுக்குள் மட்டுமல்லாது உடம்பு முழுக்க நுழைந்தது.

நல்ல வேளையாக மானேஜர் வந்துவிட்டார். வந்ததும் வராததுமாக நேராக கழிப்பறைக்குள் நுழைந்தவர், “எங்க விழுந்த. பாத்து நடக்கக்கூடாதா” என்று வருத்தமாகக் கேட்டதை சௌந்தார் கவனித்தான். அவனும் எழுந்து என்ன ஏது என்று கழிப்பறையை எட்டிப் பார்த்தான். தாரா தன்னுடைய முழங்கால் வரை சேலையைத் தூக்கி வைத்துக்கொண்டு நின்றிருந்தாள். வெங்கட்ராமன் அவளது பாதத்தை எண்ணெய்

இட்டு நீவிக்கொண்டிருந்தான். அவன் ஒவ்வொரு முறையும் பாதத்தை நீவும் போது அவனது வழுக்கைத் தலையானது அவளது இரண்டு தொடைகளுக்கு அருகில் சென்று நின்று திரும்பியது. எதோ விளையாட்டின் பயிற்சியைப் போல் அவன் தீவிரமாகச் செயல்பட்டுக்கொண்டிருந்தான். தாரா தன்னுடைய தொடைகளுக்கு அருகில் அவனது தலை வரும்பொழுதெல்லாம் கண்களை மூடிக் கொள்வதும் வளையல் குலுங்க கைகளை ஆட்டுவதுமாக இருந்தாள். சௌந்தர் அவளது கால்களைப் பார்க்கவில்லை. தன்னுடைய கால்களைப் பார்த்தான் என்று புகார் சொல்லக்கூடும், அல்லது கால்களைப் பார்த்ததற்காக சாம்பார் வடை வாங்கிக் கொடு என்று கேட்டாலும் கேட்பாள் என்று கண்களை இறுக்கமாக மூடிக்கொண்டான்.

சௌந்தர் தன்னுடைய இருக்கையில் வந்து அமர்ந்து கொண்டான். அலுவலகத்திற்கு வந்த சரஸ்வதி, நாகலெட்சுமி, கவிதா ஆகியோர் நேராக கழிப்பறைக்குச் சென்று தாராவின் கால்களைப் பார்த்துவிட்டுத்தான் தங்களது இருக்கைக்கு வந்து அமர்ந்தார்கள். வாடிக்கையாளர்கள் அலுவலகத்திற்கு நுழைந்ததும் கழிப்பறைக்குத் தான் ஒருவேளை செல்வார்களோ என்று சௌந்தர் நினைத்துக் கொண்டான். அப்படியாக எதுவும் நடக்கவில்லை. இரண்டு வாடிக்கையாளர்கள் ஒன்றாக வந்தார்கள். நாற்காலியில் அமர்ந்து கொண்டார்கள்.

சரஸ்வதி தன்னுடைய நாற்காலியில் அமர்ந்து கொண்டதும் மிகவும் சிரமத்துடன் கண்களை உருட்டி விழித்து அழத்தொடங்கினாள். அவளது அழுகையின் சத்தம் கழிப்பறைக்குக் கேட்க வேண்டுமென்கிற ஆவல் அவளிடமிருந்தது. அதற்காக அவள் அப்படி பிரயாசைப்பட்டாள். ஆனால் பக்கத்திலிருந்த கவிதாவுக்குக்கூட அவளது அழுகையின் குரல் கேட்கவில்லை. விசும்புவதும் கைக்குட்டையில் கண்களை ஒற்றிக் கொள்வதுமாக இருந்தவள் எழுந்து கழிப்பறையை எட்டிப் பார்த்துக்கொண்டாள். இன்னமும் நீவல் முடியவில்லையென்று தெரிந்ததும் அவள் பெருமூச்சுவிட்டபடி, “வெங்கி நீவுனா சரியா போகும்” என்று ஏக்கமாகச் சொன்னாள். அப்போது

அவளுடைய கண்களில் நீர்த்துளிகள் இருந்ததை அவனால் பார்க்க முடிந்தது. உண்மையிலே அழுதிருக்கிறாளா என்று ஆச்சரியமாகப் பார்த்தான்.

தாரா மெதுவாக வெங்கட்ராமனின் தோள்பட்டையைப் பிடித்தவாறு நடந்து வந்தாள். கவிதா உணர்ச்சிவசப்பட்டு, "பாத்துப்பா பாத்து" என்று கத்தினாள். அவளுடைய கத்தல் சத்தம் கேட்டு வாட்ச் மேன் உள்பட பலரும் திரும்பிப் பார்த்தார்கள். தாரா அவள் சொன்னாலும் சொல்லவில்லையென்றாலும் மெதுவாகத்தான் நடந்துவருவாள். தரை முழுக்க அவளுடைய ஒரு பாதத்தின் எண்ணெய்த் தடம் விழுந்து விழுந்து பதிந்து பதிந்து மெதுவாக வந்தது. தாரா அவளுடைய இருக்கையில் அமர்ந்து கொண்டதும், "சூடா காப்பிக் குடி சரியாக போகும்" என்று சரஸ்வதி ஆதங்கமாகச் சொன்னாள்.

"வேண்டாக்கா"

"வெங்கி போப்பா போயி சூடா காப்பி வாங்கிட்டு வா" என்று கடுமையாக வெங்கட்ராமனுக்கு உத்தரவிட்டாள். வெங்கட்ராமனும் அதற்காகக் காத்திருந்தது போல் தூக்குவாளியை எடுத்துக்கொண்டு சரஸ்வதியிடம் பணத்தை வாங்கிக் கொண்டு சென்றான்.

"வீட்டில பொங்கல் போட்டேன். சாம்பார் வடைய கடையில வாங்கித் தின்னுட்டு கைகழுவப் போனேன். சட்டுன்னு வழுக்கிருச்சு" என்று சற்று முன்பாக நடந்த நிகழ்வை விளக்கத் தொடங்கினாள். வழக்கமான உற்சாகத்தில் துள்ளலில் அவளது குரல் இருந்ததை சௌந்தர் உணர்ந்தான். இனி மதியம் ஒருமணி வரை அவளுடைய காட்சி விவரனையிலிருந்து யாரும் தப்ப முடியாது என்று அவனுக்குத் தெரியும். தலைமை அலுவலகத்திலிருந்து தொலைபேசியில் தொடர்பு கொண்டு பேசுவார்கள். நலம் விசாரிப்பார்கள். இன்று ஞாயிற்றுக்கிழமை என்பதால் மற்ற கிளை அலுவலத்திலிருக்கும் அவளது ரசிகர்கள் அவளைத் தேடிப் பார்க்க வரலாமென்று சௌந்தர் நினைத்தான்.

வெங்கட்ராமன் காப்பி வாங்கிக் கொண்டு வந்தான். காப்பி சாப்பிட்டு முடிப்பதற்குள் இரண்டு போன் வந்து வழுக்கி விழுந்ததைக் குறித்து விசாரித்தார்கள். அவளது பொறுமையான பதிலும் காட்சி விவரணைகளும் இன்னமும் எத்தனை முறை கேட்டாலும் சலிப்பு ஏற்படாத வகையில் இருந்தது. இன்னொரு தடவை சொல்லமாட்டாளா என்கிற ஏக்கம்தான் வந்தது.

பனிரெண்டு மணிக்கு முனிச்சாலையிலிருந்து பன்னீர் (அவளது முன்னாள் காதலன்) வந்து சேர்ந்தான். பன்னீர் முழுக்கைச் சட்டை அணிந்திருந்தான். சட்டையை பேண்ட்டுக்குள் உள்ளே விட்டு டக் செய்திருந்தான். அவனது வயிறும் பின்பகுதியும் விசித்திரமாகத் தெரிந்தது. கருப்புக் கண்ணாடியை சட்டையின் முதல் பித்தான் மாட்டும் இடத்தில் தொங்கவிட்டிருந்தான்.

அலுவலகத்திற்கு நுழைந்ததும் தாராவின் கால்களைத் தேடி வந்து நின்றான். நாய்க்குட்டியின் தலைகுனிவோடும் எஜமானியைத் தவிர வேறுயாரிடமும் செல்லாத பயத்தோடு நிற்பதைப்போல் பன்னீர், தாராவின் கால்களைப் பார்த்தவாறு நின்றிருந்தான். சரஸ்வதி, கவிதா, நாகராணி யாரும் அவனிடம் பேசவில்லை. அவனும் அவர்களை ஏறிட்டுப் பார்க்கவில்லை. அதற்கு நேரமில்லை. கால்களைத் தவிர வேறு எதையும் பார்க்கக் கூடாது என்பதில் குறியாக இருந்தான். தாராவும் மனதார அவனுக்கு கால்களைப் பார்ப்பதற்கு வேண்டிய வசதிகளைச் செய்து தந்திருந்தாள். அவளது இரண்டு முழங்கால்களும் தெரிந்தன.

பேரேடுகளை டப்டுப் என்று மூடுகிற சத்தத்தைத் தொடர்ந்து காசாளர் தன்னுடைய கதவுகளை அடைத்துக்கொண்டு வெளியே வரும் சத்தம் கேட்டது. அன்று நாகராணி காசாளராக இருந்தாள். எவ்வளவு ரூபாய், என்ன பிரச்சினை, கணக்கு முடிய எவ்வளவு நேரமாகும் என்று யாருக்கும் தெரியாது. தாரா வழுக்கி விழுந்த நேரம் கணக்கு முடிந்து லாக்கரில் கொண்டு போய் வைத்துப் பூட்டினார்கள். நிம்மதியாக இருந்தது.

இன்னமும் பத்து பதினைந்து நிமிடங்களில் அலுவலகம் நேரம் முடியப்போகிறது. பிற்பகல் விடுமுறையை உற்சாகமாக வீட்டில்

கறியும் கோழியும் மீனுமாக உண்டு உறங்கி கழிக்கப்போகிற சந்தோசத்தில் நாகராணியும் சரஸ்வதியும் கவிதாவும் சத்தமாகப் பேசத் தொடங்கினார்கள். கோலத்தின் மைய எங்கே முடிவு எங்கே என்று தேடிப் பிடிக்க வேண்டும் அதுபோலிருந்தது அவர்களுடைய பேச்சு. மிக்ஸியில் ஆரம்பித்து கடந்த வருடம் தீபாவளிக்கு மிக்ஸர் சாப்பிடுவதை ஞாபகப்படுத்தி மினிகிரைண்டர் எந்க் கடையில் வாங்கலாம் என்று பேச்சு மெதுவாக நகர்ந்து சென்றது.

ஒரு மணி. தாரா எழுந்து நின்றாள். அவளது கால்களைப் பிடித்தவாறு தரையில் அமர்ந்திருந்த பன்னீர், “வெங்கட்டு உன் காலைத் தொடலாம். நான் தொடக்கூடாதா” என்று அவளது கால்களைப் பிடித்து இழுத்தான் பன்னீர். தாரா அவனை வேகமாக காலால் உதறிவிட்டு நடந்தாள். அவளது வேகமான நடையை அங்கிருந்தவர்கள் அனைவரும் பார்த்தனர். அவள் நடக்கும்போது எண்ணெய்த் தடம் தரையில் விழவில்லை. பன்னீரின் இரண்டு உள்ளங்கையிலும் எண்ணெய் ஒட்டியிருந்தது.

★★★

ஆசிரியர் குறிப்பு

எஸ்.செந்தில்குமார் (1973) 1999ஆம் வருடத்திலிருந்து எழுதிவருகிறார். மனைவியின் பெயர் மலர்விழி. மகள், மஞ்சுளா காதம்பரி. இவர் தேனி மாவட்டம் போடிநாயக்கனூரில் வசித்து வருகிறார்.

நூல்களின் விபரம்

சிறுகதைத் தொகுப்பு:

1. வெயில் உலர்த்திய வீடு - 2006 உயிர்மை பதிப்பகம்
2. சித்திரப்புலி - 2008 உயிர்மை பதிப்பகம்
3. மஞ்சள் நிற பைத்தியங்கள்
   - இரண்டாம் பதிப்பு ஸீரோ டிகிரி பதிப்பகம் 2021
4. விலகிச்செல்லும் பருவம்
   - இரண்டாம் பதிப்பு ஸீரோ டிகிரி பதிப்பகம் 2021
5. மழைக்குப் பிறகு புறப்படும் ரயில் வண்டி
   - இரண்டாம் பதிப்பு ஸீரோ டிகிரி பதிப்பகம் 2021
6. அலெக்ஸாண்டர் என்கிற கிளி - 2015 உயிர்மை பதிப்பகம்
7. அனார்கலியின் காதலர்கள் - 2016 உயிர்மை பதிப்பகம்
8. சிவப்புக்கூடை திருடர்கள் - 2019 உயிர்மை பதிப்பகம்

நாவல்:

1. ஜீ. சௌந்தரராஜனின் கதை - 2007 உயிர்மை பதிப்பகம்
2. முறிமருந்து - 2009 தோழமை பதிப்பகம்
3. நீங்கள் நான் மற்றும் மரணம் - 2010 தோழமை பதிப்பகம்
4. காலகண்டம் - 2013 உயிர்மை பதிப்பகம்
5. மருக்கை - இரண்டாம் பதிப்பு ஸீரோ டிகிரி பதிப்பகம் 2021
6. கழுதைப்பாதை - 2019 ஸீரோ டிகிரி பதிப்பகம்

கட்டுரைத்தொகுப்பு:

1. சிறுகதை (தமிழ்கதைகள் குறித்த கட்டுரைகள்) 2019 ஸீரோ டிகிரி பதிப்பகம்

கவிதைத் தொகுப்பு:

1. குழந்தைகள் இல்லாத வீட்டில் உடையும் ஜாடிகள்
2. சமீபத்திய காதலி - 2016 காலச்சுவடு வெளியீடு
3. முன்சென்ற காலத்தின் சுவை - காலச்சுவடு வெளியீடு)

விருதுகள்:

- 2009ஆம் ஆண்டிற்கான இளம் படைப்பாளிகளுக்கான 'சுந்தரராமசாமி விருது'
- 2013ஆம் ஆண்டிற்காக SRV பள்ளி நிறுவனத்திலிருந்து வழங்கிய படைப்பூக்கத்திற்கான தமிழ் விருது.
- 2016ஆம் ஆண்டிற்கான சுஜாதா அறக்கட்டளையிலிருந்து வழங்கிய சுஜாதா சிறுகதை விருது.
- 2018ஆம் ஆண்டிற்கான கோவை வாசகர் வட்டமும் விஜயா பதிப்பகமும் இணைந்து வழங்கிய கவிஞர் மீரா விருது.
- 2018ஆம் ஆண்டிற்கான Sparrow இலக்கிய விருது.

www.ingramcontent.com/pod-product-compliance
Ingram Content Group UK Ltd.
Pitfield, Milton Keynes, MK11 3LW, UK
UKHW042132021026
15589UKWH00003B/769

9 789390 053308